नवलाईच्या निवडणुका

• मूळ लेखन •
सी. एस्. कृष्णा
आणि
कार्तिक लक्ष्मण

• अनुवाद •
अजित ठाकूर

VISHWAKARMA
PUBLICATIONS

VP

नवलाईच्या निवडणुका

Unreal Elections

First Published In English By : Penguin Books India 2014

ISBN 978-93-83572-45-8

प्रथम आवृत्ती : मे २०१५

© सी. एस्. कृष्णा आणि कार्तिक लक्ष्मण २०१४

प्रकाशक
विश्वकर्मा पब्लिकेशन्स
२८३, बुधवार पेठ, सिटी पोस्टाजवळ,
पुणे ४११ ००२.
फोन : ०२०-२०२६११५७ / २४४४८९८९
info@vpindia.co.in
www.vpindia.co.in

अनुवाद
अजित ठाकूर

विशेष सहाय्य
धनश्री बेडेकर

मुखपृष्ठ
पेंग्वीन बुक्स इंडिया

मांडणी
अमन तोरवी

माझी पहिल्यापासून लाडकी आजी – डॉ. कमलादेवींना सादर समर्पण
सी. एस्. कृष्णा

मॉम, डॅड, प्रिया आणि अंजली ह्यांस सप्रेम समर्पण
कार्तिक लक्ष्मण

नवलाईच्या निवडणुका

सी. एस्. कृष्णा हे एक स्वघोषित महान विकास सल्लागार आहेत. त्यांना सार्वजनिक धोरणाचे महागुरू बनण्याची खूप इच्छा आहे पण 'अनरिल मामा' ह्या टोपणनावानं उपहासात्मक लेख लिहिता लिहिता त्यांची विचार करण्याची क्षमता पूर्णपणे खालावली आहे. त्यांनी आय.आय.टी. मुंबईतून अभियांत्रिकी पदवी घेतली आहे, ओहायओ विद्यापीठातून एम्.एस्. केलं आहे आणि आय्.आय्.एम्. अहमदाबादमधून एम्. बी.ए .ची पदवी घेतली आहे.

कार्तिक लक्ष्मण यांच्याकडे बिर्ला इन्स्टिटट्यूट ऑफ टेक्नॉलॉजी पिलानीची सॉफ्टवेअर तंत्रज्ञानातली पदवी आहे आणि त्यांनी आय्.आय्.एम्. अहमदाबाद मधून एम्.बी.ए.ची पदवी घेतली आहे. त्यांनी आपल्या जीवनात, मुलायम सिंग यादव आणि अरविंद केजरीवाल मिळून जेवढ्या उलट्या उड्या मारल्या असतील त्यापेक्षा जास्त वळणं घेतली आहेत. प्रोग्रॅमरपासून व्यवस्थापन सल्लागार, विकास योजना तज्ज्ञ, उद्योजक आणि अनेक इतर भूमिका लीलया पार पाडून गृहकृत्यदक्ष पती ह्या पदापर्यंत त्यांनी लक्षणीय प्रगती केली आहे. ते अनरिल टाइम्समध्ये लेखन आणि व्यवस्थापनही करतात.

अनुक्रमणिका

अनुक्रमणिका

प्रस्तावना

ऑगस्ट २०१२

तो महान उद्योजक आपल्या चार बेडरूमच्या घरामध्ये, दिवाणखान्यात अंग मुडपून बसला होता. कपाळावर चिंता स्पष्ट दिसत होती. त्याचं ह्या महिन्यातलं बायकोबरोबरचं पाचवं भांडण झालं होतं. दिवसभर काम करून ती थकून भागून घरी आली होती आणि नवरा मित्रांबरोबर हॉलमध्ये हसत खिदळत बसला होता. त्याच्या आश्चर्यचकित झालेल्या मित्रांसमोरच तिनं त्याला भयंकर फटकारलं. ती तिथून रागारागात निघून गेली आणि तिनं दार धाडकन बंद केलं.

तो तिला दोष देऊ शकत नव्हता. तो रस्त्यावरून भटकत मित्रांबरोबर हुंदडायचा आणि निरर्थक योजना तयार करायचा आणि ती इकडे घरातला सर्व खर्च भागवायची, गृहकर्जाचे हप्ते फेडायची आणि मुलांना सांभाळायची !

अचानक आकाशात ढग वाजू लागले.

पाऊस पडणार ह्या आशंकेनं त्यानं पातळशी शाल अंगावर ओढून घेतली. भविष्यात काय वाढून ठेवलं आहे ह्यावर तो विचार करू लागला. पाठीमागे त्याच्या उद्योगाचे सहसंस्थापक आपल्या नवोदित उद्योगाला काय नाव द्यावं यावर आपसात भांडत होते.

पाऊस जोरात येऊ लागला. दिल्लीच्या राजधानीक्षेत्रात या वर्षी नेहमीपेक्षा जास्तच गडगडाट होत होता. तो बाहेर गच्चीत आला, त्यानं कठड्यावर हात टेकले. थोडंसं वाकून त्यानं दूरवर नजर टाकली. अचानक रस्त्यावरचे दिवे विझले आणि सगळीकडे अंधार झाला. सुस्कारा सोडून तो म्हणाला, 'ही तर गाझियाबादची खासियत आहे!'

आत जाऊन घासलेटचा कंदील आणावा असं काही त्याला वाटलं नाही. तो पलीकडच्या अंधाराकडेच बघत बसला, त्याची सध्याची मनस्थितीही तशीच होती.

जवळच वीज चमकली आणि थोडासा उजेड पडला. त्या अर्ध्या सेकंदाच्या अवधीत त्याला वटवाघळासारखी भासणारी काहीतरी भयानक वस्तू समोरच्या बाजूला लटकताना दिसली. तो दचकून मागे झाला आणि मागच्या भिंतीवर आदळला. पाय पसरलेल्या अवस्थेत तो काही सेकंद जमिनीवर तसाच पडून होता, काय असेल बरं ते ?

पुनः वीज चमकली, किंचित उजेड पडला आणि आधी दिसली होती ती आकृती थोडी स्पष्ट होऊ लागली. गडद रंगाचा लांबलचक झगा घातलेला एक विचित्र प्राणी वरच्या मजल्याच्या कठड्यावरून खाली लटकत होता.

त्यानं आपले हात पसरले आणि त्याच्या छातीवर लक्ष वेधक रंगात 'व्ही' हे अक्षर चमकत होतं. चमकत्या 'व्ही'च्या उजेडात त्या प्राण्यानं काहीतरी पुढे केलं. तो प्राणी उद्गारला, 'हे घे!'

त्यानं आवंढा गिळला. हात पुढे करून तो किंचित पुढे सरकला.

अडखळतच तो म्हणाला, 'काय ; काय आहे हे ?'

'एक भेटवस्तू.'

त्यानं तिथं मोठ्या कष्टानं नजर टाकली आणि हातात घेतलेल्या वस्तूकडे चोरून पाहिलं. ती एक मोठी फाईल होती.

आकाशात पुनः जोरात गडगडाट झाला.

त्यानं विचारलं, 'तू कोण आहेस ?' आणि वर पाहिलं.

पण तो प्राणी अदृश्य झाला होता.

जे काही घडलं त्यामुळे स्तंभित होऊन तो परत हॉलमध्ये आला; एका लहान टेबलापाशी बसला आणि कंदिलाच्या शेजारी त्यानं ती फाईल ठेवली.

मग अरविंद केजरीवालनं ती फाईल उघडली आणि त्यातले पहिले काही कागद वाचायला सुरुवात केली. प्रत्येक पानागणिक त्याचे डोळे विस्फारू लागले.

सामन्याचं पूर्वावलोकन

इथं एकदम विजेसारखं सळसळतं वातावरण आहे. मित्रहो, असं दिसतंय की आज आपल्याला एक कमालीचा सामना बघायला मिळणार आहे!

– रवि शास्त्री

१

युवराजांचं कुटुंब

ऑक्टोबर २०१२

जेव्हा त्या शेतकऱ्याने त्या अंधाऱ्या खोलीत प्रवेश केला तेव्हा, त्याच्या डोळ्यातील व्याकुळ भावना स्पष्ट दिसत होती. मागचं दार बंद झालं! एका मोठ्या खिडकीपाशी अजय माकन गडद रंगाच्या सूटमध्ये हातात रेड वाईनचा ग्लास घेऊन उभा होता. त्याच्यामागे अंधाऱ्या कोपऱ्यात जयराम रमेश बसले होते.

खोलीच्या मधोमध ओकवुडच्या टेबलापाशी काळा सूट व बो टाय घातलेला एक माणूस खुर्चीवर विसावला होता. कोटाच्या खिशातला लाल गुलाब त्याची शोभा वाढवत होता. त्याच्या चेहऱ्याचे हावभाव सावलीत दिसत नव्हते. पण त्याचे काळेभोर तेल लावल्यासारखे केस मात्र प्रकाशात चकाकत होते. त्याच्या मांडीवर मांजरीचं एक छोटं पिल्लू होतं आणि तो त्याला कुरवाळत होता.

शेतकरी उसनं अवसान घेऊन थरथरत पुढे आला व त्याने वाकून खुर्चीवर बसलेल्या माणसाचा हात हातात घेतला आणि आदराने त्याच्या हातावर आपले ओठ टेकवले.

'मायबाप!' तो शेतकरी पुटपुटला.

राहुल गांधीने त्या शेतकऱ्याकडे दृष्टिक्षेप टाकला व तो गालातल्या गालात हसला! महाराजाच्या आविर्भावात त्याने शेतकऱ्याला स्थानापन्न व्हायला सांगितलं.

त्या खोलीच्या पलीकडे दुसऱ्या खोलीतून सोनिया गांधी व अहमद पटेल हे दृश्य चोरून पहात होते. त्यांनी एकमेकांशी आनंदाने हस्तांदोलन केलं.

''मॅडम, तुमचं स्वप्न सत्यात उतरतंय,'' अहमद पटेल कुजबुजला. ''भारतातल्या कुठल्याही सुपरस्टारला राहुलबाबाच्या नखाचीही सर नाही.''

''शूऽऽऽ! मला बघू दे!'' सोनिया गांधी उत्तरल्या तेव्हा त्यांच्या चेहऱ्यावरचा आनंद लपत नव्हता. तो शेतकरी क्षणभर स्तब्ध बसला व म्हणाला, ''मी हरियाणाचा आहे, मी माझ्या मुलाला आमच्या पद्धती व संस्कारांप्रमाणे वाढवलंय, मी त्याला सगळं स्वातंत्र्य दिलं, पण त्याला शिकवलंय की, कुटुंबाचा अनादर होईल असं कुठलंही वर्तन त्यानं करू नये. त्याची कुणाशी तरी ओळख झाली होती. त्या व्यक्तीचं गोत्र आमच्या गोत्रापेक्षा वेगळं होतं. ते सिनेमाला जायचे, रात्री उशीरापर्यंत बाहेर असायचे. पण मी त्याला कधीच विरोध केला नाही. दोन आठवड्यांपूर्वी त्याने आम्हाला आनंदाची बातमी दिली. तो आम्हाला त्याच्या आयुष्याच्या जोडीदाराशी ओळख करून देणार होता. आम्हाला खूप आनंद झाला; आम्हाला आता केरळला जाऊन वधू संशोधनाची आवश्यकता नव्हती. नवी गृहलक्ष्मी घरी केव्हा येईल, याची आम्ही आतुरतेने वाट पाहत होतो.

त्या मंगलदिवशी, माझ्या पत्नीने सडासंमार्जन करून सुग्रास जेवणाची तयारी केली होती. मी नुकताच शेतावरून परतलो तेव्हा, ते दोघं एकमेकांच्या शेजारी हातात हात गुंफून उभे होते. त्यांच्या चेहऱ्यावर आनंद ओसंडून वाहत होता. पण मला डोळ्यातील अश्रू आवरता येईना. आमच्या घरात येणारी लक्ष्मी एक पुरुष आहे हे पाहून मी चांगलाच हबकलो.

शेतकऱ्याच्या डोळ्यात अश्रू तरळलेले पाहून राहुलबाबाने एक इशारा केला. बाजूच्या अंधारातून एक इसम शेतकऱ्याला रुमाल देऊन परत नाहीसा झाला. शेतकऱ्याने अश्रू पुसून स्वत:ला सावरायचा प्रयत्न केला.

मी अस्सल हरियाणवीप्रमाणे, खाप पंचायतीकडे गेलो. पंचांच्या आदेशा-प्रमाणे या दोन मुलांना फिर्यादी म्हणून उभं केलं गेलं. ताऊंनी त्यांची कानउघाडणी करून त्यांना शेण खाणं बंद करा, असा आदेश दिला. शेतकऱ्याचा चेहरा हे सांगताना दु:खी कष्टी झाला होता. ''शेण खाणं सोडाच, पण त्याचदिवशी ते पळून गेले. मी माझ्याच घराबाहेर गलितगात्र होऊन उभा होतो आणि अख्खं गाव मला हसत होतं.''

राहुलबाबाने चेहऱ्यावरची रेषाही हलू दिली नाही. मांजरीच्या पिल्लाला कुरवाळत शांतपणे काय करायचं व कधी करायचं याची स्पष्ट कल्पना असल्याच्या आविर्भावात राहुलबाबा शांतपणे ऐकत होता.

शेतकऱ्याला राहुलशी बोलून हायसं वाटलं. विश्वासाने तो म्हणाला, ''मी पत्नीला सांगितलं, की आपण राहुलबाबाकडे जाऊ; तो आपल्याला मदत करेल कारण, त्याला अशी नाजूक प्रकरणं कशी हाताळायची याची कल्पना आहे.''

त्याच्या ह्या वाक्याने राहुल गांधी दचकला. तेवढ्यात मांजरीचं पिलू म्याँव करून सावलीत गडप झालं. युवराजाच्या चेहऱ्यावरचं वलय अचानक नाहीसं झालं व त्याची जागा 'शून्य'नजरेने घेतली. राहुलने शेतकऱ्याकडे शून्यपणे पाहिलं व तो म्हणाला,

''अंऽऽ तुम्ही हे मम्मीशी बोलाल का?''

दुसऱ्या खोलीत चोरून ऐकत असलेले सोनिया गांधी व अहमद पटेल यांनी कपाळावर हात मारून घेतला व दोघेही एकमेकांकडे उद्विग्नतेने पाहात राहिले.

''आता काय करायचं?'' सोनिया म्हणाल्या.

अहमद काही उत्तर देणार, तेवढ्यात त्यांचा फोन वाजला.

''अहमद बोलतोय...हो...हो....काय?''

***

क्षणार्धात फोन संपवून अहमदने आपला फोन खिशात टाकला व ते सोनियाला म्हणाले, ''मॅडम एक गंभीर समस्या आहे.'' ज्यावेळी, भारतीय उपखंडातील सर्वांत प्रभावशाली व्यक्ती कुटुंबातल्या पहिल्या अपत्याला जीवनाचे धडे देत होती, त्याच वेळी घरात एक निराळंच वादळ आलं होतं. रॉबर्ट वद्रा-त्यांचा जावई, एका वेगळ्याच संकटात सापडला होता. अरविंद केजरीवाल यांनी रिअल इस्टेटच्या प्रकरणांमध्ये त्याच्या आर्थिक व्यवहारात चौकशी करण्याबाबत, आवाज उठवायला सुरुवात केली होती. रॉबर्ट वद्राच्या विरोधात प्रसारमाध्यमांनी सुरू केलेली नकारात्मक लोकमताची लाट थांबेचना. माणेसरमध्ये ७.५ कोटी रुपयाला घेतलेली ३.५ एकर जमीन हरियाणा सरकारने त्या जमिनीचा निवासी विकासासाठी परवाना दिल्यावर ५८ कोटी रुपयांना डीएलएफ कंपनीला अवघ्या ६५ दिवसांनंतर विकली असा गंभीर आरोप वद्रावर ठेवण्यात आला होता.

काँग्रेसचा जावई सरकारी परवाने मिळवून प्रचंड पैसा मिळवतो, एका दलालाचं काम करतो ही प्रतिमा पुसून टाकण्याचं फार मोठं आव्हान काँग्रेसच्या पी.आर. (जनसंपर्क) टीमपुढे ठाकलं होतं. प्रसारमाध्यमांच्या सनसनाटीच्या हव्यासापोटी या प्रकरणातील बातम्या वेगाने पसरल्या. सोशल मीडिया नेटवर्किंग साईटवर प्रसृत झालेले संदेश पाहता, यातलं खरं काय आणि अतिशयोक्ती काय हेच सामान्य माणसाला कळेनासं झालं. हे प्रकरण गळ्याशी येऊ लागलं आहे, हे जाणवल्यावर काँग्रेस अध्यक्षांनी '१० जनपथ' इथे काँग्रेसच्या महारथींची तातडीची बैठक बोलावली. त्यादिवशी चर्चेसाठी एकच विषय होता, 'जावईबापूंना वाचवा!'

सोनिया गांधी कॉन्फरन्सच्या अध्यक्षा म्हणून बसल्या होत्या व अहमद पटेल त्यांच्या मागे कागद-पेन घेऊन सरसावले होते. त्यांच्या उजव्या हाताला युनियन कॅबिनेट मंत्री, प्रवक्ते व विविध सल्लागार बसले होते. त्यांच्या डाव्या बाजूला काही जागा मोकळ्या ठेवून, इटालियन-इंग्लिश, हिंदी-इंग्लिश-इटालियन अशा भाषांचे अनुवादक बसले होते. तिथेच पुढे जमिनीवर अखंडपणे उठा-बशा काढणाऱ्या वद्रांचे पाय पकडून डीएलएफचे चेअरमन के.पी. सिंग बसले होते. सर्व लोक स्थानापन्न झाल्यावर सोनिया गांधींनी खाकरून नम्रपणे मीटिंगला सुरुवात केली. अहमद पटेलांनी बटण दाबल्यावर सोनिया गांधींच्या समोरच्या भिंतीवरचा

६० इंची प्लाझमा टीव्ही सुरू झाला. अर्णब गोस्वामीचा मोठ्ठा आवाज कॉन्फरन्स रुममध्ये पसरला.

''मिस्टर झा, कृपया सांगा, की डी.एल.एफ.ने कोट्यवधी रुपयांचे तारणरहित व्याजमुक्त कर्ज रॉबर्ट वद्रांच्या स्काय लाईट कंपनीला कसे दिले? बोला, बोला झा; सगळा देश ऐकण्यास उत्सुक आहे.''

''अर्णब, दोन मुद्दे लक्षात घ्या. ती व्यवसायासाठी दिलेली आगाऊ उधारी होती. ही एक अत्यंत व्यावहारिक पद्धत आहे. दुसरा महत्त्वाचा मुद्दा असा आहे की, मोदी, ज्यांचे हात अजूनही २००२ च्या दंगलीच्या रक्ताने माखले आहेत....''

''मिस्टर झा, विषय बदलून आम्हाला मूर्ख ठरवू नका. आम्ही असं समजायचं का? की, रॉबर्ट वद्रा हे या प्रकरणातले दलाल आहेत?'' अर्णब उसळला!

''अर्णब, मला बोलू द्या...''

''नाही... तुम्ही आधी माझा प्रश्न ऐका. कुणी एक फायनान्सर रॉबर्ट वद्रांना जमीन विकत घ्यायला ५ कोटी रुपये देतो आणि तीच जमीन तिप्पट किंमतीला त्यांच्याकडून विकत घेऊन रॉबर्ट वद्रांचा मोठ्ठा फायदा करून देतो...''

मुलाखत पाहताना, सोनिया गांधींच्या चेहऱ्यावर तीव्र वेदना दिसू लागल्या.

''बस्स झालं! बंद करा ते.'' त्या ओरडल्या. अहमद पटेलने टीव्ही बंद केला. रुममध्ये पुनःशांतता पसरली.

''एक चक्रम सामाजिक कार्यकर्ता इकॉनॉमिक टाइम्सचा एक जुना रिपोर्ट घेऊन माझ्या जावयाच्या विरुद्ध आरोप करतो व तेच वृत्त देशभर पसरतं? आपण खरोखरच सत्ताधारी आहोत का हा माझा भ्रम आहे?'' टेबल बडवत सोनिया गांधी संतप्तपणे उद्गारल्या.

अहमद पटेल खाकरला.... मॅडम, जर आपण 'सोनियाजींना वद्रांबद्दल तीव्र नाराजी आहे' असा लेख... सोनियाजींनी अहमद पटेलकडे भेदक नजरेनं पाहिलं.

''मॅडम, मला असं म्हणायचं होतं, की 'रॉबर्ट वद्रांवर केलेल्या आरोपांबद्दल सोनियाजींची तीव्र नाराजी आहे', असा लेख...

अहमदने तात्काळ सावरून घेतलं. ''हे खरं तर आपल्या नियमांच्या विरुद्ध आहे,

पण ही काळाची गरज आहे.''

त्यावर सोनिया गांधींचा चेहरा होकारार्थी झाला. ''आपल्याला नव्या दृष्टिकोनाची गरज आहे. माझा जावई जिथे दलाल ठरवला जातोय अशा परिस्थितीत मी तुम्हाला निवडणूक कशी जिंकून देऊ शकते?'' त्या केंद्रीय मंत्रिमंडळाच्या प्रवक्त्यांना म्हणाल्या, ''तुमच्यासारखे उत्तम लोक टीममध्ये असताना, रॉबर्टबद्दल एकही सकारात्मक बातमी कशी येऊ शकत नाही? 'मॅडम', आत्ताच मी रॉबर्ट वद्रांवर एक सकारात्मक लेख लिहून पूर्ण केलाय.'' काही वेळापूर्वीच अर्णबसमोर चारी मुंड्या चीत झालेला संजय झा उत्तर देत म्हणाला, ''हा लेख प्रसिद्ध करण्यासाठी सर्व वर्तमानपत्रांनी नकार दिल्यामुळे मी तो 'हमारा काँग्रेस डॉट कॉम'वर प्रसिद्ध केला आहे. यावर थरूर सरांनी जर रीट्विट केलं, तर त्याचा फायदा होईल'' असं म्हणून त्यांनी ते कागद काँग्रेस अध्यक्षांपुढे ठेवले.

कपाळावरची झुल्फं उडवत शशी थरूर बोलू लागले, ''मिस्टर झा, यांनी प्रस्तुत केलेल्या दस्तावेजाचे मी अवलोकन केले आहे. त्यावर मी अभ्यासपूर्ण प्रतिपादन केले आहे. झांच्या प्रस्तावास मान देऊन, ट्विटर नामक साईटवर ते रीट्विट करायच्या आधी जर आपण त्याचं परीक्षण करून, त्यावर वद्रांची प्रतिमा उजळण्यास मदत होईल अशी समाधानकारक प्रतिक्रिया दिली, तर ते मी जरूर रीट्विट करेन.''

काँग्रेस अध्यक्षा स्तब्ध झाल्या. सगळेच एकमेकांकडे पाहू लागले. थरूर स्वतःच्या आनंदात खुर्चीत स्मितहास्य करत होते. सगळ्यांनी सोनिया गांधींकडे पाहिलं.

''काय म्हणालात?''

अहमद पटेल त्यांच्या कानात कुजबुजला, ''मॅडम मला वाटतं रीट्विट करायच्या आधी मिस्टर थरूर आपली परवानगी मागत आहेत.''

''ओ... आत्ता समजलं! बघू द्या ते कागद!''

सोनिया गांधींनी नाकावर चष्मा ठेवून वाचायला सुरुवात केली तेव्हा मिस्टर झा लहान मुलाच्या नजरेतून मुख्याध्यापकांकडे पाहावं तशा उत्सुकतेने पाहू लागले.

रॉबर्ट वद्रा हे उत्तम पंतप्रधान होऊ शकतात; संजय झांचं 'स्वॉट' विश्लेषण –

आधारभूत मूल्य	रॉबर्ट वि. नमो	निष्कर्ष
गुणवत्तेनुसार प्रगती	नरेंद्र मोदी साधारण परिस्थितीतून वर येऊन गुजराथचे मुख्यमंत्री झाले असतील कदाचित, पण रॉबर्ट वद्राही एका रात्रीत कॉंग्रेसच्या सर्वोच्च महारथींच्या यादीत पोहोचलेच की! उच्च प्रकारची कौटुंबिक पार्श्वभूमी किंवा लागेबांधे नसूनही त्यांनी प्रियांकाच्या ह्रदयात स्थान मिळवले.	रॉबर्ट वद्रा आपल्या गुणांमुळे पुढे आले आणि देशातल्या युवकांचे प्रेरणास्थान बनले.
कौटुंबिक संस्कार	रॉबर्ट वद्रा अत्यंत कुटुंबवत्सल आहेत. एका मुलाखतीत त्यांनी म्हटलं होतं की मी पाच वर्षात वीस किलो वजन कमी केलं. मला हवं असतं तर इतक्याच वेळात मी फार मोठी व्यक्ती झालो असतो. सर्वसाधारण माणसासारखं राहण्यासाठी मला खूप संघर्ष करावा लागला. सरते शेवटी ते म्हणाले, 'प्रसिद्धीपासून दूर राहण्यासाठी प्रत्येक क्षणी धडपड करताना सारं जीवन मी प्रियांकासाठी वेचलं आहे.'	रॉबर्टनी नेहमीच स्वतःची महत्वाकांक्षा बाजूला ठेवून कुटुंबाला जास्त महत्त्व दिलं आहे. या उलट कौटुंबिक सुखाचा त्याग केलेल्या मोदींची सत्तेची हाव बघा!

आधारभूत मूल्य	रॉबर्ट वि. नमो	निष्कर्ष
निवडून येण्याची क्षमता	रॉबर्ट एकदा म्हणाले होते, 'मी कुठूनही निवडून येऊ शकतो.' मोदींकडे असा आत्मविश्वास नाहीच. रॉबर्ट यांनी कुठलाही मतदारसंघ निवडला तरी ते मताधिक्याने निवडून येतील. पण मोदींचं असं नाही. रायबरेली व अमेठी या काँग्रेसच्या बालेकिल्ल्यात चोवीस तास वीजपुरवठा आहे. त्याचवेळी उत्तर प्रदेशात इतर ठिकाणी मात्र अंधाराचंच साम्राज्य आहे. नमोंचा मतदारसंघ मणिनगर इथे, हे सुख नाही. त्यांच्याकडे चोवीस तास वीज पुरवठा आहे, आणि गुजराथमध्ये तर सर्वत्र तसं आहे.	रॉबर्ट यांचं नाव संपूर्ण देशामध्ये घेतलं जातं व ते कुठल्याही एका राज्यापुरतं जोडलेलं नाही.
स्वार्थत्याग	रॉबर्ट एकदा म्हणाले होते, ''अभी राहुलका टाईम चल रहा है । फिर प्रियांकाका टाईम आयेगा । फिर परिवारके दुसरे सदस्योंका ।'' याउलट मोदींची सर्वोच्च स्थानावर बसण्याची अधीरता पहा.	मोदींच्या उलट रॉबर्ट वद्रा हे कुटुंबवत्सल असून त्यांनी भारतीय त्यागाची परंपरा राखली आहे. ते आपलेही दिवस येतील म्हणून थांबायला तयार आहेत, मोदींसारखं नाही!

आधारभूत मूल्य	रॉबर्ट वि. नमो	निष्कर्ष
व्यवहार– चातुर्य	मोदींनी आपल्या करियरची सुरुवात 'चायवाला' म्हणून केली. या व्यवसायाला फारच थोडं भांडवल लागतं, उत्पादन खर्च कमी असतो, ग्राहकात वैविध्य असतं, ग्राहकनिष्ठा उत्तम असते. ग्राहकांची कमतरता नाही. थोडक्यात यासाठी दिवस उजाडल्यापासून अंधार पडेपर्यंत कष्टांची गरज असते. याउलट रॉबर्ट वद्रा यांनी दृढनिश्चय व गुणांची उत्तम पारख असल्यामुळे उद्योगधंद्याचं साम्राज्य उभं केलंय. यामध्ये हॉटेल, रियल इस्टेट यांसारखी क्षेत्रे आहेत. चायवाल्याला खूप स्पर्धा असते, पण वद्रांच्या व्यवसायात अजिबात स्पर्धा नाही. त्यांची व्यावसायिक कुवत पाहता त्यांना शून्य टक्क्याने कर्ज मिळण्यास अडचण नाही व त्याचे मूल्य तीन वर्षांत ६०० पटीने वाढतं यात काहीच आश्चर्य नाही. व्यवसाय निर्माण करण्यापेक्षा त्यांची वाट लावण्यासाठी प्रसिद्ध असलेल्या घराण्यात लग्न केलं असतानाही रॉबर्ट यांची कामगिरी अधिक उल्लेखनीय आहे.	ज्यांना असं वाटतं की मोदी उत्तम व्यावसायिक आहेत, ज्यांनी डी.एल.एफ. चेअरमन के.पी.सिंग यांच्याशी संवाद साधला.

आधारभूत मूल्य	रॉबर्ट वि. नमो	निष्कर्ष
सामाजिक माध्यमांचा प्रभाव	संख्येचा विचार न करता गुणवत्ता पाहिली तर मोदींचे फेसबुक व ट्विटरवर असंख्य चाहते आहेत. मोदींच्या भाष्यावर ह्या माध्यमांवर किती प्रतिक्रिया मिळाल्या हे तुम्हाला आठवतं का? पण, रॉबर्ट वद्रांचं 'मँगो पीपल इन बनाना रिपब्लिक' हे फेसबुकवरचं वचन पहा! 'तुम मुझे खून दो, मै तुम्हे आझादी दूंगा' किंवा 'मेरी झांसी नही दूंगी' अशा वचनांबरोबर वद्रांच्या वाणीनं इतिहासात स्थान मिळवलं आहे.	मोदींपेक्षा वद्रांचा सामाजिक माध्यमांवर जास्त वट आहे.
शारीरिक तंदुरुस्ती	अनुवांशिकतेतून नरेंद्र मोदींची छाती छप्पन्न इंचांची आहे पण रॉबर्ट वद्रांनी एखाद्या शिल्पासारखी पिळदार शरीरयष्टी कमावण्यासाठी मेहनत घेतली आहे. मोदी नेहमी प्राणायाम आणि योगाचा अभ्यास करतात तर वद्रा ह्यांनी सतत धर्मनिरपेक्ष व्यायामच केला आहे. वद्रांना दुर्बळ लोकांसाठी मोदींपेक्षा जास्त कणव असल्यामुळेच त्यांनी फेसबुकवर एक तंदुरुस्तीवर खास पान सुरू केलं आहे.	वद्रा हे भारताचे 'रॉम्बो' आहेत, तसे मोदी नाहीत.

'मॅडम, आवडलं का?'' झांनी उत्सुकतेने विचारले.

सोनिया गांधींनी कागद खाली ठेवून चष्म्यातून झांकडे संतप्त कटाक्ष टाकला, ''गाढवा, हे काय विश्लेषण आहे का विडंबन? ''तुम्ही नेमके कोणाच्या पक्षात आहात? याला माझ्यासमोरून घेऊन जा आणि हो, त्याचा करारही रद्द करा.''

''सॉरी मॅडम, मी केलेली रॉबर्ट यांची अजून तोंड भरून स्तुती करायला हवी होती.'' झा असंच काही तरी बोलत राहिला. लोकांनी त्याला बाहेर नेलं. ''अजून एक संधी द्या मॅडम. प्लीज... मी रॉबर्टची ताज्या हवेच्या स्रोताशी तुलना करतो.''

''तर, मी म्हणत होते की, आपल्याला नवीन दृष्टिकोनाची आवश्यकता आहे. आऊट ऑफ द बॉक्स थिंकिंगची गरज आहे. कम ऑन टीम, काही तरी नवीन कल्पना शोधा!'' सोनिया म्हणाल्या.

के.पी. सिंग म्हणाले, ''डी.एल.एफ.ने 'इंडिया अगेन्स्ट करप्शन' अशी मोहीम पुरस्कृत केली तर?'' सगळ्यांचे आश्चर्यचकित चेहरे पाहून ते म्हणाले, ''पाच वर्षं आय.पी.एल.ला सतत पुरस्कार देऊनही जे घडू शकलं नाही, ते ह्या मोहिमेनं काही दिवसांतच करून दाखवलं. आज आमच्या कंपनीचं नाव भारतभर झळकतंय! आता गृहिणी व मुलांनाही 'बिझनेस ॲडव्हान्स' असे शब्द माहिती झालेत. आणि 'तू माझा डी.एल.एफ. केलास' ही अशी वाक्यं तर सर्रास सगळ्यांच्या तोंडी आहेत. आता आपल्याला ब्रँडिंगच्या अमाप संधी आहेत! केजरीवालानी नवीन प्रकरण उघडकीस आणलं, की त्याला 'डी.एल.एफ मॅक्झिमम' असं संबोधायचं! केजरीवालच्या या इंडिया अगेन्स्ट करप्शन रिॲलिटी शोसाठी आपण इतर जाहिरातदारही मिळवू. हजार कोटींच्यावर घोटाळा असेल तर त्याला 'सिटी मोमेंट ऑफ एक्सेस' असं म्हणायचं! बघा, ही कशी एक चमकदार कल्पना आहे. आम्ही केजरीवालला पुरस्कृत करू. तो जास्तीत जास्त डी.एल.एफ मॅक्झिम'चे घोटाळे उघडकीस आणेल, त्यामुळे आमच्या कंपनीचं नाव सगळीकडे झळकेल! त्याने व्यवसाय वाढेल. अरविंद हे काम न थांबता करतच राहील.''

डी.एल.एफ. चेअरमन के.पी. सिंग यांचा उत्साह शिगेला पोचला होता. तेवढ्यात राहुलबाबा दिग्विजय सिंगसोबत आला. अस्ताव्यस्त केस आणि ४ दिवस दाढी न

केलेले युवराज सोनिया गांधींच्या बाजूच्या खुर्चीत येऊन बसले .

''राहुल तू आज घरी उशीरा परत आलास!'' सोनिया उसळल्या.

''सॉरी मम्मा... मी जरा दि डिग्गी अंकलसोबत मेडिटेशन करत होतो. सॉरी के.पी. अंकल. हां, तुम्ही काहीतरी इंटरेस्टिंग सांगत होतात, ब्रँड व्हिसिबिलिटी, मार्केट शेअर वगैरे... मी मॅनेजमेंट कन्सल्टंट असतानाचे दिवस आठवले... काय नाव होतं बरं त्याचं? गेको...नाही नाही ...लिझार्ड ग्रुप... नाही, हां. हां, मॉनिटर ग्रुप.''

हे ऐकून जयराम रमेश हात वर करून उसळले, ''येस! राहुलबाबानेच आपल्याला मार्ग दाखवलाय!'' सगळ्यांचे विस्मयचकित चेहरे जयराम रमेशकडे वळले. 'आपण अशी भूमिका घ्यायची की, डी.एल.एफ.ने रॉबर्टना व्यावसायिक सल्लागार म्हणून नेमलं आहे. २००७ ते २०१० च्या काळात ह्या बांधकाम संस्थेला अमूल्य सल्ला दिल्याबाबत डी.एल.एफ. ने त्यांना भरपूर बिदागी दिली एवढंच!'

आय.पी.एल.सारख्या फडतूस खेळासाठी डी.एल.एफ.नं.५ वर्षं बी.सी.सी. आय.ला कितीतरी पैसे दिलेत, मग त्याच धर्तीवर त्यांनी रॉबर्ट वद्रांना मॅनेजमेंट कन्सल्टंट म्हणून नेमणं, हे सयुक्तिकच आहे. मॅकेन्झी किंवा बी.सी.जी पेक्षा रॉबर्ट वद्रांची कन्सल्टंट म्हणून नेमणूक करणं हे जास्त व्यवहार्य आहे असं तुम्हाला नाही का वाटत?

यावर के.पी. सिंग म्हणाले, ''हो, काही हरकत नाही. आम्ही रॉबर्टला विनाव्याज विनातारण कर्ज दिलं व त्या बदल्यात सल्ला मागितला असा खुलासा करू शकतो. तसंही व्यवसायाच्या दृष्टिकोनातून कुठली बाजारपेठ निवडायची, अव्वल स्तरावर कसं पोचायचं? या सगळ्या विषयांवर कितीतरी पैसे खर्च होतात. जयराम, ही नक्कीच उत्तम कल्पना आहे! कॉंग्रेसच्या सगळ्या टीममध्ये, एक उत्साहाचं व सहमतीचं वातावरण तयार झालं.

''मॅडम, ही विचारधारा या प्रकरणात अतिशय सकारात्मक पद्धतीची आहे. रिअल इस्टेटमध्ये असंच चालतं अशा भूमिकेचं समर्थन करणं आपल्याला अतिशय अवघड आहे.'' अभिषेक मनू सिंघवी म्हणाले. असं म्हणण्यामागे त्यांचं एक

कारण होतं. २००७–२०१० या काळात रॉबर्टच्या कंपनीचं नफा–ताळेबंद पत्रक आणि बॅलेन्स शीट तयार करणं आणि त्याला समर्थनीय स्वरूप देणं महाकर्मकठिण होतं. आय.आय.एम. अहमदाबादच्या विद्यार्थ्यांना परीक्षेत वद्रांच्या कंपनीचं नफा–तोटा–पत्रक तयार करणं अशक्य झालं होतं आणि त्यांनी शिक्षण विभागप्रमुखांना घेराव घातला होता. शेवटी मनुष्यबळ खात्याला त्यात हस्तक्षेप करावा लागला.

यावर मनीष तिवारी म्हणाले, ''रॉबर्टजींची मालमत्ता त्यांच्या उत्पन्नाच्या स्रोतापेक्षा व्यस्त प्रमाणात आहे ह्याचा खुलासा करण्यापेक्षा ते डी.एल.एफ.साठी मॅनेजमेंट कन्सल्टंट होते. हे जनतेला पटू शकेल. डी.एल.एफ. जर आय.पी.एल. साठी इतका खर्चिक पुरस्कार करू शकते तर व्यवस्थापन सल्ल्यासाठी का नाही? लोक नक्कीच समजून घेतील. खरं तर लोकांना वद्रांच्या प्रमाणाबाहेर ताकदीविषयी शंका असली तर ती केवळ त्यांच्या तगड्या छातीबद्दलच असू शकेल.''

हे ऐकून उपस्थितांनी पाठिंबा दिला. तरी सोनिया गांधींना हे तर्कशास्त्र पूर्णपणे समजलं नव्हतं. पण त्यांच्या नेतृत्वाच्या उत्तम गुणांमध्ये एक गुण असा होता, की जिथे टीमचं एकमत होतं, तिथे नकारघंटा वाजवू नये. थोडंसं चाचपडत त्या म्हणाल्या, ''बहुधा आपलं एकमत झालंय! वेल डन जयराम!''

जयराम यांनी त्वरित स्मितहास्य करून उत्तर दिलं, की ''मॅडम, काही नाही हो! हे सगळं श्रेय राहुलबाबाचं आहे. ही त्यांचीच कल्पना होती.''

कुठल्याही प्रश्नावर आलेल्या बौद्धिक सल्ल्याचे श्रेय जयराम कायमच राहुलनाच द्यायचे. अनेक वर्षानंतर 'भूमिसंपादनामध्ये पारदर्शकता, योग्य भरपाई, पुनर्वसन' ह्या विधेयकाचं स्वरूप आणि व्याप्ती ठरवणे, त्याचं समर्थन करणे, प्रचार करणे आणि विधेयकाचं नाव निश्चित करणे ह्यासाठी नेहरू गांधी घराण्याच्या ह्या वारसाला जयराम रमेश नेहमीच श्रेय द्यायचे एवढंच नव्हे तर असं श्रेय देण्याच्या कल्पनेचं श्रेयही राहुल गांधींना द्यायचे.

रॉबर्ट वद्रा सोडून सर्वजण समाधानी दिसत होते. ''तुमचं काम सोपं होण्यासाठी मला मॅनेजमेंट कन्सल्टंट बनवणार आहात? दलाल म्हणवून घेण्यापेक्षा मॅनेजमेंट

कन्सल्टंट म्हणवून घेण जास्त चांगलं आहे का?'' रॉबर्टनी जरा कुरबूर केली. पण त्यांच्या म्हणण्याचा आवाज हवेत विरून गेला. कारण तोपर्यंत, 'सोनिया गांधी की जय!', 'राहुल लाव, देश बचाव!' असे नारे सुरू झाले होते.

आपल्या ह्या दोन्ही सक्षम व समर्पक नेत्यांचा सर्वजण जयजयकार करीत होते.

जयजयकार थांबल्यावर सोनिया गांधींनी समाधानी नजरेने सर्वांकडे पाहिले. आणि क्षणार्धात त्यांच्या कपाळावर आठ्यांचं जाळं पसरलं व त्यांनी विचारलं, ''डॉ. सिंग कुठे आहेत?''

(२)

मूक नेता

~

नोव्हेंबर २०१२

स्थळ : लंडनमधलं मॅडम तुसॉद आर्टस् म्युझियम. तिथला गाइड बेचैन दिसत होता. काही किशोरवयीन मुलं, मुली त्याच्या दिशेने येत होती. ती बहुधा त्या वाह्यात देशातली असावीत. मुलं हाफ पँट, गंजिफ्रॉक आणि डोक्यावर बेसबॉलची आडवी कॅप अशा अवतारात आपल्या बाहूंचं प्रदर्शन करत मुलींच्या मागे फिरत होती. गोल गळ्याचा टॉप आणि मिनिस्कर्ट घातलेल्या मुली खिदळत होत्या. एकूण काय तर, आपल्याच तीर्थरूपांचं म्युझियम असल्याच्या थाटात ती मुलं वावरत होती.

'हे अमेरिकन म्हणजे...!' तो गाईड वैतागलेल्या सुरात पुटपुटला. दोन मुली आपले खोटे पांढरे शुभ्र दात दाखवीत, ओठात च्युइंगगमचा फुगा करून त्याच्याकडे येऊन म्हणाल्या, ''हाय! आम्हाला

म्युझियम बघायचंय आम्ही अमेरिकेहून आलो आहोत.

अमेरिकन लोकांना पाहून आधीच वैतागलेल्या गाईडने स्वतःच्या भावना लपवून त्यांचं स्वागत केलं.

त्या पर्यटन मार्गदर्शकाला, प्रदीर्घ अनुभवानंतर, अमेरिकन लोकांना अनोखा सांस्कृतिक साक्षात्कार हवा असतो हे ठाऊक होतं. साधारणपणे त्यांना हॉलिवूडचं दालन दाखवलं तर आवडू शकेल, हे ओळखून तो त्यांना तिथे घेऊन गेला व बाजूला जाऊन उभा राहिला. पाहता पाहता मुली चेकाळल्या; कुणी रॉबर्ट पॅटर्सनला आलिंगन दिलं, कुणी ब्रॅड पिटच्या पार्श्वभागाला स्पर्श केला तर कुणी जॉर्ज क्लुनीला मिठी मारली. सगळे प्रेमालाप संपल्यावर त्यानं त्यांना संगीत आणि खेळाच्या दालनांकडे नेलं.

नंतर, मुलांना रूची नसलेल्या पण स्वतःच्या आवडत्या, जगविख्यात नेत्यांच्या दालनात तो त्यांना घेऊन गेला. सुप्रसिद्ध ओव्हल ऑफिसच्या प्रतिकृतीमध्ये त्यांना घेऊन गेल्यावर व्यावसायिक सादरीकरणाच्या आवेशात झुकून तो म्हणाला, ''ओव्हल ऑफीसमध्ये तुमचं स्वागत आहे!'' त्यावर पिंगट रंगाच्या केसांची एक मुलगी डोळे विस्फारून म्हणाली, ''वा! हे कुठल्या देशात आहे?'' त्यावर गाईडचा 'आ' वासला गेला व तो वैतागून म्हणाला, ''युनायटेड स्टेट्स ऑफ अमेरिका!'' त्या उत्तरावर त्या मुलीचा चेहरा ओशाळला पण उसनं अवसान आणून ती म्हणाली, ''वा! किती छान!''

यानंतर गाईड त्यांना 'रेझोल्यूट डेस्क' दाखवायला घेऊन गेला. तिथल्या भव्य लाकडी फर्निचरकडे निर्देश करत त्यानं अतिशय आवेशपूर्ण भाषेत, त्याचा इतिहास रंगवायला सुरुवात केली. 'आर्क्टिक समुद्रात लोकांना वाचवायला गेलेल्या एच्.एम्.एस्. रेझोल्यूट ह्या जहाजाच्या लाकडातून हे फर्निचर तयार केलं आहे म्हणून त्याला हे नाव पडलं आहे. एकोणिसाव्या शतकाच्या पूर्वार्धात हे जहाज अर्क्टिक प्रदेशातल्या बर्फात रुतलं आणि तिथेच ते सोडून द्यावं लागलं. नंतर १८५६ मध्ये, व्हेल माशांच्या एका शिकाऱ्यानं हे जहाज सोडवलं आणि व्हिक्टोरिया राणीला ते परत केलं. याच जहाजाच्या लाकडातून हे टेबल बनवलं

होतं आणि राणीनं ते १८८० मध्ये अमेरिकेला बक्षीस म्हणून दिलं. गाईडनं समाधानानं हसून त्या घोळक्याकडे नजर टाकली. एकाही मुलीचं त्याच्याकडे लक्ष नव्हतं. उलट डेस्कच्या मागे असलेल्या ओबामाच्या मेणाच्या पुतळ्याभोवती सर्वजण जमा झाले होते.'

'आय लव्ह ओबामा,'

'ही इज सो हॉट!'

'लाइक, सो हॉट!'

गाईडने एकदम सुस्कारा टाकला. तो त्यांच्याकडे वळत म्हणाला, 'अर्थात तुम्ही ओळखलं असेलच की हे राष्ट्राध्यक्ष ओबामा आहेत!' ओबामांसाठी अनेकदा 'ऊह, आह,' झाल्यावर एका मुलीचं लक्ष दुसऱ्या मेणाच्या पुतळ्याकडे गेलं. ओबामाच्या समोरचा तो पुतळा एका वयस्कर माणसाचा होता. त्याने डोक्यावर निळी पगडी घातली होती. 'लेडीज, हे भारताचे म्हणजे जगातल्या सर्वात मोठ्या लोकशाही देशाचे पंतप्रधान डॉ. मनमोहन सिंग ! ते इथे बराक ओबामांशी बोलताना दिसताहेत. डॉ. मनमोहन सिंग ! कागदोपत्री खरं तर ते भारतातले सर्वशक्तिमान नेते आहेत, पण काँग्रेस अध्यक्ष सोनिया गांधी यांच्या हातातलं बाहुलं म्हणूनच त्यांना ओळखतात. सोनिया गांधी या मूळच्या इटालियन असून त्या माजी पंतप्रधान राजीव गांधी यांच्या पत्नी आहेत.' भारतीय उपखंडातल्या राजकारणावर स्वतःचं प्रभुत्व पाहून गाईड खूष झाला होता.

ह्यावर पिंगट केसांची एक युवती चित्कारली की, 'हा पुतळा एवढा चांगला नाही' असं म्हणून तिने पुतळ्याला बोट लावून पाहिलं व म्हणाली, ''हा तर मेणाचा पुतळा दिसतो आहे पण खरा वाटतोय!' त्या पुतळ्याच्या शून्य नजरेकडे तिने निरखून पाहिलं. तिच्या तोंडावरचा बबलगमचा फुगा तिच्या तोंडावरच फाटकन फुटला व क्षणार्धात त्या पुतळ्याने डोळे मिचकावले. हे पाहून घाबरलेल्या त्या मुली किंचाळून पळून गेल्या. टूरिस्ट गाईड आ वासून त्या पुतळ्याकडे बघत राहिला आणि पुतळा त्याच्याकडे स्थितप्रज्ञ नजरेने पाहत होता.

बावचळलेल्या टूरिस्ट गाईडने नजर दुसरीकडे फिरवली. ती पुतळा वाटणारी

आकृती अजूनही थिजलेल्या नजरेनं बघत होती. मनातल्या मनात गाईडनं म्युझियमच्या ऑफिस कर्मचाऱ्यांवर शिव्यांची लाखोली वाहिली. महत्त्वाच्या सरकारी पाहुण्यांच्या उपस्थितीची कल्पना त्यांनी आधी द्यायला हवी होती. डॉ. सिंग तरीही शांतच उभे होते.

गाईडने धीर करून त्यांच्याकडे पाहिलं, ''पंतप्रधानजी, मी तुमची माफी मागतो, मी तुमच्याविषयी जे बोललो ते माझं स्वत:चं मत नव्हतं.''

डॉ. मनमोहनसिंगनी त्या गाईडकडे तटस्थ नजरेने पाहिलं व ''ठीक आहे'' असं म्हणून ते बाहेर प्रतीक्षा करत असलेल्या गाडीमध्ये शांतपणे जाऊन बसले. त्यांनी लगेच विमानतळाकडे प्रस्थान केलं. त्यांना काँग्रेस अध्यक्षांना तातडीनं भेटण्यासाठी भारतात तात्काळ परतायचं होतं.

***

वद्रांवरच्या आरोपांमुळे काँग्रेसचं मनोधैर्य ढासळलेल्या स्थितीत होतं, त्याच वेळी केजरीवालने स्टिंग ऑपरेशन करून युनियन कायदा मंत्री सलमान खुर्शीद यांच्यावर तोफ डागायला सुरुवात केली होती. काही काळ गेल्यावरही हे स्पष्ट होईना की सलमान खुर्शीद यांच्या झाकीर हुसेन मेमोरियल ट्रस्टमध्ये अपंग लोकांसाठी राखून ठेवलेल्या ७० लाख रुपयाच्या निधीमध्ये खरोखरच घोटाळा आहे की नाही? तरीही, २४ अकबर रोडवरील काँग्रेसच्या मुख्यालयात औदासिन्य पसरलं होतं.

आश्चर्यचकित झालेल्या केरळ काँग्रेस कार्यकारी समितीच्या सदस्यांच्या मते, 'हा घोटाळा अगदी क्षुल्लक रकमेचा आहे, हातात इतकी सत्ता आणि आर्थिक तरतूद असताना कायदा मंत्र्यांनी पद आणि प्रतिमेला न शोभणारा असा मामुली घोटाळा करावा! छे !' त्यांचा सहकारी यावर म्हणाला, की 'टु.जी.' प्रकरणाची रक्कम पाहता, याला घोटाळा म्हणूच नये. आपली प्रतिष्ठा घसरण्याची ही लक्षणं आहेत.

आपल्याला बऱ्याच आत्मपरीक्षणाची गरज आहे. सोनिया गांधींनी जेव्हा पक्षाच्या

लोकांकडून 'शिशु घोटाळा' हा शब्द ऐकला, तेव्हा त्यांचा कानांवर विश्वास बसत नव्हता. अहमद, ७० लाख? नक्की का? तू नक्की नीट वाचलास का आकडा? का एखादं शून्य राहिलंय? कदाचित हा ७० लाख कोटींचा घोटाळा असेल. 'अहमदने परत एकदा आकडे तपासून त्यांना उत्तर दिलं.' फक्त ६ शून्य आहेत. ७० लाखच आहेत.' हे ऐकून सोनियांचा चेहरा पांढरा पडला.

सलमान बिचारा या शिशु-घोटाळ्यात एकटा पडला. पक्षाने या क्षुल्लक घोटाळ्यापासून स्वतःला दूर ठेवलं. कुणीच सलमानवरच्या आरोपाचं खंडन करायला पुढे आलं नाही. एक ज्येष्ठ नेते यावर म्हणाले, याला जर घोटाळाच म्हणायचं असेल तर, सलमान खुर्शीद यांचा या प्रकरणात समावेश असणं, हे काँग्रेसच्या नीतीमध्ये बसत नाही. या घोटाळ्यातील किरकोळ रकमांची व्याप्ती पाहून आणि असले क्षुद्र आरोप पाहून, पक्षनेतृत्वाच्या प्रतिष्ठेला धक्का बसला होता.

असंही बोललं जात होतं, की खुर्शीद यांची खुर्ची धोक्यात आहे.

अशा परिस्थितीत काँग्रेस हायकमांडने निर्णय घेतला, की ''जनमानसात पक्षाची प्रतिमा सुधारण्यासाठी, पक्षात आमूलाग्र बदल करण्याशिवाय गत्यंतर नाही'' त्यामुळे त्याच महिन्यात पक्षाचे ज्येष्ठ नेते पुन्हा एकदा १० जनपथच्या कॉन्फरन्स रुममध्ये जमले.

***

त्या दिवशी त्या हॉलमधली व्यवस्था वेगळ्या पद्धतीची होती. मोठ्या लांबलचक कॉन्फरन्स टेबलाच्या जागी खोलीच्या मधोमध एक गोल टेबल होतं. त्याच्याभोवती अनेक खुर्च्या बाहेर तोंड करून ठेवल्या होत्या. प्रत्येक खुर्चीवर एक बोर्ड लावला होता- वित्तमंत्री, कायदा मंत्री, गृहमंत्री अशी शीर्षकं लिहिलेली होती. या खुर्च्यांपासून थोडं दूर, एक सिंहासन ठेवलं होतं.

दार उघडून, सोनिया गांधी, राहुल गांधी, डॉ. सिंग आणि आणि यूपीएच्या

मंत्र्यांचा घोळका आत आला. सोनिया गांधी सरळ सिंहासनावर जाऊन बसल्या. बाकी सगळे जण थोड्या अंतरावर हाताची घडी घालून उभे होते.

सोनिया गांधींनी एक कटाक्ष टाकला. दोनदा टाळ्या वाजवल्या त्या म्हणाल्या, 'आपण आता मंत्रिमंडळात फेरबदल करणार आहोत. सगळ्यांनी जागेवर बसावं.'

सगळे मंत्री आनंदी चेहऱ्यानं आपापल्या जागेवर गेले. डॉ. सिंग यांनी सोनिया गांधींकडे जाऊन त्यांना अभिवादन केल.

''नाही, नाही, डॉ. सिंग, तुमच्याशिवाय आम्ही कसे काय खेळू शकतो'' असं म्हणून त्यांनी डॉ. सिंगना टेबलाच्या दिशेने जायची खूण केली.

सोनिया गांधींच्या एका इशाऱ्यावर राहुल गांधी उत्साहाने टाळ्या वाजवत कोपऱ्यातल्या डी.व्ही.डी. प्लेअरकडे धावला.

राहुल म्हणाला, 'रेडी?' नंतर 'प्ले'चं बटण दाबून म्हणाला, 'गो!'.

ब्रिटनी स्पिअर्स यांच्या 'उप्स! आय डिड इट अगेन'च्या आवाजानं खोली भरून गेली. सर्व मंत्री खुर्चीवरून उठून टेबलाभोवती पळायला लागले. जसजसा गाण्याच्या ठेक्याने ताल धरला, तसतसा मंत्र्यांनी पळायचा वेग वाढवला. राहुल अजूनच चेकाळला व थोड्या वेळानं त्यानं 'स्टॉप' बटन दाबलं.

***

हे सगळं चालू होतं तेव्हा, राजकीय वर्तुळात आता कुठल्या राजकारणी नेत्याचं बिंग फुटणार याची चर्चा चालली होती. केजरीवालनं सूचित केल्याप्रमाणे आता महाराष्ट्रातल्या एका मोठ्या राजकीय नेत्याचा नंबर होता. याचा अर्थ एकच! सर्वांचे मायबाप शरद पवार!

केजरीवालांच्या पत्रकार परिषदेच्या दिवशी पवारसाहेबांच्या चेहऱ्यावरची चमक वाढत होती. त्यांच्या चालण्यातला डौल वाढला होता. अरविंद केजरीवालांच्या यादीतलं नाव असणं हा एक प्रतिष्ठेचा भाग बनला होता. एखाद्या बॉलीवूड

सुपरस्टारला लक्सची जाहिरात करायला मिळणं हे जसं सन्मानाचं होतं, किंवा एखाद्या मॉडेलला अतुल कसबेकरांकडून किंग फिशरच्या कॅलेंडरसाठी अंगप्रदर्शन करायला मिळणं, याप्रमाणेच एखाद्या राजकीय नेत्याला केजरीवालने उघड करणं, सन्मानजनक होतं.

शरद पवारांनी त्या दिवशीच्या सगळ्या भेटीगाठी रद्द केल्या. ते आपल्या सहकाऱ्यांबरोबर दिल्लीतल्या पेंट हाऊसमध्ये ह्या प्रसंगाचा आनंद लुटायला सज्ज झाले. ते त्यांच्या आवडत्या खुर्चीत जाऊन बसले. समोर टीव्ही सुरू झाला व हातात पॉपकॉर्नच्या लाह्या उडू लागल्या. एक दिवसीय सामन्यात भारताचा डाव सुरू होताना जी उत्सुकता असते ती त्यांच्या चेहऱ्यावर दिसू लागली. सर्व वाहिन्यांनी नेहमीचे कार्यक्रम स्थगित करून केजरीवाल पत्रकार परिषद घेत होते त्या प्रेस क्लब ऑफ इंडियामधून थेट प्रक्षेपणाला सुरुवात केली.

''आज मी महाराष्ट्रातल्या एका नेत्याबद्दल बोलणार आहे. जे सर्वार्थाने वजनदार आहेत व एक राष्ट्रीय नेते आहेत.'' केजरीवालने सुरुवात केली. पवारांची छाती गर्वाने फुगली व आसपासच्या लोकांकडून अभिवादन स्वीकारायला त्यांचे हात सरसावले.

''जी हां, मै गडकरीजी की बात कर रहा हूँ!'' केजरीवाल म्हणाले ''वे भ्रष्टाचार के महामंत्री है।''

पवारांचा फुगा क्षणार्धात खाली आपटला व फुटला. त्यांच्या चेहऱ्यावरच्या स्मितहास्याचं रूपांतर उद्वेगात झालं. त्यांनी पॉपकॉर्न तोंडातून फेकून दिलं आणि ते तिथंच थुंकले.

''ह्याला काही अर्थ आहे का? हे नक्की आताच्या परिषदेचं थेट प्रक्षेपण आहे?'' चॅनल बदलूनसुद्धा सगळीकडे केजरीवाल व गडकरीच दिसत होते. गडकऱ्यांच्या भ्रष्टाचाराच्या कथा केजरीवाल आळवत होते. मागच्या वर्षी एका चिडलेल्या शीख माणसाने, शरद पवारांवर हात उगारला होता; पण हे त्याच्यापेक्षा भयंकर होतं. जुन्या निब्बर कातडीच्या इतर ज्येष्ठ नेत्यांनाही आपल्यातीलच एकाचा असा अपमान सहन झाला नाही.

दुसऱ्या दिवशी, फारसे प्रसिद्ध नसलेले सामाजिक कार्यकर्ते, वाय.पी. सिंग शरदजींवर दया करून त्यांच्या कारवाया उघड करू लागले. त्यांनी, पवारांनी आपल्या अर्थपूर्ण कारकीर्दीत मिळवलेल्या मालमत्तेची यादी एका तातडीच्या पत्रकार परिषदेत मांडली परंतु त्यामुळे पवारांचं समाधान होईना.

''मला अशा फडतूस कार्यकर्त्याकडून झालेले आरोप नकोत, मला सर्वोत्तमच आरोप हवेत, मला केजरीवालचे आरोप हवेत! नाहीतर मी राजकारणातून निवृत्त होईन.'' त्यांच्या या वाक्यांमुळे राजकीय वर्तुळात खळबळ माजली.

सरकारचं अस्तित्व धोक्यात आलं होतं. एन.सी.पी.चे ज्येष्ठ नेते पवारांच्या घरी त्यांची समजूत काढायला आले, अशासाठी की त्यांनी घाईघाईत कुठला निर्णय घेऊ नये. त्याच वेळी काँग्रेसचे नेते केजरीवालांकडे जाऊन पवारांचा पर्दाफाश करण्याची विनंती करू लागले.

केजरीवालने नंतर प्रसारमाध्यमांमध्ये खुलासा केला, की 'त्याचा शरद पवारांचा अपमान करण्याचा हेतू नव्हता. मी मान्य करतो की शरद पवार, वद्राजी, खुर्शीदजी ह्यांच्या इतकेच भ्रष्टाचारी आहेत. मला फक्त असं वाटलं, की जे कमी भ्रष्टाचारी आहेत, त्यांच्यावर दया दाखवून त्यांना प्रकाशात येण्याची एखादी संधी का देऊ नये ! मी वचन देतो, की मी लवकरच पवारांवर आरोपपत्र ठेवीन. तो त्यांचा अधिकारच आहे.'

शरद पवारांसाठी ही गोष्ट जेवढी किरकोळ होती, तेवढीच नितीन गडकरींसाठी ती त्यांच्या राजकीय मृत्यूइतकी भयंकर होती. विषय भलतीकडे नेल्यामुळे केजरीवालनं जरी किरकोळ गोष्टी उघड केल्या तरी, प्रसारमाध्यमांनी या संधीचा फायदा घेऊन नितीन गडकरींच्या आर्थिक व्यवहाराच्या भानगडींचा खजिनाच खुला केला. एकएक करून, त्यांनी गडकरींची अनेक प्रकरणं बाहेर काढायला सुरुवात केली.

झोपडपट्टीमधल्या जागांवर त्यांच्या ड्रायव्हरच्या नावाने कंपन्या रजिस्टर्ड केलेल्या होत्या. त्यांचा कारकून, हिशेब लेखकअणि कंपनीच्या कर्मचाऱ्यांची मुले, सर्वांची नावं या कंपन्यांचे डायरेक्टर म्हणून दाखवली होती. जितकंखोल जावं तितकी घाण

हाताला लागत होती. एक तथाकथित बातमी अशी होती, की त्यांचा ग्रेट डेन कुत्रा–गुंडु, हा पण कंपनीत डायरेक्टर म्हणून होता.

***

संध्याकाळी, १० जनपथमध्ये, सोनिया गांधी बातम्या पहात होत्या. पक्षाध्यक्ष नितीन गडकरींवर केलेले आरोप खोटे ठरवण्याच्या प्रयत्नात भाजप नेत्यांचा उडालेला गोंधळ पाहून त्यांना आनंद होत होता. नितीन गडकरी एका पत्रकार परिषदेत म्हणत होते, ''हे सर्व आरोप बिनबुडाचे, चुकीचे व दुर्दैवी आहेत. मी या भागात शेतकऱ्यांच्या भल्यासाठी एक सामाजिक उद्योजक म्हणून काम करतो आहे.''

सोनिया गांधी यावर जोरात हसल्या व कोचाच्या मागे नम्रतेने उभ्या असलेल्या अहमदला म्हणाल्या, ''बघितलंस का? हे अद्भुत आहे. प्रत्येक चॅनल त्याच्या मागे आहे.''

''हा...हा...होय मॅडम बरोबर आहे.'' यावर दोघेही मनमुराद हसले.

सोनिया गांधी शांत झाल्यावर अहमदने हळूच विषय काढला, ''सोनियाजी तुम्ही आजच्या मंत्रिमंडळातील फेर बदलांवर ठाम आहात का?''

कॅबिनेटमधला फेरबदल ही केजरीवालना ठेंगा दाखवण्यासारखी गोष्ट होती. ज्यांच्यावर गंभीर आरोप होते, त्यांनाच सर्वोच्च पदं मिळाली होती. शशी थरूर यांना परत एकदा मनुष्यबळ विकास मंत्री म्हणून घेण्यात आलं व सलमान खुर्शीद यांना केंद्रीय विदेश मंत्री म्हणून बढती देण्यात आली होती. (७० लाखांचा घोटाळा करूनही) आणि मनीष तिवारी यांना काँग्रेसमध्ये अनेक वर्षं गाढवासारखी ओझी वाहल्याबद्दल सन्मानित करण्यात आलं होतं.

यावर सोनिया गांधी म्हणाल्या, ''हे करण्यामागचा हेतू हाच होता की, केजरीवालांपर्यंत ही गोष्ट पोहोचावी. त्यांनी कितीही आटापिटा केला, तरी

आम्हाला काही फरक पडत नाही. म्हणजे गांधीजींच्या तत्त्वांप्रमाणे एका गालावर थप्पड बसल्यावर दुसरा गाल पुढे करण्यासारखीच ही कृती आहे!''

अहमद पुढे म्हणाला, ''पण मॅडम, अशाने प्रस्थापितांच्या विरुद्ध असलेला असंतोष वाढेल. यामुळे विरोधक याचा गैरफायदा घेऊ शकतील.''

त्यावर सोनिया गांधी जोरात हसल्या व टीव्हीकडे बोट दाखवत म्हणाल्या, ''कोण फायदा घेतील? हे विदूषक?''

***

३

गुजराथचा नरसिंह

डिसेंबर २०१२

'देखो देखो कौन आया? गुजराथका शेर आया!'

पलंगावरची चादर जराशी हलली.

''देखो देखो कौन आया, गुजराथका शेर आया.''

चादर सरकली. त्यातून नरेंद्र मोदी आळोखे-पिळोखे देत दोन्ही बाजूला मान हलवून जांभई देत उठले.

''देखो देखो कौन आया, गुजराथका शेर –.''

''जाग गया''असं म्हणून मोदींनी घड्याळावर टपली मारून गुजरातच्या शेरचा गजर बंद केला.

तेव्हा पहाटेचे तीन वाजले होते. मोदी एखाद्या नवयुवकासारखे उठले आणि त्यांनी आपला २४ तासांचा दिनक्रम सुरू केला. १५ मिनिटांतच त्यांनी बडोद्याच्या जंगलातल्या कडुनिंबाच्या काडीने दात

स्वच्छ केले आणि कच्छमधल्या एका बचतगटाने बनवलेला वनस्पतीजन्य साबण वापरून चेहरा धुतला. आणंद डेअरीच्या दुधाचा ग्लास रिचवला आणि घरामागच्या अंगणात सूर्यनमस्कार घालायला सुरुवात केली. वॉर्म अप करून झाल्यावर त्यांनी आसनं करायला सुरुवात केली. पहिलं शीर्षासन. मग एक हस्त वक्रासन करताना त्यांनी संपूर्ण शरीराचा भार ३० सेकंद डाव्या हातावर तोलून धरला. त्यानंतर त्यांनी सहजपणे तारकवक्रासन केलं. सहजपणे शरीराचा भार दोन्ही हातांवर तोलून धरून पाय मागील बाजूने विंचवासारखे, डोक्यावरून पुढे आणले. अतिशय कठीण अशा दहा योगासनांनंतर त्यांनी जोर मारायला सुरुवात केली. अजिबात न थांबता आणि घाम न गाळता, त्यांनी ३०० जोर पूर्ण केले. त्यानंतर ते उठले व त्यांनी टेपने छातीचा घेर मोजला. ५५ इंच. त्यानंतर पुन्हा १०० जोर काढले. पुन्हा छातीचा घेर तपासला ५६ इंच. येस, आता बरोबर!

पाच वाजेपर्यंत ते पूर्णपणे ताजेतवाने झाले आणि त्यांच्या अभ्यासिकेत केले. त्यांनी अर्ध्या तासात आय.आय.टी.ची ५ गणितं सोडवली आणि विजयी मुद्रेनं मूठ वर केली.

५.३० वाजता मोदींनी कपाट उघडले. गडद केशरी ते फिकट गुलाबी या रंगांपैकी त्यांनी फिकट हिरव्या रंगाचा नवीन कुर्ता काढला आणि त्याला कडक इस्त्री केली. सगळं व्यवस्थित झाल्यावर त्यांनी समाधानानं मान डोलावली.

७ वाजता घरातल्या दिवाणखान्यात बसलेले नरेंद्र मोदी तयार होऊन आल्या दिवसाला सामोरे झाले होते. ते पेपर वाचत होते. बाजूला वर्तमानपत्रांचा खच होता. ते एका बातमीच्या मथळ्याचा विचार करत असताना अमित शहा जांभई दाबत आतमध्ये आले. नुकतेच झोपून उठले असावेत.

मोदींनी ''काय काय छापतात हे लोक'' अशी कुरकुर केली. हा मथळा पहा; 'मोदी हे भारताचे हिटलर आहेत', 'मोदी हे हुकूमशहा आहेत', मोदी हे... परिया आहेत' मोदींनी शहांना विचारलं, 'परिया म्हणजे काय?'

त्यावर शहा टक्कल खाजवत म्हणाले, ''नरेनभाई, तो हिंदीतला शब्द आहे, पुरुषपरीच्या संदर्भात असेल.''

मोदींनी हात पुढे केला व स्पायडरमॅनच्या शैलीत स्मार्ट फोन बाहेर काढला. काही बटणे दाबल्यानंतर ते चिडून म्हणाले, ‘वेबस्टरच्या मते, परिया म्हणजे उपरे, बाहेरचे, निकामी किंवा वर्जित! मोदींनी हाताची घडी करून दात आवळत म्हटलं, ‘देख लूंगा सालोंको.’

शहांनी बॉसला प्रोत्साहित करायचा प्रयत्न केला. ‘‘छोडिये ना मोदीभाई आपण तुमच्या आवडत्या सिनेमामधला आवडता सीन पाहूया!’’

शहाने ‘द लायन किंग’ची सीडी आत टाकली व मोदींचे डोळे लहान मुलासारखे चमकले. लायन किंग सिनेमाची दृश्य पडद्यावर दिसू लागली. एल्टन जॉनच्या ‘सर्कल ऑफ लाइफ’ ह्या उत्साहवर्धक गाण्याचे सूर घुमू लागले. निरनिराळ्या रंगाचे, आकाराचे विविध प्राणी लांब लांबून एका उंच सुळक्याच्या दिशेने येत होते. जंगलाच्या मधोमध त्या सुळक्यावर लायनकिंग गर्वाने उभा होता. वाऱ्याच्या झोताबरोबर त्याची आयाळ अभिमानाने डोलत होती. त्यावेळी एक शहाणं माकड दगडांवर उड्या मारत मारत लायन किंगपाशी आलं आणि त्याने लायन किंगला आलिंगन दिलं. त्यानंतर ते दोघेजण राणीसाहेब सिंहिणीकडे गेले, तिथे लायन किंगचा छावा खेळत होता. माकडाने छाव्याकडे पाहून स्मित हास्य केलं, त्याच्या कपाळाला थोडी माती लावली आणि त्याला उचलून धरलं.

मोदींच्या डोळ्यात उत्सुकता ताणली होती, अमित शहाच्या हाताला स्पर्श करत ते म्हणाले,‘‘आता माझा आवडता सीन येणार’’.

त्या माकडानं सुळक्याच्या टोकावर जाऊन चिमुकल्या छाव्याला वर उचलून दाखवलं. खाली सगळे झेब्रा, हत्ती, जिराफ आणि अनेक जातींचे प्राणी आनंदाने वेडे होऊन नाचत होते, जय घोष करत होते. इकडे त्या खोलीत मोदी आणि अमित शहांनी एकमेकांना उराशी धरलं आणि दोघेही उत्साहाने उड्या मारू लागले.

नंतर दोघेही शांत झाले. मोदींनी आपले डोळे पुसले आणि आपला फोन अमित शहांकडे दिला.

‘‘लायन किंगना फोन लाव... म्हणजे अडवानीजींना फोन लाव.’’ आता सिंम्बाने आपला दावा जाहीर करण्याची वेळ आली आहे.

''येस, लगेच लावतो, मोदीभाई'' असं म्हणून त्याने बीजेपीच्या भीष्माचार्यांचा नंबर फिरवला.

''हॅलो, अडवानीजी घरी आहेत का ? मोदीजींना त्यांच्याशी बोलायचंय.''

''एक मिनिट. ते त्यांच्या अभ्यासिकेत आहेत.'' अडवानींचा सेवक म्हणाला. काही सेकंदांनी जोरात थोबाडीत मारल्याचा आवाज आला. तो सेवक परत फोनवर आला ''ते आत्ता घरात नाहीत'' यावेळी त्याच्या आवाजातला उत्साह कमी झाला होता.

''पण....'' शहा काही बोलण्याच्या आतच फोन बंद झाला होता. फोन खाडकन खाली आपटण्याचा आवाज आला.

मोदींनी दात ओठ खाल्ले पण क्षणभरातच ते शांत झाले. ''जाऊ देत, सुषमाजींना फोन लाव.''

''त्या फोन उचलत नाहीत, नरेंद्रभाई'' काही सेकंदांनी तो म्हणाला.

''जेटलीजी ?''

''व्यस्त आहेत.''

''गडकरीजी ?''

''व्हॉईसमेलवर आहेत.''

''प्रकाश जावडेकर ?''

''ते उचलत नाहीत.''

''व्यंकय्या नायडू ?''

''उचलत नाहीत.''

''भाजपा ऑफिसमधला शिपाई ?''

''उचलत नाही.''

''माते जगदंबे'' मोदी मोठ्याने ओरडले. ''माझा फोन कोणीच कसा उचलत नाही, याचा अर्थ मी कुणी...''

''उपरा आहे'' अमित शहांनी त्यांना वाक्य पूर्ण करायला मदत केली यावर मोदींनी त्याच्याकडे एक खुनशी कटाक्ष टाकला. अमित शहा दचकून दोन पावलं मागे सरकले.

मोदी आता खोलीत येरझाऱ्या मारू लागले. ''ऐसे नही चलेगा'' ते स्वत:शीच पुटपुटले. आता त्यांची एक भुवई उंचावली होती. नंतर ते थांबले. त्यांनी त्यांची बॅग उचलली आणि दाराकडे वळले. ''आता जोमाने कामाला लागलं पाहिजे.'' त्यांच्या डोळ्यात आता दृढ निश्चयाची चमक दिसत होती. विधानसभा निवडणुकांची धुरा आता आपल्यावर आहे.

***

दुसऱ्या दिवशी मोदींच्या सद्‌भावना अभियानाला सुरुवात झाली. विविध जिल्ह्यांमध्ये एक दिवसीय उपोषणाची मालिका सुरू झाली. विविध जाती धर्मांमधील अनेक जिल्ह्यांमधले लोक जमा व्हायला लागले, फोटो काढले गेले. सर्वजण जणू सांगत होते, 'इथं सगळं सगळं आलबेल आहे!' सद्‌भावना अभियान राज्य सरकारने निधी देऊन पुरस्कृत केलं होतं. अभियानाचं यश दुमदुमत होतं त्याचवेळी एक गोंधळ उडवणारी घटना घडली. एका मुस्लिम धर्मगुरूनं मोदींना कॅमेऱ्यासमोर मुस्लिमांची जाळीदार टोपी भेट दिली. मोदींनी त्याच्याकडे पाहिलं, जणू काही तो एक टाईम बॉंब त्यांना डोक्यावर ठेवायला सांगतोय. पण क्षणार्धात धुरंधर राजकारण्याप्रमाणे, त्यांच्या चेहऱ्यावर हासू पसरलं. त्यांनी टोपी घालायला अतिशय नम्रपणे नकार दिला पण पुढे केलेली शाल मात्र स्वीकारली. स्नेहपूर्ण नजरेने त्यांनी त्याला आलिंगन दिलं.

पण जे व्हायचं ते घडून गेलेलं होतं. तो मुस्लिम धर्मगुरू व्यासपीठावरून बाजूला झाला होता, पण एन.डी.टीव्हीच्या पत्रकारानं, मोदींची ही गोष्ट 'मोदींना आणखी एक धक्का' या आपल्या लेखात उद्‌धृत केली होती. त्याचा मथळा होता, 'मोदींनी मुल्लामौलवींची टोपी नाकारली, अल्पसंख्याकांमध्ये नाराजी!' देशातील

धर्मनिरपेक्ष नेत्यांमध्ये यामुळे उत्साहाची लाट उसळली. बिहारचे मुख्यमंत्री नितीश कुमार यांची आनंदातिशयाने शुद्धच हरपली. शुद्धीवर आल्यावर ते आपला धर्मनिरपेक्षतेचा टोपी-तिलक सिद्धांत मांडणार होते.

असं असलं तरी, मोदींचा वारू वेगाने आगेकूच करत होता. मोदींचं पुढचं पाऊल म्हणजे, विवेकानंद युवा विकास यात्रा! या एक महिन्याच्या यात्रेत, गुजरातमध्ये त्यांच्या सरकारनं घडलेल्या विकासाचा, यशाचा पाढा वाचणं आणि आपल्या मतदार संघाशी नातं जोडणं हा ह्या यात्रेचा उद्देश होता. ते जिथे जिथे त्या यात्रेच्या निमित्ताने जात, तिथे लोकांचा प्रचंड जमाव त्यांचं भाषण ऐकायला येत असे. खास करून डॉ. मनमोहन सिंग राहुल गांधींविषयीची खास टिप्पणी व मर्मविनोद ऐकून लोकात प्रचंड हशा पिकायचा. जमावाच्या हसण्याच्या आवाजानुसार मोदींनी या विनोदांची प्रतवारी तयार केली होती. कलर कोड-

LOL, ROFL, ROFLMAO

याच दरम्यान, गुजराथ काँग्रेसने मोदींच्या विरुद्ध मोठ्या प्रमाणावर प्रचाराची सुरुवात करायचं ठरवलं.

*** ***

'नरेंद मोदी मतदारांना फसवतायत.' गुजराथ काँग्रेसचे मुख्य अर्जुन मोदवाडियांनी जाहीर केलं. 'त्यांचं तथाकथित विकासाचं मॉडेल खोटं आहे. वस्तुस्थिती खूपच वेगळी आहे. शेतकरी आत्महत्या करत आहेत. प्यायला पाणी नाही. वीज नाही. महिलांना व मुलांना सुरक्षित वातावरण नाही. गुजराथची जनता नरेंद्र मोदींच्या सरकारला कंटाळली आहे. काँग्रेसला निवडून जनता मोदींना चोख उत्तर देईल. हे आणि ते...'

मोदवाडियांचे सहकारी शक्तीसिंह गोहिल यांनी कपाळाला हात लावला, "अर्जुनभाई, पुनः तेच नको! आता भाषण विसरायची तुमची ही पाचवी वेळ आहे. पत्रकार परिषदेला जेमतेम एक तास उरलाय, तुम्ही कसे तयार होणार?"

''काय करणार? काही करू शकत नाही याऽर.'' मोदवाडिया पुटपुटले. त्यांचा अवजड देह आनंदानं उचंबळून गेला. गुजराथमध्ये परत एकदा काँग्रेसने सत्तेवर येणं, ह्या कल्पनेनंच मला... हा, हा, हा, हा!'

गोहिलने हताश होऊन आपल्या सहकाऱ्याकडे पाहिलं. त्यावर काहीतरी तिखट प्रतिक्रिया देणार एवढ्यात मोदवाडियांचा फोन वाजला.

'सोनियाजींचा फोन!' तो ओरडला. दोन्ही नेत्यांनी आपली जागा सोडून, उभं राहून जवळजवळ सलामच ठोकला. मोदवाडियांनी मोबाइल फोनवर हलकेच टिचकी मारून तो कानाला लावला.

'सोनियाजी!' तो म्हणाला. आदरानं तो अगदी जमिनीपर्यंत वाकला. ''तुम्ही महान आहात, आजचा दिवस खरंच भाग्याचा आहे. मी सांगू शकत नाही : तुम्हाला मला फोन करायची इच्छा झाली हे पाहून मला किती अभिमान वाटतो आहे!''

''ते राहू द्या!'' सोनियाजी ओरडल्या. ''आपली प्रचार मोहीम कशी चालू आहे?''

''अं... खूपच छान चालू आहे मॅडम! तुमच्या आणि राहुलबाबाच्या आशीर्वादाने!''

''ते काहीही असेना! मी इथं पाहतेय की नरेंद्र मोदी आपल्या गुजराथ मॉडेलचा सगळीकडे ढोल वाजवत आहेत आणि लोकांनाही ते पटतंय. तुम्ही काँग्रेसचं पर्यायी मॉडेल लोकांसमोर का नाही मांडत?''

''आपलं गुजराथ मॉडेल? अं.... असं काही नाही आपल्याकडे!''

''नसेल तर बनवा.''

''पण मॅडम.''

''पण बीण काही नाही. मला उद्या सकाळपर्यंत काँग्रेसचं गुजराथ मॉडेल हवं आहे. कळलं?''

''येस मॅडम पण...'' मोदवाडिया काही बोलणार तेवढ्यात फोन ठेवला होता.

मोदवाडियाने आपल्या सहकाऱ्याकडे पाहिलं, ''अरे, यार, आपण इतक्या कमी वेळात असं गुजराथ मॉडेल कसं तयार करणार?'' शक्तीसिंह गोहिलला

परिस्थितीचा अंदाज आला व तो मोदवाडियांपाशी येऊन विश्वासपूर्ण नजरेने म्हणाला, ''ते माझ्यावर सोड!''

***

दुसऱ्या दिवशी गुजराथमधील एक प्रसिद्ध मॉडेल व टीव्ही कलाकार तुलिका पटेलचा समावेश असलेल्या जाहिराती टीव्हीवर झळकू लागल्या. ''दिशा बदलो, दशा बदलो.'' लहानशी तुलिका मोदी सरकारच्या अपयशावर टीकेची झोड उठवित होती. काँग्रेसच किती चांगलं सरकार देऊ शकेल याचा प्रचार करीत होती. तिच्या डोळ्यात गुजराथ काँग्रेसच्या सगळ्या नेत्यांपेक्षाही जास्त आत्मविश्वास दिसत होता. गुजराथच्या टीव्ही माध्यमांवर तुलिका इतका वेळ दिसत होती की कुणाला वाटावं येणाऱ्या निवडणुकीत तीच काँग्रेसची मुख्यमंत्री पदाची उमेदवार आहे.

तेवढ्यात राहुलबाबा गुजराथमध्ये येऊन दाखल झाला. त्यामुळे काँग्रेसच्या मोहिमेला जोर चढला. ज्या क्षणी तो तिथं आल्याची पक्की खबर आली, त्या क्षणी मोदीजींनी आपल्या आगामी भाषणांची सगळी टाचणं जाळायला सुरुवात केली. अमित शहांनी यासाठी तीन आठवडे अपार कष्ट घेतले होते.

'' हे काय करताय मोदीभाई?''अमित शहांनी हैराण होऊन विचारलं.

''राहुलबाबा आलाय!'' मोदींनी प्रत्युत्तर दिलं.

''ओह!'' क्षणभर विचार करून अमित शहा म्हणाले, ''मी शँपेनची बाटली उघडू का?''

***

राहुलबाबाने काँग्रेसच्या सर्व बालेकिल्ल्यात प्रचाराची मोहीम सुरू केली. अर्थात त्याच्या कॅलेंडरमध्ये घाई-गर्दीला थारा नव्हता. ठरवलेला प्रचाराचा आराखडा निश्चित झाला. त्या सभांमध्ये मोठ्या आवाजात लाउडस्पीकरवर करमणुकीचे कार्यक्रम होते पण लोकांना सभेमध्ये काय होणार याचा अंदाज बांधता येत नव्हता.

नवलाईच्या निवडणुका / ४१

त्याचा साबरकाठा जिल्ह्यातला कार्यक्रम थक्क करण्यासारखा झाला. राहुलनं सामान्य लोकांबरोबरच बुद्धीमान लोकांनाही 'पोटॅटोनॉमिक्स' या मूलभूत सिद्धांतामुळे खूष करून टाकलं.

''एक किलो बटाटा केवढ्याला मिळतो?'' त्याने मोठ्या आवाजात प्रचारसभेत विचारलं. पुढच्या रांगेत बसलेला एक गरीब माणूस त्यांचं भाषण संपायची वाट पाहत होता कारण, नंतर त्याला जेवणाचं पार्सल मिळणार होतं. ते घेऊन त्याला गावी परतायचं होतं. त्यानं मनात आला तो आकडा सांगितला, ''तीस रुपये.''

''होय, तीन रुपये.'' राहुल आवेशाने ओरडला, ''बघा बटाट्याच्या वेफर्सचं एक पाकिट १० रुपयाला मिळतं, इथं कुणाचं नुकसान होतं? शेतकऱ्यांचंच ना!

''पण मी तीस रुपये म्हणालो... थर्टी!.'' असं तो गरीब माणूस म्हणाला, तेवढ्यात युवा काँग्रेसच्या एका नेत्यानं त्याला गप्प बसवलं.

''राहुलजी तीन रुपये म्हणतात, तर तीनच रुपये, कळलं?'' त्यानं त्याला खुणेनंच गप्प केलं.

''पण...'' तो काही बोलणार तेवढ्यात त्याला दोन दांडग्या माणसांनी सभेच्या बाहेर काढलं. त्याला उपाशीपोटी आपल्या गावी परतावं लागलं.

नंतर राहुल गुजराथच्या महाविद्यालयांमध्ये युवकांशी संवाद साधायला निघाला. तो एका संभाषणात आवेशाने 'इंटरनेटचं शालेय शिक्षणात महत्त्व' या विषयावर बोलत असताना एक विद्यार्थी उठला आणि म्हणाला, ''मि. गांधी, तुम्ही इंटरनेटवर बोलताय. पण, सरकारी प्राथमिक शाळांमध्ये, जिथे मुलं धड लिहू-वाचू शकत नाहीत, तिथे इंटरनेटचा प्रसार कसा काय करणार?''

राहुलने क्षणभर या मुलाला न्याहाळलं, त्याच्याकडे काहीच उत्तर नव्हतं. त्याने स्मितहास्य करून त्याला विचारलं, ''तूच सांग हे कसं शक्य आहे, मी तुलाच विचारतो.''

''सर, आधी माझ्या प्रश्नाचं उत्तर द्या.'' तो मुलगा न घाबरता धीटपणे म्हणाला.

''प्रयत्न कर, कसं करता येईल?'' राहुलने रेटून विचारलं.

‘‘मला माहीत आहे, पण मी तुला विचारतोय. एखादा प्रयत्न तर कर.’’

असाच संवाद बराच वेळ चालू राहिला. राहुलच्या अंगरक्षकांना आलेल्या प्रसंगाची कल्पना आली. त्यांनी त्या मुलाला बाजूला ढकललं व राहुलला अलगदपणे तिथून बाहेर काढलं.

प्रचार मोहीम संपली, मतदान झालं, मतमोजणी झाली. अंतिम मोजणीनंतर कळलं की मोहीम कमालीची यशस्वी झाली होती. काँग्रेस कार्यकर्त्यांनी जल्लोश केला. २००७ मध्ये एकोणसाठ जागा होत्या त्यात दोन जागा वाढून २०१२ मध्ये काँग्रेसनं ६१ जागांवर उडी मारली होती. राहुलबाबाच्या या देदीप्यमान कामगिरीचं कौतुक करायला १० जनपथमध्ये कार्यकर्त्यांनी गर्दी केली. पण तोपर्यंत राहुलबाबा स्पेनला निघून गेला होता. तीन मजली बटरस्कॉचचा केक राहुलच्या स्वागतासाठी तयार होता. कार्यकर्त्यांनी आपली निष्ठा व्यक्त करण्याची अतीव इच्छा राहुलच्या मोठ्या प्रतिमेला केक अर्पण करून पूर्ण केली.

या दरम्यान मोदी आपल्या गांधीनगरमधल्या ऑफिसमध्ये परतले. आपल्या अवाढव्य खुर्चीत टेबलावर पाय पसरून, त्यांनी ढोकळ्याचा एक तुकडा हवेत उडवला. तो वर्तुळाकार फिरून बरोबर मोदींच्या तोंडात जाऊन पडला.

इतक्यात फोन वाजला.

‘‘केम छो मोदीभाय?’’ एक उत्साही आवाज ऐकू आला. ढोकळ्याचा घास आवरताना मोदींच्या चेहऱ्यावर एक रुंद हास्य पसरलं.

‘‘भागवतजी, बऱ्याच दिवसांनी आठवण काढली!’’

④

सावधान! युवराज येत आहे!

जानेवारी २०१३

सोनिया गांधी गच्चीतून बघत होत्या: कार्यकर्त्यांचा एक मोठा घोळका राहुलच्या पोस्टरभोवती आनंदाने बेभान होऊन नाचत होता. गुजराथमध्ये काँग्रेसच्या विजयाची आणि राहुलच्या कामगिरीची ही नशा होती. मधून मधून 'राहुल गांधी की जय', 'सोनिया गांधी की जय' अशा घोषणाही चालू होत्या. क्वचित प्रसंगी 'मनमोहनसिंगजीकी जय' असाही आवाज येत होता.

'इडियट्स, मूर्ख कुठले!' सोनिया गांधी उद्गारल्या. त्यांच्या शेजारी हाय कमांडची आज्ञा झेलण्यासाठी आतुर झालेला अहमद पटेल उभा होता.

''राहुलला वर आणण्यासाठी आपल्याला कामाचा वेग वाढवायला हवा. पुरे झाली रंगीत तालीम! आता प्रत्यक्ष नाटकाची वेळ येऊन ठेपली आहे.

पक्षाच्या अधिवेशनाची तयारी करा.''

अहमदने मान डोलावून सुचवलं, 'ह्या वेळी जयपूर निवडलं तर छान होईल!'

जयपूरचं बिर्ला ऑडिटोरियम त्यासाठी निश्चित झालं. या काँग्रेसच्या चिंतन शिबिराला पक्षाचे बडी बडी नेते मंडळी हजर होती. व्यासपीठावर काही मोजकेच बडे नेते होते. मधोमध सोनिया गांधी व त्यांच्या शेजारी चकाचक दाढी केलेला, गालावर खळी असलेला राहुल शिबिराची शोभा वाढवत होता. मंचावरील व्यवस्था पाहण्यासाठी असलेल्या युवा काँग्रेसच्या महिला प्रतिनिधी, अवतीभवती बागडत होत्या, सुंदर साडीतल्या कार्यकर्त्यांना पाहून सभागृहातील कंटाळलेल्या सदस्यांना दृष्टिसुख मिळत होतं.

दर पाच वर्षांनी भरणारं काँग्रेस शिबिर साधारणपणे एक चिंतनशील अधिवेशन असतं. देशापुढील महत्त्वाचे मुद्दे, आव्हानं, पक्षातील अंतर्गत बाबी यावर विचार करणे हे जरी मूळ उद्दिष्ट असलं तरी शेवटी, नेहरू गांधी घराण्याशी आपल्या निष्ठेचं प्रदर्शन आणि श्रीमती सोनिया गांधींच्या नेतृत्वावरच्या श्रद्धेचं उत्साहपूर्वक प्रकटन हीच या अधिवेशनाची अंतिम निष्पत्ती असायची.

तरीही जयपूरचं जानेवारी २०१३ मधलं हे तीन दिवसांचं शिबिर जरा आगळंवेगळं होतं. जयपूर हे शहर रोमांचक इतिहास, भव्य राजवाडे आणि भरभक्कम किल्ले यासाठी प्रसिद्ध आहे. याच इतिहासात भर टाकणारी एक अपूर्व घटना घडणार होती: राहुल गांधी यांचं काँग्रेसमध्ये द्वितीय क्रमांकावरचं स्थान घोषित होणार होतं. जुन्या जाणत्या काँग्रेस पक्षात ही एक क्रांतिकारक घटना होती.

राहुलच्या राज्याभिषेकाच्या आधीपासून काही अडचणी दिसत होत्या. दुसरीकडे राहुल मात्र गौतम बुद्धाच्या आविर्भावात, पंतप्रधानपदासाठी उत्सुकता दाखवत नव्हता की लग्नामध्ये रस घेत नव्हता. नेहरू-गांधींचा वारसदार म्हणत होता, 'समजा, मी लग्न केलं, आणि मुलं झाली तर मी 'जैसे थे' तत्त्वच अनुसरणार आणि त्यांनी नंतर माझी जागा माझ्या मुलांनी घ्यावी म्हणून भविष्याची चिंता करत बसणार...'

राहुलबाबानं सहजपणे मर्त्य जीवनाचा त्याग करण्याबाबत केलेल्या ह्या उद्गारांनी

काँग्रेस जनांत गडबड उडाली. त्या काळात रॉबर्ट वद्राच्या, गुरगावच्या डीएलएफ पेंट हाऊसचं रूपांतर काँग्रेसच्या छावणीत झालं होतं. अनेक काँग्रेस कार्यकर्त्यांची वर्दळ तिथे वाढली होती. त्यांना काँग्रेसचं भविष्य आता रॉबर्टचा मुलगा रेहानमध्ये दिसत होतं. त्याच वेळी राहुलचा मनमोहन कोण, यावर अनेकजण तर्क लढवित बसले होते. रॉबर्टच्या संदर्भात काही जण स्वत:ची प्रतिमा उजळवण्याच्या खटपटीत होते. स्टार्च केलेल्या शुभ्र कपड्यांत ए.के. अँटनी त्यांची स्वच्छ प्रतिमा दाखवू लागले. चिदंबरमनी 'थिरुक्कुरल' मधली वचनं सोडून बायबलमधल्या मोझेसप्रमाणे स्वर्गभूमीकडे नेणाऱ्या मार्गाबद्दलची वचने उद्धृत करायला सुरुवात केली. काही भक्त मात्र आतुरतेनं आपली निष्ठा दाखवण्याचा प्रयत्न करत होते. मणिशंकरच्या मोबाइलमधून 'मॅडम, मला राहुलमध्ये राजीवजींचा भास होतो, अशा अर्थाचे संदेश येत होते. तर डिग्गी अंकल राहुलला गुरु-दक्षिणा राहिल्याची लटकी आठवण करून देत होते.'

याच दरम्यान सुदैवानं राहुलनं आपलं विधान मागे घेतलं. आपण पक्षाची जबाबदारी स्वीकारणार असून नम्रपणे देशाची सेवा करणार असं त्यानं स्पष्ट केलं. तो एका सुंदर स्त्रीबरोबर दिल्लीच्या उच्चभ्रू पंचतारांकित हॉटेलमध्ये दिसला तेव्हा कार्यकर्त्यांच्या रॉबर्टच्या घराच्या फेऱ्या कमी झाल्या. काँग्रेसचं चिंतन शिबिर आता अटळ होतं.

पहिल्याच दिवशी ३५० मान्यवर या शिबिराला उपस्थित होते. पहिला दिवस नेहमीच्या रटाळ बाबींवरच्या चर्चांमध्ये जाणार होता, उदा. नवीन सामाजिक-आर्थिक आव्हानं, स्त्रियांचं सबलीकरण, भारत व इंडियामधील दरी कमी करणे, काँग्रेसचं संघटन बळकट करणं वगैरे. त्या सगळ्यांना राहुलच्या राज्याभिषेकासाठी, त्या अपूर्व आनंद-सोहळ्यासाठी अजून एक दिवस थांबावं लागणार होतं.

जेव्हा ए.के. अँटनींनी मंचावर येऊन सर्वांगीण विकासाची गरज वगैरे विषयांवर चर्चा करायला सुरुवात केली तेव्हा पुढे बसलेले काही लोक पेंगू लागले तर काही चुळबुळ करू लागले. सोनिया गांधीही आपली जांभई दाबून टाकण्याचा प्रयत्न करत होत्या.

‘‘आता मी श्री. दिग्विजय सिंग यांना ‘दुर्लक्षित गटांचा सर्वसमावेशक सर्वांगीण विकास’ या विषयावर आपले विचार मांडण्यासाठी बोलावतो.’’ युवा काँग्रेसच्या मुख्य सचिवानं जाहीर केलं. उपस्थितांनी कंटाळेल्या नजरेने एकमेकांकडे पाहिलं, दिग्विजय सिंग बरळत राहिले. पण ते काही सोनिया गांधींच्या चेहऱ्यावरच्या काळजीचं कारण नव्हतं.

‘‘राहुलने आपल्या भाषणाची तयारी केली का?’’ सोनिया गांधींनी अहमद पटेलला विचारले.

‘‘तो शशी थरूर व जयराम रमेश यांच्याकडून, मुद्दे घ्यायला तयार नाही. तो त्याचं भाषण स्वत: लिहिणार आहे. तो स्फूर्तीसाठी हॉलीवूडच्या सुपर हिरोंचे सिनेमे पाहतोय.’

‘‘मला आता टेन्शन येऊ लागलंय. जर तो उत्स्फूतपणे काही वेगळंच बोलला तर?’’

‘‘काळजी करू नका मॅडम, सगळं नीट होईल’ अहमदने त्यांना दिलासा द्यायचा प्रयत्न केला, पण त्यांची काळजी वाढतच होती.

आता मंचावरून आपले विचार मांडण्याची पाळी विरप्पा मोईलींची होती. मोईली हे संघटनेतील अंतर्गत प्रक्रियांचा समन्वय करणाऱ्या उपसमितीचे प्रमुख होते.

‘‘आपल्या संस्थेत पक्षाची शिस्त, प्रसारमाध्यमांसोबत संवाद, पक्षातील पदश्रेणी याबाबत अनेक सारे नियम आहेत.’’ त्यानंतर त्यांनी कृतज्ञतेने सोनिया व राहुल गांधी यांच्याकडे पाहिलं. आता श्रोतृवर्गात पेंगण्याची स्पर्धा सुरू झाली होती. कपाळावरचा चष्मा नीट सावरत मोईली म्हणाले, ‘‘पण मित्रहो, मी एक प्रश्न विचारू का? नेहरू-गांधी घराण्याशी संवादाबाबत काही नियम आहेत का? आदरणीय सोनिया गांधींशी बोलण्याची आदर्श पद्धती याबाबत कुणी काही विचार केला आहे का? मला असं वाटतं, की त्यांचं तोंडभरून कौतुक करण्याएवढे राहुलजी समर्थ आहेतच, पण अशा कौतुकासाठी आपण विशिष्ट संदर्भ तयार केले आहेत का?’’ त्यांच्या या वाक्याने सभागृहातील उपस्थितांना खडबडून जाग आली.

''कृपया गैरसमज करून घेऊ नका. माझं म्हणणं असं आहे, की राहुलजी व सोनियाजी त्यांच्या रूपामुळे, अंगभूत गुणांमुळे वंदनीय आहेतच. त्यांची स्तुती करू नका असं मी म्हणत नाही. नाही, नाही, त्रिवार नाही! तसं करणं ही घातक राजनीती होईल. पण त्यांची स्तुती आपण योग्य प्रमाणात आणि मोठ्या खुबीनं केली पाहिजे. अशा पद्धतीने केली पाहिजे की ती खुशामत वाटावयास नको. खुशामत ही एक प्रकारची दुधारी तलवार आहे, तुम्ही योग्य पद्धतीने चालवली तर, त्यामधून खूप काही महत्त्वाची गोष्ट आकाराला येते पण चुकीच्या पद्धतीने चालवली तर, काँग्रेसमधल्या कारकीर्दीला कायमचा राम राम ठोकावा लागेल.''

उपस्थितांना पेट्रोलियम व गॅस मंत्र्यांच्या बोलण्याचा योग्य अंदाज येऊ लागला. काँग्रेसमधील सत्तेच्या घसरड्या गडावर चढण्यासाठी मोईलींचा पहिला नियम हा आहे:

मोईली पुढे म्हणाले, ''नियम क्रमांक एक- कौतुक करताना, कृतज्ञता, निष्ठा व्यक्त करताना समर्पक, मोजकी भाषा वापरा. त्यांच्या अंगभूत गुणांबद्दल बोला. त्यांच्या गांधी-नेहरू घराण्याच्या वारशाबाबत भाष्य करू नका. उदाहरणच घ्यायचं झालं, तर केंद्रीय ग्रामीण मंत्री जयराम रमेश यांचं ८ सप्टेंबर२०११ ला वृत्तपत्रात दिलेलं विधान पहा. जमिनी हस्तांतरण विधेयकानंतरच्या पत्रकार परिषदेत ते काय म्हणाले पहा'' त्यांची वाक्य समोरच्या पडद्यावर दिसू लागली.

''राहुल गांधींच्या सक्रिय हस्तक्षेपाशिवाय आणि सहभागाशिवाय जमिनी-हस्तांतरण विधेयक अवघ्या पंचावन्न दिवसांत तयार होऊन मांडता आलंच नसतं.''

''काय भाषा, काय जोर! या विधानातून हे क्रांतिकारक विधेयक पास करण्यात राहुल यांची धोरणात्मक हुशारी, कौशल्य, प्रभाव व प्रयत्न यांचं किती समर्पकपणे व्यक्त होतं!''

मोईलींनी पुढे भाष्य करायला सुरुवात केली. ''याउलट २००९च्या सर्वसाधारण निवडणुकांनंतर मणिशंकर अय्यर यांचं निवेदन पहा'' त्यांनी लिहिलं आहे. राहुल ह्यांच्या भविष्यात लिहिलेलंच आहे की ते २०१२ किंवा २०१४ मध्ये किंवा जर

ह्या निवडणुकीत आपण जिंकलो नाही तर फार फार २०१९ मध्ये पंतप्रधान होणारच आहेत. राहुलच पंतप्रधानपद होणार हे निर्विवाद आहे!

'कसं काय वाटलं हे विधान?'

एक प्रतिनिधी म्हणाला, 'अगदी बरोबर!' दुसरा एकजण बोलला, 'अगदी हवं तेच!' काहीजणांकडून होकारार्थी सूर आला.

मोईलींनी चेहऱ्यावर हात फिरवला.

ते हताश होऊन ओरडले, "नाही नाही, मूर्खांनो! हे अगदी रद्दी विधान आहे. त्यात उपहास आणि कुचेष्टेचा गंध आहे. बघा, हे विधान काय सांगतं? राहुल हा गांधी घराण्याचा वारस आहे, म्हणून त्याला पंतप्रधानपद मिळेल असा त्यातून सूर निघतो. अशा विधानानं नुकसानच होण्याची शक्यता आहे. आता पहा: जयराम आणि मणि दोघेही तामिळ ब्राह्मण आहेत पण जयरामकडे अधिक महत्त्वाचं ग्रामीण विकास खातं आहे तर मणीला तिकडे राज्यसभेत मागच्या बाकावर बसवलं आहे." जमलेल्या लोकात कुजबूज सुरू झाली. काहीजणांनी विचारपूर्वक मान डोलावली.

आता नियम क्रमांक दोन– राजकारणात रूपक अलंकारयुक्त भाषा वापरावी लागते पण नेहरू-गांधी घराण्यावर भाष्य करताना ती टाळायला हवी. अशा भाषेमुळे संभ्रम निर्माण होतो आणि लोक भलभलते अर्थ काढतात. उदा. सलमान खुर्शीदनी म्हटलं होतं की राहुलनी 'कॅमिओ' किंवा स्वतःच्या अल्प आविष्कारा-पलीकडे मजल मारावी. केंद्रीय कंपनी खात्याच्या ह्या मंत्र्यांकडून आलेल्या गुगलीमुळे राहुल गोंधळले आणि त्यांनी सलमानना लगेच स्पष्टीकरणासाठी १० जनपथवर बोलावलं. खुर्शीद यांना एवढंच म्हणायचं होतं की मूळ राहुलनं मुद्यांशी धरून बोलावं, केवळ 'आयटेम' वाटतील अशी भाष्यं करू नयेत. अर्थात असं बोलणं टाळलं पाहिजे.

"आपण नेहरू गांधींचे वारस आहोत, म्हणूनच फक्त राहुलची स्तुती करतो असा अर्थ काढणारी वक्तव्ये करू नका. यापुढे कुणाला काही शंका?"

"सर, राहुलबाबांचा वाढदिवस फार गाजावाजा न करता कसा साजरा करायचा

सांगाल का?''

''वा! छान प्रश्न आहे. आपल्या आवडत्या नेत्याचं दर्शन घ्यायला सगळ्यांनी राहुल जयंतीला १० जनपथ बाहेर जमा व्हायचं. काय वाटतं?''

अनेकजण बाके वाजवत म्हणाले, 'फार छान कल्पना!'

'मूर्खांनो, अगदी वायफळ कल्पना आहे ही!' मोईली रागावले. 'राहुल आपला वाढदिवस भारतात कधीच साजरा करत नाही. त्यामुळे त्या दिवशी राहुलच्या गालावरच्या खळीचं दर्शन घ्यायची कल्पना मनातून काढून टाका. राहुलच्या पोस्टरसमोर केक कापून तुम्ही आपापल्या राज्यातच हा वाढदिवस साजरा करायला हवा. काँग्रेसच्या प्रचार व प्रसिद्धी विभागांतून राहुलचे विविध वेशांतील आणि पोजमधले फोटो आणि पोस्टर तुम्हाला मिळतील. टिळा लावलेला, मुस्लिम पद्धतीची टोपी घातलेला, गुळगुळीत दाढी केलेला, लोकांना हात करणारा किंवा दाढी वाढवून स्वतःमधल्या 'चे ग्वेव्हारा'ला साद घालणारा, पगडी परिधान करणारा राहुल, अशी अनेक पोस्टर्स मिळतील. ती घ्या आणि त्याच्या वाढदिवसाच्या मंगल दिवशी लोकांना वाटा. शक्य तो पोस्टरपुढे महागडे क्रीम केक किंवा लाडू न ठेवता साधेपणाच्या सर्वोच्च परंपरेला साजेसे डाळ-भात वगैरे साधे पदार्थ ठेवा. त्या आनंदोत्सवासाठी काही नवीन घोषणा अशा. '४३ चं वय म्हणजेच आजच्या युगातलं २३ चं वय', 'राहुल लाओ देश बचाओ', 'आम्हाला इथे राजीव गांधी दिसतात' वगैरे.

उपस्थितांनी टाळ्यांच्या कडकडाटात नव्या कल्पनांचं स्वागत केलं.

''सर, पण पोस्टर्स कमी पडली तर?'' तामिळनाडूतील एका प्रतिनिधीनं हात वर करून प्रश्न केला.

''तर मग राहुल बोसची पोस्टर्स वापरा. तामिळनाडू युवा काँग्रेसच्या ऑफिसने चुकून राहुल गांधींऐवजी राहुल बोसची पोस्टर्स छापली होती, ती तशीही धूळ खात पडली आहेत, ती वापरा'' मोईली काहीसे वैतागून उद्गारले.

''मी सांगितलेले हे नियम आत्मसात करायला अवघड वाटले तरी चिंता करू नका. पण दरबारातले पाईक म्हणून एक नियम पाळला पाहिजे तो असा: सर्वोच्च

पदाच्या वारशाबाबत जर १० जनपथकडून काही थेट प्रश्न आला तर त्याला सरळ आणि थेट एकच उत्तर द्या.

मी याला 'सरळ बॅटने खेळा; उगीच ऑफ स्टंपच्या बाहेर बॅट फिरवू नका' असं म्हणतो. ह्या नियमाचं महत्व वेगळं सांगायचं कारण नाही. कधी कधी गांधी घराण्यातून वारशाबाबत खेळाडूची वृत्ती आणि तंत्र जोखण्यासाठी गुगली चेंडूसारखा प्रश्न टाकतात. अशा चेंडूवर सुरक्षित उत्तर म्हणजे चेंडू यष्टिरक्षकाकडे जाऊ देणं. सध्या देशातील सर्वोच्च पदावर आरूढ असलेल्या काँग्रेसच्या एका ज्येष्ठ नेत्याला हा नियम मोठ्या कष्टानं आणि बरेच हाल काढल्यावर लक्षात आला. इंदिरा गांधींच्या दुर्दैवी हत्येनंतर 'पुढचा पंत प्रधान कोण असावा?' ह्या प्रश्नाला सदर नेत्यानं 'सर्वात ज्येष्ठ नेताच पंतप्रधान व्हावा' असं उत्तर दिल्याचं सांगतात. ह्या घोडचुकीमुळे त्या ज्येष्ठ नेत्याला तंबूत परत जावं लागलं आणि पाच वर्षं बाहेर रहावं लागलं.

तर अशी चूक कधीच करू नका. उदा: कुणी विचारलं, '२०१४ मध्ये राहुल हे काँग्रेसचे पंतप्रधानपदाचे उमेदवार व्हावेत का?' असा प्रश्न विचारला तर असं म्हणा, ''आम्हाला राहुल गांधी पंतप्रधान म्हणून हवे आहेत. पण शेवटी ते आणि त्यांच्या कुटुंबाचं मत महत्त्वाचं आहे.'' असं म्हणून मोइलींनी आपलं भाषण संपवलं. टाळ्यांचा कडकडाट झाला.

मागच्या बाकावरून घोषणा झाल्या 'मोईलीजी की जय हो'. पण हे वाक्य 'सोनियाजी की जय हो', 'राहुलजी की जय हो' या घोषणांमध्ये हरवून गेलं.

जेव्हा मोईली व्यासपीठावरून खाली उतरले तेव्हा त्यांच्यावर अभिनंदनाचा आणि कौतुकाचा वर्षाव झाला. काँग्रेसच्या अधिवेशनात इतकं उत्तम भाषण क्वचितच झालं होतं. जिव्हाळ्याच्या विषयावर अर्थपूर्ण भाष्य केल्यामुळे हाय कमांडच्या वतीने अहमद पटेलनी मोईलींची पाठ थोपटली.

***

त्या रात्री सोनिया गांधींना झोपच लागली नाही. काही तासांतच राहुलचं पदस्वीकृतीचं भाषण होतं. पण हा मुलगा तयारच होत नव्हता. सर्वसाधारण आयांप्रमाणे सोनिया गांधींनाही वाटलं की राहुलची कामगिरी उत्कृष्ट व्हावी. नेहरू-गांधी घराण्याच्या परंपरेला साजेल अशा प्रकारे राहुलनं द्वितीय क्रमांकावर का होइना, काँग्रेसची धुरा आपल्या खांद्यावर घ्यावी अशी त्यांची मनीषा होती. तो काय बोलणार आणि महत्त्वाचं म्हणजे, काय बोलणार नाही यावर सर्व पक्षाचं भवितव्य अवलंबून होतं. राहुल जर चुकीचं काही बोलला तर?

अखेर रात्री ११ वाजता पंचतारांकित हॉटेलमध्ये, चिंतेपोटी, राहुलचं काय चाललंय हे पहायला त्या शेजारच्या खोलीत डोकावल्या. त्याच्या खोलीला युद्धभूमीचं स्वरूप आलं होतं.

सगळीकडे कागद व पुस्तकं अस्ताव्यस्त पडली होती. जमिनीवर चिनी मातीच्या बशांचे तुकडे पसरले होते. खिडकीची काच फुटल्यात जमा होती. राहुल हिरव्या रंगाचे कपडे घालून हॉलिवुड सुपरस्टारच्या वेशात थर्मोकोलचे हातमोजे घालून टीव्हीवरच्या इनक्रेडिबल हल्कच्या तालावर खोलीभर नाचत होता.

आवेशपूर्ण आवाजात 'हल्क स्मॅश!' हा डायलॉग म्हणून त्यानं कॉफीचा मग जोरात फेकून दिला.

सोनिया गांधींना तिथून काढता पाय घेतला, त्यांना वाटलं पोराला अजून वेळ द्यायला हवा. रात्री १ वाजता त्या पुनः आपलं नशीब आजमावायला गेल्या. यावेळी त्यांनी हळूच डोकावून पाहिलं तर खोलीची अवस्था आणखीच भयानक झाली होती. एखाद्या जंगली जनावरानं नखे लावावीत तसे भिंतींवर ओरखडे उमटले होते आणि तिथला रंग गेला होता. टीव्ही वर 'एक्स मेन'मधील वूल्व्हरीन मॅग्नेटोच्या चमच्यांना धुवून काढत होता.

राहुल दचकून त्यांच्याजवळ आला व म्हणाला, ''आई, तू काळजी करू नकोस. मी काही मिनिटातच तयार होईन. मला फक्त भाषणासाठी प्रेरणा थोडी कमी पडते आहे, ती मी शोधतोय.'' काहीशा अपराधी नजरेने त्यानं आईकडे पाहिलं. सोनिया गांधी परत निघून गेल्या.

पहाटे ४ वाजता पुनःत्यांना जाग आली. झोपण्यात काही अर्थच नव्हता. परत एकदा त्यांची पावलं राहुलच्या खोलीकडे वळली.

या वेळेस दार सताड उघडंच होतं. सर्व दिवे चालू होते. सोनियाजी दबक्या पावलांनी राहुलपर्यंत आल्या. टीव्हीवर बॅटमॅन जोकरची मुलाखत घेत होता. राहुल सोफ्यावर लवंडला होता; त्याच्या डोळ्यात एक चमक होती, शेजारी अर्धवट खाऊन उरलेला पिझ्झा होता. पलंगावरच्या चादरी चुरगाळून जमिनीवर पडल्या होत्या.

'राहुल', काहीशा चढ्या आवाजात त्यांनी हाक मारली. ''काय चाललं आहे? प्लीज, आता मला असं सांगू नकोस की भाषण लिहून झालं नाही म्हणून! भाषणाची प्रॅक्टिस तर बाजूलाच राहिली!''

''ए आई काय ग हे? मला अगदी शाळेत गेल्यासारखं वाटलं.''

''माझी तारच लागत नाही. मी प्रयत्न करतो. मी एक्स मेनची सगळी मालिका बघितली आणि आता नोलनची तीन नाटकं पहातोय. पण हवी तशी किक बसत नाहीए.''

''अरे देवा! ते लिखाणाचं जाऊ दे आता. मी जाते आणि मणीला उठवते. ते तुझ्या बाबांचे आवडते लेखक होते, त्यांची भाषणं तेच लिहायचे. तुझं, काँग्रेसच्या नंबर दोनचं भाषण लिहायचंय असं मणीला कळलं तर त्याला हर्षवायू होईल. ''

''नऽही नऽही'' तोंडातलं लॉलीपॉप तोंडातून काढून घेतल्यावर लहान मूल चिडतं तशा स्वरात तो ओरडला. ''ते माझं भाषण आहे ना, मग मीच लिहिणार! नो शॉर्टस्‌कट!''

''देवा वाचव रे मला. मला वाटलं होतं, त्यापेक्षा हे प्रकरण खूपच भयंकर आहे''. पायातलं त्राण गळाल्यासारखं त्या खुर्चीत बसल्या व हुंदके देऊन मुसमुसू लागल्या.

तेवढ्यात वीज गेली आणि खोलीत काळोख पसरला. ''ओह नो! आधी काय कमी होतं. आता वीजही गेली. हे तर 'विष' आहे!''

वीज लगेचच परत आली, राहुलच्या शून्य चेहऱ्यावर अचानक विचारपूर्ण भाव दिसू लागले.

***

दुसऱ्या दिवशी, जेव्हा दिग्विजय सिंग यांनी राहुलचं नाव, उपाध्यक्ष पदासाठी पुकारलं तेव्हा, सभागृहात पेंगणाऱ्या उपस्थितांमध्ये चैतन्याची लाट उसळली. मनापासून नसेल कदाचित, पण सोनियाजींनी बाकावर हात आपटले. त्यांनी डोळ्यातला अश्रूंचा थेंब पुसून टाकला.

राहुल सावकाशपणे मंचावर आला. बाह्या सरसावून त्यानं भाषणाला सुरुवात केली. ह्या शतकातलं अपूर्व वाक्य त्याच्या तोंडून बाहेर पडलं:

''माझी आई काल पहाटे माझ्याजवळ आली आणि रडू लागली, ती का रडली? कारण तिला माहीत आहे सत्ता ही विषारी असते.''

काँग्रेसच्या इतिहासातील सर्वोत्तम भाषणात हे भाषण नक्कीच गणलं जाईल, हळव्या भावना आणि धीरोदात्त वृत्तीचं अनोखं मिश्रण असलेलं हे भाषण, नेहरूंच्या 'ट्रिस्ट विथ डेस्टिनी', इंदिराजींच्या 'गरिबी हटाओ;' आणि राजीवजींच्या 'नानी याद दिला देंगे' ह्या भाषणांच्या तोडीचं होतं.

राहुलचं भाषण संपलं आणि क्षणभरात तिथे पसरलेल्या शांततेचं रूपांतर चैतन्यमय उत्साहात झालं.

त्याचं भाषण संपल्यावर अनेक प्रतिक्रिया उमटल्या – दाबून ठेवलेल्या भावना अनावर होऊन राहुलवर स्तुतिसुमनांचा वर्षाव होऊ लागला.

'हे तर भारतीय राजकारणातलं ओबामापर्व आहे' मणिशंकर.

''समकालीन राजकारणाच्या इतिहासातले सर्वोत्तम भाषण'' शशी थरूर.

''राजीवजींची आठवण आली!'' हरयाणा मुख्यमंत्री भूपिंदर सिंग हुडा.

त्या सभागृहामध्ये अक्षरश: उत्साहाला उधाण आलं होतं. बाहेर जमलेल्या काँग्रेस कार्यकर्त्यातहि जल्लोश सुरू झाला.

''राहुलजींना महत्त्वाची घोषणा करायची आहे. त्यांच्यावतीने कनिष्का सिंग ही घोषणा करतील. '' युवा काँग्रेस महिला सरचिटणीसनं जाहीर केलं.

''राहुलना काही नव्या गोष्टी रुजवायच्या आहेत.'' कनिष्का सिंग यांनी सुरुवात केली. ''तुम्ही तोंड भरून त्याच्या नेतृत्वकौशल्याचं कौतुक केलं, तुमची अटळ श्रद्धा आणि निष्ठा दाखवली. पण, आता त्याची परीक्षा घ्यायची वेळ आलीय. तुम्हाला एक चाचणी द्यावी लागणार आहे. तुमच्या उत्तरातून प्रत्येकाचं पक्षातील महत्त्व आणि स्थान ठरणार आहे.''

''आणा तो कागद इकडे, मी राहुलसाठी जीव द्यायलाही तयार आहे. चाचणी वगैरे तर अगदी क्षुल्लक गोष्ट आहे!'' सभागृहाच्या मधल्या विभागातून एक सन्माननीय सदस्य उद्गारला.

''पण थांबा, कळीचा मुद्दा पुढे आहे. स्तुती जर मनापासून असेल तरच त्याला अर्थ असतो.लोकांच्या शब्दात खरं किती आहे ते पाहिलं पाहिजे. त्यातली सत्यता पडताळून पहाण्याकरता तुम्हाला एक पॉलिग्राफ टेस्ट द्यावी लागेल. त्यात रक्तदाब, हृदयाचे ठोके, घामाची पातळी, त्वचेतील विद्युतवाहकता यासारखे काही शारीरिक घटक तपासले जाणार आहेत. विचारलेल्या प्रश्नांची उत्तरं किती प्रामाणिक आहेत हेही विचारात घेतले जाणार आहे. बरेच दिवस आपण ह्या गोष्टीकडे दुर्लक्ष केलं पण असं आता चालणार नाही. पक्षातलं स्थान निश्चित करण्यासाठी, सर्व कार्यकर्त्यांची खुशामतगिरी तर बघितली जाईलच, शिवाय खुशामतीमागील प्रामाणिक भावनाही पाहिली जाईल. आहे का काँग्रेसची टीम तयार?'' तिने ओरडून विचारलं.

तिच्या या वाक्यांनी सगळ्यांची हवा टाईट झाली. चेहरे निस्तेज झाले, डोळ्यातली चमक जाऊन तिथे भीती दिसू लागली. काहींना तर शिरच्छेद होणार या कल्पनेने नकोसं व्हायला लागलं. आतापर्यंत उडालेला गोंधळ, चैतन्य जाऊन तिथे जागा सन्नाटा पसरला.

राहुलच्या ताज्या दमाच्या, कडक सूटमधल्या एमबीएच्या पोरांनी प्रश्नपत्रिका वाटल्या.

पॉलिग्राफ टेस्टमधले प्रश्न असे होते–

अ) राहुल यांचं स्वीकाराचं भाषण ऐकल्यावर तुम्हाला भारतीय राजकारणातलं ओबामापर्व सुरू झाल्यासारखं वाटलं का?

ब) तुम्हाला असं वाटलं, का की नेहरूंचा आत्मा राहुलच्या शरीरात प्रवेश करून बोलतोय?

क) राहुल यांच्या उपाध्यक्ष पदावरील नेमणुकीमुळे आजचा दिवस तुमच्या आयुष्यातला महत्त्वाचा दिवस ठरला का?

ड) 'पक्षात बदल घडायला हवा' ह्या राहुलच्या वाक्यानंतर 'नेहमी तीच तीच वाक्यं' असं म्हणून तुम्ही जांभई दिली का?

ई) 'सत्ता ही विषारी आहे' या सोनियाजींच्या उद्गारामुळे तुम्ही घाबरलात का?

इ) राहुलच्या या भाषणानंतर नेहरू–गांधी घराण्यापासून आपली सुटका कधी होणार आणि पक्षात अंतर्गत लोकशाही कधी येणार? असा विचार तुमच्या मनात आला का?

हा सगळा व्यूह दस्तुरखुद्द राहुल गांधींनी आखला होता. काही काळ व्यवस्थापन सल्लागार म्हणून काम केल्यामुळे त्यांना अशा चतुर चाचणीची कल्पना सुचली. बरीच माहिती अंतर्भूत करणाऱ्या पण काहीच मार्गदर्शन न करणाऱ्या पॉवर पॉइंट स्लाइडस तयार कशा करायच्या ह्याचं शिक्षण राहुलनी घेतलं होतं त्यामुळेच जीवनातल्या पहिल्या आणि खऱ्याखुऱ्या पदावर बसताना, माहितीवर आणि गणिती अनुमानावर आधारित व्यवस्थापन आणि नेतृत्वावर त्यांचा विश्वास बसला होता. राहुलचा काळ आता सुरू झाला होता. देशातील बोजड आणि वयाचं शतक ओलांडलेल्या काँग्रेस पक्षाचं व्यवस्थापन आता नव्या दमाच्या, लॅपटॉप मिरवणाऱ्या, राहुलच्या एम.बी.ए. ब्रिगेडकडे गेलं होतं.

चाचणीची सुरुवात झाली. काहीजण खूप परिश्रमपूर्वक तयारी करू लागले. नेहरू-गांधीं घराण्याची खुशामत न करता निष्ठा आणि आदर कायम ठेवून सत्य सांगणं काहींना अवघड वाटू लागलं आणि त्यांना घाम फुटला.

एका सदस्यानं आपले खरे विचार पॉलिग्राफ चाचणीत व्यक्त करताना कमालच केली. अर्थात त्यानं पेपर पूर्ण झाल्यावर तत्काळ राजीनामा दिला. शशी थरूर यांनी त्यांच्या भारी इंग्लिशमध्ये शब्दजंजाळ स्वरूपात उत्तरं दिली.

त्यांचं उत्तर थोडक्यात असं होतं

''नेहरू गांधी घराण्याच्या ह्या कुलदीपकाचे अंगभूत गुण निश्चितपणे त्याच्या पूर्वजांच्या जन्मजात कौशल्यातून आणि सत्तेला चिकटून धरण्याच्या चिकाटीतून आले आहेत. अर्थात सर्वंकष दृष्टीनं आणि सूक्ष्मतेनं पाहिलं तर सत्ता ही विषासमानच असते. ह्या सर्व गोष्टींचा विचार केल्यावर आणि विरोधी सुरांचं खंडन केल्यावर केवळ एकच निष्कर्ष निघू शकतो की राहुल हेच खरोखर सिंहासनाचे खरे वारस आहेत!''

प्रामाणिक हेतूबद्दल कुठलीही शंका सहज दूर करत आणि खुशामतीच्या आरोपाबाबत संदिग्धतेचा फायदा घेत थरूर ह्या चाचणीत सहज उत्तीर्ण झाले हे सांगायला नकोच.

या सगळ्यामध्ये स्तुती व खरेपणा या निकषांवर संपूर्णपणे उतरला, तो माणूस म्हणजे मणिशंकर अय्यर ! ह्या भूतपूर्व पंचायत राज विभागाच्या मंत्र्यांनी पूर्वीच नेहरू गांधी घराण्याशी आपली निष्ठा आणि आदर जाहीर केला होता, विशेषतः राजीव गांधींबद्दल. इतकी निष्ठा की ते खरोखरच घराण्याला वाहिले गेले होते. भावपूर्ण आवेशात ते म्हणाले, ''मला गोड हसणारा राजीवजींचा चेहराच आठवतो. म्हणूनच माझ्या लेखणीतून स्तुतीचे शब्द इतक्या प्रामाणिकपणे आणि झरझर उतरतात.'' ह्या कानापासून त्या कानापर्यंत 'चेशायर' मांजरीसारखं रुंद हसत मणी बोलत होते.

चाचणीचा ताणतणाव आणि चिंता बाजूला ठेवून सभागृहाच्या बाहेर काँग्रेसजन बेहोष होऊन आनंद साजरा करत होते. सगळ्या वाहिन्यांचे प्रतिनिधी आपापल्या

ऑफिसमध्ये परतले.

''राहुलच्या या बढतीमुळे राहुलच २०१४ च्या निवडणुकीत काँग्रेसचा पंतप्रधानपदाचा उमेदवार आहे हे स्पष्ट झालं आहे. त्यामुळे आता चेंडू भाजपच्या कोर्टात पडला आहे.'' एन.डी.टीव्ही.चा श्रीनिवासन जैन मागे सुरू असलेल्या गोंगाटावर आवाज काढून सांगत होता.

''यामुळे नरेंद्र मोदींवर बरीच जबाबदारी येऊन पडलीय. भाजपमध्ये ते अजूनही पंतप्रधानपदासाठी इच्छुक अशा अनेकांपैकी एक उमेदवार आहेत. या पार्श्वभूमीवर भाजप गुजरातच्या या शक्तीमान उमेदवाराला बढती देईल का? कॅमेरामन रमेशसह श्रीनिवासन जैन जयपूर धन्यवाद.'' बरखा, तू असं म्हणून कॅमेरा बंद झाल्यावर तोही काँग्रेसच्या जमावात मजा करायला निघून गेला.

(५)

द्रष्टा समाजवादी

फेब्रुवारी २०१३

"वाढती महागाई, बेरोजगारी, भ्रष्टाचार याविरुद्ध एक मोठी चळवळ उभी करण्याची वेळ येऊन ठेपली आहे." प्रकाश करात म्हणाले.

"अं..." करुणानिधी म्हणाले. त्यांच्या आवाजात सोमवारी सकाळी उत्साह वाटतो, तशी ऊर्जा सळसळत होती.

"आपण त्यांना शहरांमध्ये, समुद्रकिनाऱ्यांवर, गावागावांत वेठीला धरू. आपण त्यांच्याविरुद्ध खूप तीव्र लढा देऊ आणि सर्व नव-सांप्रदायिक शक्तींचा प्रतिकार करू" करात मोठ्याने ओरडले. यावेळी त्यांच्यात चर्चिलचा आवेश संचारला होता.

करुणानिधींचा चेहरा कालची थंड कॉफी प्यायल्यासारखा झाला होता.

''करुणा सर, काँग्रेसविरहित, भाजपविरहित सर्व शक्तींनी एकत्र येऊन तिसरी आघाडी स्थापन करावी ही काळाची गरज आहे.'' करात पुढे म्हणाले, ''आज भारतातल्या दर पाच मुलांपैकी एक मूल उपासमारीने मरते आहे हे केवळ युपीए सरकारच्या धोरणांमुळे घडते आहे. त्याचप्रमाणे मोदींचा उदय देशाची सामाजिक वीण उद्ध्वस्त करू पहात आहे.''

करात यांना द्रमुकच्या सर्वेसर्वांना हे सगळं पटवून देणं अवघड जात होतं.

''करुणा सर, मला आशा आहे, की तुम्ही तिसऱ्या आघाडीच्या नेत्यांच्या अधिवेशनाला वेळ काढून उपस्थित राहाल. तुमच्या उपस्थितीने, काँग्रेसविरहित, भाजपविरहित पुरोगामी पर्याय शोधणाऱ्या तिसऱ्या आघाडीला अजून बळ येईल.''

यावर काहीच उत्तर आलं नाही.

''सर, हॅलो, तुम्ही कुठे हरवलात?''

करुणानिधींनी कदाचित एक डुलकी काढली असावी, पण गडद काळ्या रंगाच्या गॉगलमधून, ते कळायला नीटसा मार्ग नव्हता. करुणानिधीच्या साहाय्यकानं करात यांना मुलाखतीचा वेळ संपल्याचे संकेत दिले. करातनी आपल्या मगमधली उरलेली कॉफी संपवून बॅग उचलून दाराकडे प्रस्थान केलं.

''हो, जाण्यापूर्वी ही फुलं द्यायची होती...'' करात क्षणभर थांबले, दीर्घ श्वास घेऊन त्यांनी सावकाश, प्रयत्नपूर्वक उच्चार केला, ''कनीमोळी यांच्यासाठी'' हे शब्द ऐकल्यावर द्रमुकच्या बॉसच्या शरीरात विजेची लहर उठली आणि ते जागे झाले.

''काय म्हणालास? परत म्हण...'' गॉगल काढत त्यांनी विचारलं,

''हो, माझ्या शुभेच्छा कनी... मोळींना द्या'' पुनःएकदा करात यांना त्या 'ओझं' वाटणाऱ्या शब्दाचा उच्चार जमला होता. पण यावेळी चांगलीच बोबडी वळली होती.

करुणानिधी पुढे झाले, आणि त्यांनी करात यांच्या कपाळावर वडिलांच्या मायेने ओठ टेकवले. ''फार छान! अखेर, एक तरी माणूस आहे, की ज्यानं या शब्दांचा

बरोबर उच्चार केला, आणि माझ्या मुलीच्या नावाची वाट लावली नाही.''

''अय्यो! नाही सहन होत इतकं सुख!'' असं म्हणून त्यांच्या डोळ्यातून अश्रू ओघळू लागले.

'२ जी' प्रकरण गाजत होतं तेव्हा ऑडिटर जनरलच्या अहवालामुळे नव्हे, सी बी आयच्या चौकशी आणि धाडींमुळे नव्हे, राजा यांच्या अटकेमुळे नव्हे किंवा कनीमोळींना तिहार तुरुंगात टाकल्यामुळे नव्हे तर अनेक नेत्यांनी, बातम्या वाचणाऱ्यांनी आणि माध्यम पंडितांनी ज्या पद्धतीनं करुणानिधींच्या लाडक्या कन्येच्या नावाचा उच्चार केला त्या पद्धतीमुळेच करुणानिधींना भयंकर धक्का बसला होता. इंग्रजी वृत्तनिवेदक 'कनीमोझी' म्हणून तिच्या नावाचा सत्यानाश करायचे तर हिंदी वृत्तनिवेदक तर चक्क 'कनी मोची' म्हणायचे!

''कसचं कसचं!'' असं खोटं हसत करात यांनी कपाळ पुसलं.

खरं म्हणजे ही लहानसहान गोष्ट नव्हतीच. करातना जरा हायसं वाटलं, गेले तीन महिने ते या नावाचा बरोबर उच्चार करायला धडपडत होते. अखेर द्रमुक प्रमुखांच्या हृदयात त्यांनी मानाचं स्थान मिळवलं होतं.

आनंदाच्या भरात, साम्यवादी पक्षाच्या ह्या मुख्य सचिवाच्या गौरवार्थ द्रमुकश्रेष्ठींना एक छोटी कविताच स्फुरली.

गाय वासरावर किती प्रेम करील,

कावेरीचं पाणी किती मधुर असेल,

थिरुनवेलीचा हलवा किती गोड असेल,

त्याहीपेक्षा कनीमोळीचा तुमचा उच्चार,

किती बरं नादमधुर आहे!

इतरांसाठी तुम्ही असाल प्रकाश कारट

पण माझ्यासाठी आहात चोवीस कॅरट!

करात यांनी झुकून त्यांना अभिवादन केलं, व ते निघण्यासाठी वळले. ''मला आता समजतं आहे की तामिळनाडूमध्ये तुम्हाला सन्मानपूर्वक 'कलाईनार' का

म्हणतात.मला आशा आहे की तुम्ही काँग्रेस विरहित, भाजपविरहित पक्षांशी जुळवून घेऊन...'' करुणानिधींनी उरलेलं वाक्य पूर्ण केलं ''सांप्रदायिक शक्तींना दूर ठेवाल.'' आता त्यांचा चेहरा प्रसन्न वाटत होता. ''आपण नक्कीच सांप्रदायिक शक्ती दूर ठेवण्यात यशस्वी होऊ.'' हे शब्द ऐकल्यावर करात यांच्या कानात मंजुळ स्वर निनादू लागले.

दार उघडून बाहेर आल्यावर करात यांनी मुठी आवळून हवेत, 'येस्स...' असं म्हटलं. तुकडे जोडून चित्र तयार करायच्या कोड्यातल्या अनेक तुकड्यांपैकी एक तुकडा बरोबर बसला!

काँग्रेसविरहित, भाजपाविरहित तिसऱ्या आघाडीचं सरकार येणं, हे डाव्या पक्षांसाठी खूपच महत्त्वाचं होतं. भौतिक शास्त्रज्ञांना महान एकात्म सिद्धांताचा शोध जसा महत्त्वाचा वाटतो, मध्य युगात टेम्पलर नाइटसना होली ग्रेलचा शोध जसा महत्त्वाचा वाटायचा तसंच तिसऱ्या आघाडीला ह्या गोष्टीचं महत्व होतं. पण करात साठी हे केवळ एक पोकळ स्वप्न नव्हतं. त्यासाठी त्यांनी संपूर्ण आयुष्य समर्पित केलं होतं.

साम्यवादी पक्षाचे कॉम्रेड हरकिशनसिंग सुरजित यांनी पक्षाची धुरा करात यांच्यावर सोपवताना एकदा म्हटलं होतं, ''मी आयुष्यात दोनच गोष्टींसाठी सतत अपेक्षा केली आहे. एक म्हणजे इंडियन क्रिकेट टीममध्ये खराखुरा गतिमान गोलंदाज असणे आणि दुसरे म्हणजे प्रादेशिक पक्षांनी एकत्र येऊन तिसऱ्या आघाडीचं सरकार स्थापणे व आपला कार्यकाल पूर्ण करणे. तुमच्या काळात यातली एक तरी गोष्ट पूर्ण होईल अशी मला आशा आहे.'' करात सदगदीत होऊन म्हणाले, ''मी पवित्र 'दास कॅपिटल' ग्रंथाची शपथ घेऊन सांगतो, की माझं सगळं आयुष्य सर्व प्रादेशिक पक्षांना एकत्र घेऊन, समान न्यूनतम कार्यक्रमावर आधारित तिसरी आघाडी स्थापन करण्यासाठी प्रयत्न करीन.''

''तुम्हाला माझ्या मन:पूर्वक शुभेच्छा! पण ह्या उद्दिष्टाला खूप चिकटून बसू नका! '' सुरजित यांनी आशीर्वाद दिला.

दरवर्षी तिसरी आघाडी उघडण्यासाठी, सर्व निधर्मी राज्यस्तरीय पक्षांना एकत्र

करून, करात एक परिषद भरवत असत. सगळे नेते एकत्र येत होते, एकमेकांशी हात मिळवत होते, जोरजोरात भाषणं देत होते. पण नंतर सगळं विरून जात असे. काही काँग्रेसच्या बाजूला जायवे तर काही भाजपच्या गोटात शिरायचे.

तिसरी आघाडी उघडण्यात सर्वात मोठा अडथळा वेगळाच होता. काँग्रेस/भाजपविरहित टिकाऊ सरकार बनवण्याच्या प्रयत्नात हे पक्ष राष्ट्रीय पक्षांबरोबर लढण्याऐवजी आपसांतच लढत होते. तामिळनाडूमध्ये द्रमुक विरुद्ध अण्णाद्रमुक, पश्चिम बंगालमध्ये डावे विरुद्ध तृणमूल काँग्रेस, उत्तर प्रदेशात बसपा विरुद्ध सपा.

करातच्याच भूमीत डावे गट काँग्रेसबरोबर नाही तर तृणमूल काँग्रेसबरोबर लढत होते. अशा परिस्थितीत विशाल उद्दिष्टासाठी आपसातले भेद विसरावे म्हणून करात इतरांना कसे प्रोत्साहन देऊ शकले असते? आता ममताच स्वतः त्यांच्या परिषदेत मंचावर आल्या असत्या आणि त्यांनी हातमिळवणी केली असती तर गोष्ट वेगळी! त्याआधी मार्क्सवादी कार्यकर्त्यांनी ह्याच ममताजींचा मेंदूच बाहेर काढला असता.

पण आता करात यांच्या डाव्या मेंदूमध्ये एका धाडसी आणि तुफान योजनेची रूपरेषा तयार होत होती.

सुरुवातीची षटके

मधूनच एखादा चेंडू खाली बसतो. सध्या तरी एकेकच धावा काढाव्या लागत आहेत. पण भारताला सामना जिंकायचा असेल तर आणखी जोरदार खेळावं लागेल.

– रवि शास्त्री

६

महाराणींचा सेवक

एप्रिल २०१३

''हे अत्यंत मूर्खासारखं आणि अनाकलनीय लिखाण आहे.'' शास्त्री भवनमधल्या आपल्या ऑफिसमध्ये कायदा मंत्री अश्विनीकुमार, सी.बी. आयचे संचालक रणजित सिन्हांच्या समोर एक फाईल आदळून ओरडू लागले.

पंतप्रधान कार्यालयाने केलेल्या कोळसा खाण वाटपाबाबतचे आरोप व अनियमित व्यवहार यावर सी.बी.आय.च्या अहवालाचा तो मसुदा होता.

''सर...हे प्रकरण न्यायालयाच्या अखत्यारीत असले तरी आम्ही ते जास्तीत जास्त आक्षेपार्ह बनवण्याचा प्रयत्न केलाय.'' समोरच्या खुर्चीत बसलेले सिन्हा अस्वस्थपणे उद्गारले.

''वस्तुनिष्ठ (ऑब्जेक्टिव्ह) म्हणा, आक्षेपार्ह (ऑब्जेक्षनेबल) नव्हे!'' अश्विनीकुमारनी त्यांची

इंग्रजीतील चूक सुधारली. मी तुमचं भयंकर व्याकरण आणि बेकार लिखाण याबद्दल बोलतो आहे, त्यातील सत्यतेबद्दल नाही. उतम रूपकांच्या ऐवजी वायफळ शब्दरचना; म्हणींच्या ऐवजी मूर्ख विधानं; बारीक चुका काढण्याऐवजी तोडलेली वाक्यं, सूक्ष्म मथितार्थाऐवजी निरर्थक बडबड! तुम्ही इंग्रजी भाषेचा खूनच केला आहे. आणि तोही एकदा नाही, अनेकदा.''

अश्विनीकुमार यांचा पारा चढलेला होता. शेवटी त्यांनी खूप लागणारा टोला लगावला,

''यूपीएससीमध्ये कितवा क्रमांक होता तुमचा?''

''४५२ सर.... सर. सामान्य ज्ञानाच्या पेपरमध्ये छान मार्क होते, पण निबंधामध्ये चांगले मार्क नाही पडले.''

''स्वाभाविकच आहे. मला वाटतं, हे सगळं मला परत लिहायला लागणार आहे. तरच ते लोकांना समजू शकेल.'' हातवारे करत, हताश झालेले अश्विनीकुमार पुटपुटले.

ही खरं तर खूप जुनी शक्कल होती. मॅकॉलेसारख्या गोऱ्या साहेबाच्या पठडीत काळ्या साहेबांनी आपलं वजन आणि अधिकार वापरून इंग्रजी भाषेच्या अज्ञानाबद्दल हाताखालच्या लोकांवर गुरकावणे ही त्या काळातली पद्धतच होती!

सी.बी.आय.च्या संचालकांना, प्रत्युत्तर म्हणून मंत्रिमहोदयांना अस्सल भोजपुरीत शिवीगाळच करावीशी वाटत होती, पण तरीही ते चेह्रा तटस्थ ठेवून उभे होते. झोप नसल्यामुळे थकलेल्या डोळ्यांखालची काळी वर्तुळं स्पष्ट दिसत होती. केंद्रातील पुरोगामी आघाडीतून ममता बॅनर्जी यांनी पाय काढून घेतला, योगायोगाने त्याच वेळी म्हणजे साधारण सहा महिन्यांपूर्वी त्यांनी सी.बी.आय.ची सूत्रं हातात घेतली. तेव्हापासून त्यांचं काम आणि विश्रांतीमधलं संतुलन बिघडलं होतं. याचा अर्थ असा होता की मुलायम व मायावती यांच्या पाठिंब्यावरच केंद्र सरकारचं अस्तित्व अवलंबून होतं, पर्यायाने सीबीआयला प्रचंड काम पडणार होतं!

पहिल्याच दिवशी त्यांना एक अत्यंत जोखमीची फाईल दिली होती. फाईलचं

शीर्षक होतं, 'उत्पन्नाच्या ज्ञात स्रोतापेक्षा जास्त प्रमाणात मालमत्ता मिळवणे' खाली लहान अक्षरात लिहिलं होतं, 'मायावती व मुलायम यांचे भयंकर घोटाळे.'

सी.बी.आय. संचालक व त्यांच्या टीमने अहर्निश काम करून, कितीतरी सुट्यांमध्येही स्वतःला कामाला जुंपून, मुलायम सिंग आणि कंपनीची प्रचंड मालमत्ता व घोटाळे शोधून काढले होते. हे सगळं करताना, अनेक पुरावे गोळा करताना त्यांना राजकीय वरिष्ठांचा खूप दबाव सहन करावा लागला होता. असं असताना, एके दिवशी लोकसभेत अविश्वासाचा ठराव येण्याआधी सिन्हांना ही केस बंद करण्यासाठी सांगण्यात आलं होतं.

''पण सर, आपण ह्या प्रकरणावर जवळजवळ २०३४२ मानवी तास खर्च केलेत. आता आपण तपासाच्या शेवटच्या टप्प्यात आहोत. आणि आता तुम्ही म्हणता, हा तपास बंद करा!.'' सिन्हा निषेधाच्या सुरात आपल्या बॉसला म्हणाले.

''पण मी फक्त पॉजचं बटन दाबायला सांगतोय, स्टॉपचं नाही. काही काळ शांत राहा.'' गृहमंत्री शिंदे हसत हसत म्हणाले.

असं शीतोष्ण वातावरण पुनः पुनः निर्माण होत होतं. सिन्हा रजा घेण्याच्या विचारात असतानाच, परत एकदा 'एम अँड एम' फाईल्स उघडायला लागत होत्या. सतत असं मागे-पुढे झाल्यामुळे सिन्हा यांना निद्रानाश आणि रक्तदाबाचा विकार जडला. बँकिंग क्षेत्रातल्या त्यांच्या एका मित्राने त्यांना असं सांगितलं, की त्यालासुद्धा कामात अशा अनिश्चिततेला तोंड द्यावं लागत नव्हतं. ''मुलायमच्या केसमधली वळणं आणि चढ-उतार तर शेअर मार्केटच्या चढ-उतारापेक्षा भयंकर आहेत.''

आता तर, इंग्रजीच्या मुद्द्याने शेवटची ठिणगी पेटली. एका प्रशासकीय अधिकाऱ्याच्या जीवनाचं संतुलन बिघडवणं ही गोष्ट वेगळी आणि त्याच्याशी अनादरानं वागून त्याचा आत्मसन्मान अशा पद्धतीने खच्ची करणं ही गोष्ट वेगळी!

''तुम्ही जाऊ शकता.'' अश्विनीकुमार यांनी हात वर करून त्यांना झटकून टाकलं. अश्विनीकुमार म्हणाले, ''मला वाटलं होतं, त्यापेक्षा जास्त वेळ या कामासाठी द्यावा लागणार. काय काम तर अहवालाची प्रुफं तपासणं! आणि हो, एक काम

कराल का? रेन-अँड मार्टीनचं इंग्रजी ग्रामरचं पुस्तक विकत घ्या. तसंही शिकण्यासाठी काही वय नसतं.''

***

त्या दिवशी सिन्हांची झोप किती झाली असेल, हे सांगण्याची गरज नव्हती. कायदा मंत्र्यांचं बोलणं त्यांना चांगलंच झोंबलं होतं. त्यांनी आपल्याला कमी लेखून इतका शिष्टपणा का करावा? यापेक्षा चांगल्या पद्धतीने त्यांना सांगता आलं नसतं का? जर ते डोळे मिचकावून म्हणाले असते, ''यार रणजित, जरा तुझा अहवाल ठीक करून दे, तुला समजतंय ना मी काय म्हणतो ते?'' तर मीही प्रसंगाचं गांभीर्य लक्षात घेऊन त्याप्रमाणे कृती केली असती. सिन्हा काही ह्या प्रांतात नवखे नव्हते आणि राजशिष्टाचारातील सूक्ष्म छटा त्यांनाही कळत होत्या. 'पण नाही; अश्विनीकुमारना आपल्या कर्णकर्कश आवाजात माझ्या इंग्रजीची सालपटं काढायची होती ना!' सिन्हा स्वत:शी एकांतात पुटपुटत होते.

रणजित सिन्हांनी आपल्याच नशिबाला बोल लावले. जर यू.पी.एस.सी.ची परीक्षा हिंदीत असती आणि जर इंग्रजीमधून निबंध लिहायचा नसता तर त्यांना आय.ए.एस.मध्ये नक्कीच वरची श्रेणी मिळाली असती. त्यांनी सरकार टिकावं म्हणून अतिशय प्रामाणिकपणे काम केलं होतं, खरंतर हमालीच केली होती आणि परिणाम काय तर, त्यांचीच खिल्ली उडवली गेली होती. सी.बी.आय.चं व्यवस्थापन हे जगातलं सर्वात बेकार काम असलं पाहिजे! .

पहिल्या मजल्यावरच्या बेडरूमच्या खिडकीवर बारीकशी टिकटिक झाली आणि सिन्हांची विचारांची तंद्री भंग पावली. त्यांना वाटलं माकड असेल. पण ती ठकठक वाढली आणि नंतर घुबडासारखा उंच स्वरातला आवाज आला. सिन्हा बेडवरून खाली उतरले व त्यांनी सरसावून पाहिलं, ते जवळ जाऊन पाहू लागले.

खिडकीच्या कड्यांना धरून काळ्या रंगाची एक राक्षसी आकृती त्यांना हळू हळू दिसू लागली. सुपरमॅनसारखी त्या आकृतीच्या मागे एक झूलही दिसत होती. त्या झग्याच्या वरच्या भागात एक मोठं 'व्ही' अक्षरही दिसत होतं.

सिन्हांना क्षणभर भीती वाटली व त्यांचे हात फोन उचलण्यासाठी वळणार तेवढ्यात त्यांच्याशी ती आकृती मानवी आवाजात बोलू लागली, ''मित्रा, मदतीसाठी कुणाला फोन करण्याची आवश्यकता नाही. कारण तोपर्यंत मी अदृश्य होईन. मी तुला ही सगळी व्यवस्था साफ करण्यासाठी मदत करायला आलोय.'' त्या प्राण्याकडे आवाज कमी-जास्त करण्याची सोय असावी, कारण श्वासोच्छ्वासाचा चढउतारही अगदी स्पष्ट ऐकू येत होता.

''कोण... तुम्ही कोण आहात?'' सिन्हांची बोबडीच वळली होती.

''मला माहीत आहे की मी कोण आहे, पण प्रश्न हा आहे की तू कोण आहेस?'' सीबीआय चा संचालक आहेस की एखादा फुटबॉल? अशा फुटबॉलला राजकारणी मंडळी सतत लाथा मारत असतात. सिन्हांना जबरदस्त धक्का बसला. त्या शब्दांनी त्यांच्या हृदयातील तारच छेडली जणू! पण त्यांनी धीर एकवटून विचारलं, ''तुम्हाला काय हवंय?''

''प्रश्न हा आहे की, तुला काय हवंय?'' ती आकृती उत्तरली, ''तुला निवृत्तीपर्यंत बॉसेसकडून अशाच शिव्या खायच्या आहेत की देशाचा एक हीरो बनायचं आहे? तुला दुसरा पर्याय पसंत असेल तर आपण एकत्र काम करू शकतो. तसं नसेल, तर आपण हा संवाद इथंच थांबवू ! मग, मी तुला कधीच दिसणार नाही.''

सिन्हा विचारात पडले, पण त्यांनी त्या आकृतीला बोलू दिलं. त्यानंतर त्या प्राण्यानं आपल्या पाठीवरचा फाईल्सचा गठ्ठा खाली उतरवला आणि तो म्हणाला, ''हा बघ तुझ्यासाठी मी एक खजिना आणला आहे. तू ठरवलंस तर, उच्चपदस्थ मंत्री व प्रशासकीय अधिकारी यांचं पितळ उघडं पाडू शकशील एवढा पुरावा इथं आहे. मी जर तुझ्या जागी असतो, तर जागाभरतीच्या बाबतीत रेल्वेमंत्र्यांच्या भाच्याने केलेल्या घोटाळ्यापासून सुरुवात केली असती. रेल्वे बोर्डावरच्या महत्त्वाच्या जागांच्या भरतीसाठी हा इसम रोख रक्कम घेताना रंगेहात सापडला होता.''

सिन्हा यांनी सर्व फायली निरखून पाहिल्या आणि आ वासून त्या आकृतीकडे पहात म्हणाले,

''क्या बात है! बॅटमनची झूल आणि टोपी, फॅंटमसारखी डोळ्यावरची पट्टी, डार्थ व्हाडरचा आवाज ! आप तो क्रिश के भी बाप निकले.'' ह्या विनोदावर ती आकृती थोडी थरथरली.

''मी बॉलीवूडचा एखादा फडतूस सुपरहिरो नाही. मी व्ही. मॅन आहे.'' यानंतर त्याचा आवाज किनरा झाला. बहुधा त्याच्या आवाजाचं नियंत्रण करणारी यंत्रणा बिघडली असावी. तो झर्रकन वळला व त्याने आपल्या स्वरयंत्रात काहीतरी केलं आणि त्याचा आवाज पूर्ववत धीरगंभीर झाला.

''माफ कर... हां, तर मी सांगत होतो, मी व्ही मॅन आहे.'' त्याने किंचित थांबून नाट्यपूर्ण पद्धतीने पुढे बोलणं सुरू ठेवलं. व्ही म्हणजे सजग, (व्हिजिलांट), बदला (व्हेंडेटा), विजय (व्हिक्टरी), शौर्य (व्हॅलर) दूरदृष्टी (व्हिजन)... 'व्ही' म्हणजे तुला जे हवं ते तू समजू शकतोस.

सिन्हांनी काही सेकंद त्याच्याकडे पाहिलं. पुनः भानावर येऊन ते म्हणाले, ''मला एक शंका आहे. माझ्याकडे हे सगळे पुरावे आहेत, तर मग मी काय करू शकतो? मी तर एक...''

''पिंजऱ्यातला पोपट आहे, ज्याला स्वत:चा आवाज नसतो.'' दोघेही एकसुरात म्हणाले.

व्ही मॅन सहानुभूतीनं म्हणाला,''तुझ्या पदावर कसं वाटतं ते मी समजू शकतो. अहंमन्य, मुरब्बी, स्वार्थी राजकारणी नेत्यांसाठी कामकरणं, आणि मुलायम-सारख्या लोकांना हाताळणं हे काम अवघड आहे. पण घाबरू नकोस. माझ्याकडे तुला मुक्त करण्यासाठी एक युक्ती आहे.''

सिन्हांच्या डोळ्यात अश्रू जमा झाले, ''तू? तू हे करू शकतोस? मला अशा पदावर बसव, जिथे मी शांतपणे काम करू शकेन. मला माझं काम निवडायचं निर्णयस्वातंत्र्य असेल.''

''हो, काही विशिष्ट मर्यादेपर्यंतच हे होऊ शकेल... पण खूप मोठी आशा ठेवू नकोस.'' उद्या रात्री मी, सर्वोच्च न्यायालयात कोळसाघोटाळा हाताळणाऱ्या न्यायमूर्तींकडे जाणार आहे, तुझा बॉस अश्विनीकुमार ह्यानं तुझ्या अहवालाची

आणि तुमच्या टीमच्या कामाची कशी वाट लावली, हे सगळं मी त्यांना सांगणार आहे.

''ओह... खरं सांगतोयस?'' व्ही मॅन सर... तुम्ही किती ग्रेट आहात! तुम्ही नुसते शूरच नाही तर दयाळूही आहात. सर तुम्ही मला माझं इंग्रजी सुधारायला मदत कराल? काही मंत्री मला त्यावरून सारखं छळत असतात.

''हं...पहिल्यांदा जी.आर.इ. परीक्षेची शब्दांची यादी पाठ करायला सुरुवात कर. त्यानंतर डॉ. शशी थरूर यांची पुस्तकं वाच. मी तुझ्या जागी असतो तर रात्री बिग बॉस पहात लोळत पडण्याऐवजी सरकारचा बचाव करणाऱ्या बोलणाऱ्या मनीष तिवारींचा लीलापूर्ण शब्दच्छल ऐकला असता.''

सिन्हांनी प्रश्नांकित चेहऱ्याने व्ही मॅनकडे पाहिलं.

''हे बघ, मला आता निघालं पाहिजे. सौभाग्यवती उठायच्या आत मला गेलं पाहिजे, नाहीतर माझं पितळ उघडं पडेल.''

व्ही मॅनने खांदे उडवले. त्याने एक उपकरण बाहेर काढलं आणि नायलॉन दोरीच्या सहाय्यानं, एक छोटा हुक झाडाला लटकवून तो उतरला आणि निघूनही गेला.

७

महाराणींचा संताप

मे २०१३

काही दिवसांनी, रेल्वे बोर्डामध्ये महत्त्वाचं स्थान मिळवून देण्यासाठी केंद्रीय रेल्वे मंत्र्यांच्या भाच्याने एका व्यक्तीकडून दहा कोटी रुपयाची मागणी केली. ह्या रकमेतील ९० लाख रुपये रक्कम मधस्थाद्वारे घेताना तो पकडला गेला. प्रसिद्धी माध्यमांनी ह्याला दहा कोटीचा घोटाळा असं नाव दिलं. या रेल्वे घोटाळ्यामुळे सरकारची प्रतिमा चांगलीच मलिन झाली.

एवढंच कमी नव्हतं म्हणून की काय, सरकारच्या दुखण्यात अजून एका प्रसंगाची भर पडली. सर्वोच्च न्यायालयाने कायदामंत्री अश्विनीकुमार यांच्यावर सी.बी.आय.च्या गोपनीय अहवालात नाक खुपसल्याबद्दल टिप्पणी केली. केंद्रातल्या पुरोगामी आघाडीच्या सरकारने कोळसा खाणींच अनियमित

वाटप केल्याबद्दलचा हा अहवाल होता.

या दोन्ही गोष्टी सरकारला चांगल्याच महागात पडल्या. रेल्वेमंत्री व कायदामंत्री यांच्या जागा जवळजवळ गेल्यातच जमा होत्या. त्यातच दुसऱ्या दिवशी सर्व वर्तमानपत्रात, मथळे झळकू लागले, ''सोनिया गांधी काही मंत्र्यांच्या वर्तणुकीवर नाराज!'' राजकीय पंडित बोलू लागले की त्या मंत्र्यांची गच्छंती होणार की नाही हा प्रश्न नव्हता, केव्हा होणार हा प्रश्न होता.

अहमद पटेल यांनी घाईघाईनं पंतप्रधान कार्यालयात फोन लावला. प्रधान सचिवांनी फोन उालला.

''फोन पंतप्रधानांना जोडून द्या'' फटकळ स्वरात अहमद पटेल ओरडले.

''सर, मला वाटतं. पंतप्रधानांकडे आता कुठलेही अधिकार राहिलेले नाहीत.'' प्रधान सचिवांनी सहजपणे उत्तर दिलं.

''हो, ते मला माहित आहे. हे बघा, मला आत्ता लहान सहान गोष्टींविषयी बोलायला वेळ नाही. तुम्ही त्यांना १० जनपथाचा एक निरोप द्या की..''

''नाही नाही, तुमचा काही तरी गोंधळ होतोय सर. ते गेल्या काही महिन्यांपासून अधिकार पदावर नाहीत.'' प्रधान सचिवांनी त्यांचं वाक्य मध्येच तोडून सांगितलं.

अहमद पटेल आता वैतागले आणि म्हणाले, ''हे बघा, गेल्या चार वर्षांपासून हीच अवस्था आहे. मला आत्ता गप्पा मारायला वेळ नाही, तुम्ही माझा एक निरोप...''

प्रधान सचिव पुनः स्पष्टीकरण देऊ लागले

''सर, ऐका तर माझं! तुमच्या सूचनांप्रमाणे पंतप्रधानांना कॅबिनेटच्या यादीतून वगळण्यात आलंय.''

''काय? तुम्ही शुद्धीत आहात का?'' पटेल जोरात ओरडले.

''कॅबिनेट मंत्र्यांच्या खात्यांमध्ये फेरबदल केल्याच्या सूचना १० जनपथवरुन, सहा महिन्यांपूर्वीच आल्या होत्या, त्यात डॉ. मनमोहनसिंग यांचं नाव नव्हतं, तेव्हापासून ते ऑफिसला आलेले नाहीत.''

''काय?... थांबा, मी कुठली यादी पाठवली ती परत पाहतो' अहमद पटेल

टणकन उडालेच! जुने कागदपत्र तपासल्यावर त्यांना आढळलं, की कॅबिनेट मंत्र्यांची अदलाबदल करण्यात आली होती. त्यात डॉ. सिंग यांचं नाव खरंच नव्हतं. थोडं दुर्लक्ष झालं होतं! म्हणजे... भारताला गेल्या सहा महिन्यांपासून पंतप्रधानच नव्हता आणि हे कुणाच्याही लक्षात आलं नव्हतं!''

अहमद पटेल यांनी घाईनं मुख्य सचिवांना फोन लावला व डॉ. सिंग हे गेल्या सहा महिन्यात मंत्रिमडळाच्या बैठकांना अध्यक्ष म्हणून हजर होते का, असं विचारलं,

''सर, सहा महिन्यात जवळजवळ १२ बैठका झाल्या. पण, पंतप्रधान तिथे होते असं मला आठवत नाही. तुम्हाला तर सगळं माहितीच आहे... थांबा सर, मी चिदंबरम् सरांना विचारतो.''

थोड्या वेळानं त्यानं चिदंबरमना परत फोन केला, ''त्यांनाही पंतप्रधानांना पाहिल्याचं आठवत नाही. अरे बाप रे! पंतप्रधानांनी आपल्या सौम्य स्वभावामुळे, स्वतःलाच वगळलं तरी त्याची कधीच वाच्यता केली नाही आणि बैठकीला येणं बंद केलं.''

''अरे बापरे! मेलो! ही बातमी जर बाहेर आली तर यूपीए सरकारचं काही खरं नाही. त्याआधीच मनमोहन सिंग यांची पुनः स्थापना केली पाहिजे.'' अहमद पटेल उद्वेग व्यक्त करू लागले.

लगेचच त्यांनी काही सहकाऱ्यांसह ७ रेसकोर्स रोडवरील पंतप्रधान निवासस्थानाकडे धाव घेतली. पंतप्रधानांच्या पत्नीने अतिशय आदरपूर्वक त्यांचं स्वागत केलं,

''कॉफी घेणार की चहा?'' त्यांनी विचारलं.

''मॅडम, आता तरी ही औपचारिकता नको. डॉ. सिंग कुठे आहेत? मला त्यांच्याशी लगेच बोलायला हवं.''

''हो, हो, का नाही? ते त्यांच्या अभ्यासिकेत आहेत. ते कायम तिथेच असतात. चला माझ्याबरोबर.'' गुरुशरण कौर म्हणाल्या.

अभ्यासिकेत पुस्तकांची रेलचेल होती. पुस्तकांची नावं खूप अवघड होती. उदाः स्टॉकॅस्टिक कंट्रोल फॉर इकॉनॉमिक मॉडेल्स, डाउनवर्ड वेज रिजिडिटी आणि

लेबर मोबिलिटी वगैरे! डॉ. सिंग पुस्तकांमध्ये हरवून गेले होते. टेबलावर 'जर्नल ऑफ इकॉनॉमिक पर्स्पेक्टिव्ज'चे अंक पडले होते.

''सर, मला माफ करा, माझ्या हातून चूक झालीय. तुम्ही अजूनही देशाचे पंतप्रधान आहात.'' मुख्य सचिव गोरेमोरे होऊन म्हणाले.

''आमच्याकडून अक्षम्य चूक घडली आहे आणि आम्ही तुमची क्षमा मागतो. सर, प्लीज कामावर रुजू व्हा.''

डॉ.सिंग यांनी त्यांच्याकडे शांतपणे पाहिलं, त्यांच्या चेहेऱ्यावर कसलेही भाव नव्हते. नकळत त्यांनी मान डोलावली.

''आणि अजून एक गोष्ट, अश्विनीकुमार व बन्सल यांना काढून टाकण्याचा निर्णय मॅडमनी घेतलाय, तुम्ही त्या पत्रावर स्वाक्षरी करून १० जनपथला एका महत्वाच्या बैठकीला लगेच या.'' अहमद पटेल म्हणाले.

''ठीक है।'' विद्वान पंतप्रधान म्हणाले आणि अशा रीतीने भारताला पुनः एकदा पंतप्रधान मिळाले.

***

त्यानंतर काही दिवसातच बन्सल व अश्विनीकुमार यांना काढून टाकण्यात आलं.

१० जनपथ इथं काँग्रेस पक्षाध्यक्षांच्या घराची पायरी चढताना बन्सल यांच्या पाठीत कळच आली.

सोनिया गांधी एका आयताकृती टेबलावर, काही मोजक्याच पण महत्त्वाच्या व्यक्तींसमवेत बसल्या होत्या. त्यांच्या उजव्या बाजूला डॉ. सिंग गंभीरपणे बसले होते. त्यांचे ओठ पूर्णपणे मिटलेले होते, पण भुवयांवर किंचित प्रमाणात आठ्या दिसत होत्या. त्यावरून बन्सलला परिस्थितीचा अंदाज आला. पंतप्रधान बहुधा चिडले असावेत. शेवटी असं होतं की बन्सलना सिंग ह्यांनी स्वतःच निवडलं होतं आणि ते पंतप्रधानांच्या पत्नीच्या आवडत्या गटातले होते, (कौर ग्रुप की कोअर

ग्रुप?) काँग्रेस पक्षाध्यक्षांच्या शेजारी डावीकडे, अर्थमंत्री अर्थशून्य नजरेने खिडकीच्या पडद्याकडे पहात होते. कुणी सुळी जात असताना एखादा मंत्र म्हणणारा पुजारी निर्विकार भावनेने पाहतो तसे! त्यांच्या शेजारी ३/४ दिवस दाढी न केलेला राहुल उदासीनपणे बसला होता. त्याला इतका कंटाळा आला होता की, तो छतावरच्या पंख्याकडे शून्य नजर लावून बसला होता.

"तुम्हाला स्वतःच्या बचावासाठी काही सांगायचं आहे का?" नाकावरच्या चष्म्यातून पहात सोनिया गांधी थरथरणाऱ्या बन्सलना म्हणाल्या.

"मॅडम, ही माझ्या भाच्याची चूक आहे. मला खरंच काही माहित नव्हतं... मॅडम प्लीज विश्वास ठेवा. मला ठाऊक नव्हतं की तो असं काही... दुष्कृत्य करील"

"पाकिस्तानच्या टीमवर घणाघाती टीका करणारे ट्वीट टाकणाऱ्या भाच्यालाही सुरेश रैनानं असाच दोष दिला होता. अहमद, आपल्या चुकांची जबाबदारी भाच्यांवर टाकायची, अशी काही फॅशन सुरू झाली आहे का?" सोनिया गांधी मंद स्मित करून म्हणाल्या.

नेहमी अशा प्रसंगात सोनियाजींच्या विनोदावर भोवतालचा जमाव खळखळून हसला असता, पण आजची वेळ वेगळी होती.

"तुम्ही तुमच्या अधिकाराचा गैरवापर करून खूप लाभ उठवला आहे." सोनियांनी एक पॉज घेतला. "आणि रंगेहात पकडले गेल्यामुळे माझ्या सरकारचं अमाप नुकसान झालं आहे. आता डॉ.सिंग यांच्या जागी राहुलचं नाव पंतप्रधान म्हणून कसं काय येऊ शकणार आहे? मूर्ख माणसा, जरा मला कळेल का?" सोनियाजी कडाडल्या.

"पण मॅडम, प्लीज विश्वास ठेवा, माझा खरंच यात दोष नाही. मला न कळवता माझ्या नतद्रष्ट भाच्यानं परस्पर...."

"ती काहीतरी एक म्हण आहे ना, सीझरची पत्नी... काय बरं?"

अहमद पटेलनं वाकून सोनियाच्या कानात सांगितलं,

"थँक यू अहमद, सीझरची पत्नी संशयमुक्त असलीच पाहिजे."

''मॅडम...तुम्ही सीझरची पत्नी आहात. मी नाही.''

बन्सल प्रत्युत्तर देताना गोंधळून गेले. चूक लक्षात आल्यावर त्यांना तीव्र पश्चात्ताप झाला.

''तू मॅडमविषयी असं बोलूच कसं शकतोस? मीही मॅडमच्या सेनेतला एक नम्र शिपाई आहे, मी त्यांच्यासाठी तुझा जीवही घेऊ शकतो.'' गृहमंत्री शिंदे कडाडले आणि सोनियांनी त्यांना शांत केलं.

''माफ करा मॅडम, मला म्हणायचं होतं, मी सीझरची पत्नी आहे. नाही... म्हणजे मी सीझेरियन आहे.'' बन्सलला काहीच सुचेना. ''मॅडम, पुनः असं कधीही होणार नाही, मी नेहमीच आपल्या सूचनांचं पालन केलं आहे'' बन्सलने काकुळतीला येऊन गयावया केल्या. त्याच्या गालावरून घामाच्या धारा वाहू लागल्या.

''मग, आता शिक्षा भोगायलाही तयार हो.'' सोनिया म्हणाल्या.

''तुला कामावरून काढणं काही पुरेसं नाही. तुला दिलेली शिक्षा ही इतरांसाठी डोळ्यात अंजन घालणारी ठरायला हवी... कारण तू पक्षाची खूप बेइज्जती केली आहेस.'' असं म्हणून सोनियांनी दीर्घ श्वास घेतला व म्हणाल्या, ''तुझ्या पापांचं प्रायश्चित्त म्हणून, तो आयआरसीटीसीच्या सर्व्हरवर भारतीय रेल्वेच्या वेबसाइटवर सकाळी १० ते ११ या वेळात, तात्काळची तिकिटे बुक करायची, तेही सलग दोन महिने.''

यानंतर सभागृहात सन्नाटा पसरला. बन्सलचा चेहरा पांढरा फटक पडला, धक्का बसून ते किंचाळले आणि त्यांनी टेबलावर हताशपणे बसकणच ठोकली. ह्या भयंकर दृश्याकडे चिदंबरम यांना बघवेना. पंतप्रधानांनासुद्धा धक्का बसल्यासारखं जाणवलं. कार्यकारिणीचा एक सदस्य म्हणाला, ''अगदी योग्य न्याय झाला. म्हणतात ना; जे तलवारीच्या जिवावर जगतात त्यांचा अंतही तलवारीनंच होतो.' अजून एक ज्येष्ठ काँग्रेस नेता दबलेल्या आवाजात म्हणाला,' कठिण गोष्ट म्हणजे पर्यटनाच्या ऐन हंगामात त्याला त्या भयंकर वेब साइटवर इतक्या वेळा लॉग इन करावं लागणार! यापेक्षा भयंकर सजा कुठली असू शकते?''

बन्सलना तिथून घेऊन जाताना त्यांच्या हुंदक्यांमुळेच तिथल्या अस्वस्थ शांततेचा

भंग होत होता.

१० जनपथच्या कोपऱ्याकोपऱ्यात, बन्सलच्या हुंदक्यांचा आवाज कित्येक दिवस घुमत होता. या भयानक शिक्षेचे साक्षीदार असलेल्या काँग्रेसजनांच्या कानावरही तो सतत येत राहिला.

या प्रकरणाचा उलटा परिणाम असा झाला, की विरोधकांना बोलायला काही मुद्दाच राहिला नाही, त्यांच्या शिडातली हवाच गेली. ही शिक्षा ऐकल्यावर सुषमा स्वराज यांचं असं म्हणणं होतं की, ''आमची फक्त बन्सलना काढून टाकावं आणि त्याच्या विरुद्ध कारवाई करावी, इतकीच अपेक्षा होती. पण हे तर फारच झालं. आता आम्हाला त्याच्या माफीच्या मागणीसाठी लोकसभेच्या कामकाजात मोडता घालायला हवा.''

अर्थातच काँग्रेसने बन्सलच्या या प्रकरणाची वाच्यता कुठेही होऊ दिली नाही. मंत्र्यांनी आपल्या ऑफीसमधून कागद, पेन्सिली घरी नेणं थांबवावं म्हणून वचक निर्माण करणं ही गोष्ट वेगळी. पण बदनाम झालेल्या मंत्र्याबद्दल सहानुभूतीची लाट आपणच निर्माण करणं तर फारच झालं. बन्सलना मात्र कडक उन्हाळ्यात काँग्रेसच्या मुख्यालयात एका संगणकावर बसून ऐन गर्दीच्या वेळी, ३००० तात्काळ तिकिटे बुक करावी लागली! केवढं प्रचंड काम! जेव्हा जेव्हा संगणकाच्या पडद्यावर 'सेवा सध्या उपलब्ध नाही' असा संदेश यायचा तेव्हा बन्सल वेदनेने कण्हू लागत. प्रत्येक वेळी ते आधीपेक्षा जास्त जोरात विव्हळत होते आणि येणाऱ्या जाणाऱ्यांचा थरकाप होत असे.

(८)

सुसाट धावणारा बाहुबली विरुद्ध निश्चल पुतळा

जून २०१३

नवी दिल्लीमधल्या खान मार्केटमधलं मॅकडोनल्डचं दुकान! तिथे बड्या बड्या लोकांची कधीच गर्दी नसते. ते लोक जवळपासच्या उच्चभ्रू हॉटेलात जाणं पसंत करतात. पण जूनमधली ही दुपार वेगळी होती. पश्चिम बंगालच्या मुख्यमंत्री तो परिसर न्याहाळत होत्या. ही ममता बॅनर्जींची मॅकडोनाल्डला पहिलीच भेट होती. त्यांना वाटलं, लाल रंगात लिहिलेलं 'एम' हे मोठं अक्षर 'मार्क्सवाद' यासाठी लिहिलं आहे. अगदी काही नाही तर माओवाद मधला एम! त्यांना असंही वाटलं की सर्वव्यापी मॅकडोनाल्डची दुकानं म्हणजे साम्यवाद्यांचा बालेकिल्ला आहेत! मॅकडोनाल्ड हे अमेरिकन भांडवलशाहीचं आणि फास्ट फूडच्या जागतिकीकरणाचं एक पक्कं प्रतीक

आहे हा एक सुखद आश्चर्याचा धक्का होता.

डेरिक ओब्रायननं एका ट्रेमध्ये, दोन मॅक महाराजा बर्गर, फ्रेंच फ्राइज आणि कोक आपल्या बॉससमोर आणून ठेवले. डेरिकनं तिथे त्यांना मॅकडोनाल्डची चव दाखवायला आणलं नव्हतं. खरा बेत वेगळाच होता. पुढच्या तीस मिनिटांत तिथे प्रकाश करात येणार होते. डेरिकनं त्यांची आणि ममता बॅनर्जी यांची भेट घडवून आणायचा घाट घातला होता. हा डाव एक तर सपशेल फसला असता नाही तर ममता आणि प्रकाश यांची गट्टी होऊन तृणमूल काँग्रेस व सी.पी.आय.एम.ची आघाडी तयार झाली असती. हा डाव जर यशस्वी झाला तर, मॅकडोनल्डच्या रेस्टॉरंटमध्ये एक ऐतिहासिक घटना घडणार होती. कदाचित, केंद्रात तिसऱ्या आघाडीच्या सरकारसाठी, तृणमूल काँग्रेस सूत्रधार होऊ शकणार होती आणि बरंच काही...

डेरिकने योग्य पानं टाकली, तर कदाचित तोच हुकुमाचा एक्का (पंतप्रधान) होऊ शकला असता. देशाला किती हुशार, ज्ञानी पंतप्रधान मिळणार होता! त्याचं कुठल्याही एका विषयात प्रभुत्व नाही, पण त्याच्या सामान्य ज्ञानाची पातळी खूपच वरच्या दर्जाची आहे, म्हणूनच तो अव्वल दर्जाचा 'क्वीझ मास्टर' आहे.

∗

दोन दुकानं पलीकडे, प्रकाश करात खूप चुळबूळ करत घडाळ्याकडे बघत, पुस्तकाच्या दुकानात वाट पहात बसले होते. अजून वीस मिनिटे बाकी होती. ममता बॅनर्जी यांची प्रतिक्रिया काय असेल, याचा त्यांना अंदाजच येत नव्हता. त्यांना खूप आनंद होईल का नेहमीप्रमाणे त्या जंगली मांजरीप्रमाणे अंगावर धावून येतील? मन शांत ठेवण्यासाठी त्यांनी मार्क्सचं पुस्तक चाळायचं ठरवलं.

''कार्ल मार्क्स यांचं 'दास कॅपिटल' हे पुस्तक आहे का?''

'सर, ते आत्ता शिल्लक नाही.'' मॅनेजरनं उत्तर दिलं.

''तुम्ही म्हणता की, 'दास कॅपिटल' स्टॉकमध्ये नाही? ह्याचा अर्थ काय?'' करात वैतागले.

''हं... सर आता कुणी ते मागवत नाहीत. तुम्हाला अर्थशास्त्रावरची अजून काही पुस्तकं पहायची आहेत का?'' मॅनेजरनं घाबरत विचारलं.

''मी फक्त मार्क्सच वाचतो. मला फक्त मार्क्सचं साहित्य हवंय किंवा समाजवादावर काही पुस्तक आहे का?''

''ओह... येस..'' असं म्हणून त्यानं दुकानाच्या वरच्या भागात बराच वेळ शोधलं आणि एक पुस्तक आणलं. ''सर हे घ्या, सोशल नेटवर्किंग फॉर डमीज''. पुस्तकाच्या मुखपृष्ठावर मार्क झुकरबर्गचा हसरा चेहरा झळकत होता.

हे पाहून करात बिचकले. साम्यवाद्यांना सामाजिक माध्यमांचा खूप राग यायचा. सोशल नेटवर्किंगवरून मार्क्सवाद हटवण्याचा हा भांडवलशहांचा कट होता. पण काही उपयोग नाही ! आता तर जे.एन.यू.चे विद्यार्थीसुद्धा अमेरिकन स्टाईल भांडवलशाहीविरुद्ध आंदोलन करण्याऐवजी फेसबुकवर टाइमपास करत होते. सामाजिक माध्यमांकडे दुर्लक्ष करणं आता अशक्य होतं.

आता तर पश्चिम बंगाल आणि केरळमधली कम्युनिस्टांची सत्ताही कमी झाली होती. करायला फारसं काही नसल्यामुळे प्रकाश करात अधून मधून फेसबुकवर दिसत. कॉलेजमधल्या मित्रांच्या चालू कारवाया त्यांना फेसबुकवर दिसत होत्या. कुणी कॅरिबियन क्रूझवरचे फोटो पाठवायचे, मजा करायचे: त्यांना सगळेजण जणू जाणीव करून देत की, कम्युनिस्ट म्हणून आपण इतकी वर्ष उगीच अर्थहीन काम केलं, बरोबरीचे काही लोकसुद्धा बँकर म्हणून अर्थहीन कामच करत होते पण, सहा आकडी पगार घेऊन कॅरिबियन क्रूझची मजा लुटत होते; ते कुठच्या कुठे पुढे निघून गेले होते. नंतरच्या काळात करातना ट्विटरचा शोध लागला तेव्हापासून दिवस बरे जायला लागले.

असो... विचारातून बाहेर येऊन ते दुकानदाराला म्हणाले, ''मी म्हणतो ते हे पुस्तक नाही. तुमच्याकडे भांडवलशाहीवर ताशेरे उडविणारं एखादं पुस्तक आहे का? ते हवंय.''

यावर दुकानदार जरा वैतागला पण लगेच म्हणाला, ''अं... एक पुस्तक आहे. 'द फायनान्शियल क्रायसिस: इज अमेरिकन स्टाईल कॅपिटलिझम डूम्ड?' हे आवडेल तुम्हाला.''

''बरं दाखवा.'' 'अमेरिकेतलं वित्तीय संकट आणि नंतर अमेरिकेतली वाढती बेरोजगारी' हा विषय करातचा उत्साह नेहमीच वाढवत असे. शिवाय, अजून वीस मिनिटे दुसरं काय करणार? ते पुस्तक चाळू लागले.

***

''डेरिक, हे काय आहे?...'' बर्गरकडे पाहत ममता म्हणाल्या.

''ओह, तो महाराजा मॅक आहे.'' डेरिकनं चुणचुणीतपणे सांगितलं आणि त्याला बरं वाटलं. प्रश्नांची उत्तरं देण्याची आणि सामान्य ज्ञान पाजळण्याची नामी संधी चालून आली होती.

'''दीदी, तुम्हाला माहिती आहे का? मॅकडोनाल्ड ही जगातली चवथ्या क्रमांकाची रोजगार पुरवणारी कंपनी आहे. भारतीय रेल्वेपेक्षाही मोठी! त्यांच्याकडे १९ लाख लोक काम करतात.''

''वा! काय सांगतोस?'' ममता म्हणाल्या.

''आणि एवढंच नाही दीदी, मॅकडोनाल्ड दर दिवशी ६८ दशलक्ष लोकांना जेवू घालतं, म्हणजे जवळजवळ जगाच्या लोकसंख्येपेक्षा १ टक्का लोकांना!'' बर्गर खात खात, त्याचं ज्ञानामृत पाजणं चालूच होतं.

''ऑ?'' त्यांना खूपच आश्चर्य वाटलं. सगळं कसं छान चालू होतं म्हणून डेरिक खूपच खूश झाला.

''होय दीदी, त्यांचं २७ अब्ज डॉलर्स हे वार्षिक उत्पन्न मंगोलियाच्या राष्ट्रीय उत्पन्नाएवढं आहे. ही जगातली नव्वदाव्या क्रमांकाची अर्थव्यवस्था आहे.

डेरिकचं दळण चालूच होतं.

ममता आश्चर्यचकित होऊन पाहत होत्या. त्यांची मॉल संस्कृतीला पहिलीच भेट असावी. ते सगळं विदेशी वातावरण पाहून त्या चक्रावून गेल्या.

''बरं, डेरिक... मला एक सांग, हे दोन पावांच्या मध्ये दिसतंय त्या पांढऱ्या पदार्थाला काय म्हणतात?''

''ओह, ते ना, दॅट इज 'मेयोनीज' दीदी,'' उत्तर देऊन डेरिक मचक मचक करत बर्गर खाऊ लागला.

ममताजींच्या चेहऱ्यावर नाराजी दिसू लागली. ''म... माओ... काय?'' त्यांनी परत विचारलं.

''मेयोनीज!'' त्याला मेयोनीजबद्दल आणखी काही तरी माहिती सांगायची होती, पण का कोण जाणे त्यानं गूगलवर मेयोनीजवर कधी शोध घेतला नव्हता. दीदीचा चेहेरा बदलत होता, डोळ्यात आग दिसू लागली आणि ओठ आवळले होते. डेरिकच्या डोक्यातलं सर्च इंजिन बंद पडलं.

पाहता पाहता ममता बॅनर्जींचा चेहरा रागाने लालबुंद झाला,

''तू मला फसवलंस, तू गद्दार आहेस.'' त्या किंचाळल्या.

डेरिकच्या हातातलं बर्गर सटकलं... क... काय झालं दीदी?''

''तुम्ही अशा माणसाला काय म्हणता, जो सँडविचमध्ये माओ घालतो?'' ममता चांगल्याच फुत्कारल्या.

''मला.. म्हणजे मला समजलं नाही.'' डेरिक आवंढा गिळत म्हणाला.

''यू इडिअट, मूर्ख कुठला! जो माणूस पिआनो वाजवतो त्याला काय म्हणतात?''

''पि... पिअनिस्ट'' डेरेक पुटपुटला.

''आणि जो, तंत्र विद्या करतो त्याला काय म्हणतात?''

''एक्झॉरसिस्ट (तांत्रिक)''

''मग, जो माणूस माओ बनवतो... जे काय बनवतो... जे काय बनवतो त्याला काय म्हणतात?''

‘‘माओ... इस्ट!’’ आता डोक्यात प्रकाश पडला. डेरिकच्या छातीत आता धडधडायला लागलं. ‘अरे बाप रे! माओइस्ट! छे, छे!’

त्याचक्षणी प्रकाश करात यांनी हळूच दारात आगमन केलं. अभिवादन करायला, ते हात पुढे करणार एवढ्यात, ममतांचा संताप उफाळला, त्या कर्णकर्कश आवाजात ओरडल्या.. आणि ते ऐकून डेरिक खालीच कोसळला.

क्षणार्धात प्रकाश करात गायब झाले.

‘‘मी आत्ता तो माओइस्ट... नाही, तो मार्क्सिस्ट करात इथं दाराशी पाहिला’’ दीदी कडाडल्या.

‘‘तुमचा काहीतरी गोंधळ होतोय दीदी...’’ प्रक्षुब्ध बॉसला शांत करायचा डेरिकनं क्षीण प्रयत्न केला.

‘‘नाही, तो तोच होता? तुला काय मी मूर्ख वाटले? आणि तू मला एका माओइस्ट रेस्टॉरंटमध्ये आणलंस? तू माझा आणि पक्षाचा अवमान केला आहेस. आता तुला शिक्षा म्हणून पक्षातून काढून टाकणार आहे...’’ ममता बॅनर्जीचा पारा सरसर चढत गेला व त्या रेस्टॉरंटमधून बाहेर पडल्या.

डेरिक विस्मयचकित होऊन त्यांच्याकडे पहात राहिला, त्याची सगळी स्वप्नं उध्वस्त झाली होती.

मॅकडोनाल्डच्या बाहेर काही मीटर अंतरावर एका लँड रोव्हरच्या मागे प्रकाश करात लपून उभे होते. ममतांना जाताना बघून त्यांनी सुटकेचा नि:श्वास टाकला.

तृणमूल कॉंग्रेसच्या बॉसला भेटण्याचा हा त्यांचा पहिला व शेवटचा प्रयत्न असणार होता.

(९)

बुरखाधारी यक्ष

जुलै २०१३

मुंबईत मुसळधार पाऊस पडत होता. दक्षिण मुंबईतल्या उच्चभ्रू वस्तीच्या शेजारी एका लहानशा झोपडीपाशी व्ही मॅन आपली झूल घालून उभा होता. त्यानं पांघरलेली झूल म्हणजे जवळजवळ रेनकोटच होता. शरीराचा वरचा भाग आणि डोकं झाकलंहोतं, त्यामुळे तो मुंबईतलाच एक गरीब रहिवासी वाटत होता. व्ही मॅन उदासपणे सिगरेटच्या धुराचे वलय पहात, पाऊस थांबायची वाटत पाहत होता.

तो नुकताच समोरच्या बिल्डिंगमध्ये पंधराव्या मजल्यावर जाऊन आला होता. अलीकडेच त्याच्याकडच्या साधनात एका 'सक्शन पाईप'ची भर पडली होती. त्याच्या मदतीने तो १५ मजले सहज चढून गेला होता. त्यानं अर्णब गोस्वामीकडे रोखून पाहिलं आणि आपल्याकडची महत्त्वाची माहिती अर्णबला दिली. 'कोळसा खाण वाटप

प्रकरणाच्या महत्त्वाच्या कागदपत्रांची फाईल गायब झाली आहे.'

त्या आधी अर्णब गोस्वामीच्या घराच्या खिडकीवर व्ही मॅनची आकृती विजेच्या प्रकाशात चमकली होती आणि वर ढगांचा गडगडाट झाला, अशा क्षणी त्यांची झालेली भेटही मोठी नाट्यपूर्ण होती. कधी नव्हे ते एकदाच अर्णब गप्प बसला होता आणि त्यानं व्ही. मॅनलाच पुढे बोलू दिलं.

पवनकुमार बन्सल आणि अश्विनीकुमार यांच्या नाट्यमय राजीनाम्याला तीन महिने झाले. पण एकही नवा घोटाळा समोर आला नव्हता. अर्णबलाही आरडाओरडा करायला नवीन विषय कुठून आणायचे असा प्रश्न पडला होता. त्याला आता राष्ट्रीय उत्पादनातली घट आणि देशाच्या चालू खात्यात वढत असलेली वित्तीय तूट अशा क्लिष्ट प्रश्नांचे सूक्ष्म धागेदोरे उसवण्यावर वेळ काढावा लागत होता. अर्थव्यवस्थेतील घसरणीबरोबर प्रक्षोभ प्रदर्शनालाही मंदी आली होती, तेवढ्यात व्ही मॅननं ही सनसनाटी बातमी आणली!

खरं म्हणजे व्ही मॅनला मुंबईला येणं टाळता आलं असतं. दिल्लीतच महान वृत्तश्रेष्ठी राजदीप किंवा बरखा दत्त यांनाच ही बातमी देता आली असती. पण व्ही मॅनला ह्या स्फोटातून सर्वोत्तम निष्पत्तीच हवी होती. अर्णबने एकदा मुद्दा मांडला की बाकीचे मागोमाग हल्ला सुरू करणारच होते.

''देशाला उत्तर हवं आहे श्री. व्ही मॅन! तुम्ही कोण आहात? तुमची ओळख हवी आहे...'' किंचिंत चाचरत, अर्णब निघून जाणाऱ्या व्ही मॅनला म्हणाला.

''ओह, अर्णब, काही प्रश्न मिस्टर झा साठी राखून ठेव, तुला कल्पना आहेच, की देशातील जनतेला याच्याशी काहीही देणं घेणं नाही.'' व्ही मॅन उडत उडत दूर जात म्हणाला.

पावसाची सर आता थांबली होती. व्ही मॅनच्या कुटीसमोर एक लाठी हातात घेतलेला हवालदार उभा होता. अर्थात, व्ही मॅन सामाजिक माध्यमात थोडा फार झळकत असला तरी हवालदाराने त्याला ओळखणं अपेक्षित नव्हतं. जेव्हा 'उच्चपदासाठी अमाप रोख' या रेल्वे घोटाळ्याचं प्रकरण उघडकीला आलं होते, तेव्हा रणजित सिन्हांनी त्याचं श्रेय व्ही मॅनला दिलं होतं. तेव्हापासून व्ही मॅनला

ट्विटरवर ३०००० चाहते झाले होते व त्यात सातत्याने भरच पडत होती. त्यात व्ही मॅनच्या केंद्र सरकारवरील तिखट ट्वीटची भर पडत होती. राहुलवरच्या पप्पू विनोदांना उधाणच आलं होतं. नेहरू गांधी घराण्याच्या कुलदीपकावर तर त्याचा भारीच रोख होता. ट्वीट करणं हे सुपर हीरो बनण्याइतकंच समाधानकारक होतं. ट्विटरने त्याचं ट्वीट खातं अधिकृत असल्याची पावतीही दिली होती.

तो हवालदार आता खूपच जवळ येऊन ठेपला होता. व्ही मॅनला वाटलं की आता अदृश्य व्हायला पाहिजे. त्यानं तिथून काढता पाय घेतला व तो रात्रीच्या अंधारात नाहीसा झाला.

१०

सिंहगर्जना

─────────◦∿◦─────────

ऑगस्ट २०१३

''केंद्रीय सांख्यिकी विभागाकडून माझ्या हातात आलेल्या आकडेवारीनुसार, भारतीय अर्थ-व्यवस्थेच्या विकासाचा दर ह्या वर्षी ४.८ % नी वाढला आहे आणि या दशकातला तो नीचांक आहे. याचबरोबरीने ग्राहक किंमत निर्देशांकातून सूचित होणारं महागाईचं प्रमाण दहा टक्क्याच्या वरच राहिलं आहे तर अन्नाच्या महागाईचा दर २० टक्क्यांनी वाढलाय.'' अर्थव्यवस्थेचा गोषवारा घेण्यासाठी बोलावलेल्या केंद्रीय मंत्रिमंडळाच्या बैठकीमध्ये, चिदंबरम् मलूल चेहऱ्याने सांगत होते.

''आपण यातून काय अर्थ घ्यायचा?'' सोनियांनी विचारलं.

''याचा अर्थ.... आपण पुरते फसलोय..'' चिदंबरम्ने शक्य तितका संयम ठेवत सांगितलं. सर्व

मंत्र्यांनी उसासा टाकला.

''मला असं दिसतय की अर्थव्यवस्था आता नीचतम स्तरापर्यंत केली आहे. ती फक्त वरच येऊ शकते म्हणून मला ही बातमी उत्तम वाटते. आपण पुनः वेग पकडू शकतो.'' त्यांना मध्येच तोडत नियोजन आयोगाचे उपाध्यक्ष मॉंटेकसिंग अलुवालिया म्हणाले.

''ए... गप्प बैस'' मंत्रिमंडळाच्या बैठकीसाठी खास आमंत्रित असलेले मणिशंकर अय्यर ओरडले. ''तू गेल्या पाच वर्षांपासून विकासाच्या नीचांकाची पोपटपंची करतो आहेस. प्रत्येक वेळी तू तोंड उघडलं की, अर्थव्यवस्था अजून खाली जाते!'' मॅडम, आता निवडणुकीतील यशाच्या दृष्टीनं, नेहरुंच्या समाजवादी धोरणाचा डोस द्यायची वेळ आली आहे.

''पण अजून काही आर्थिक सुधारणा केल्यानंतरच... अशी वेळ येईल.'' डॉ.मनमोहन सिंग सभागृहात प्रवेश करताना म्हणाले. त्यांच्या मागे, पंतप्रधान कार्यालयातले राज्यमंत्री नारायणस्वामी फाईल्सचा गठ्ठा घेऊन आले. मनमोहन सिंग ताठ चालत, कुणालाही नजर न देता सरळ आपल्या स्थानाकडे गेले. सर्व मंत्री बघतच राहिले.

मणिशंकर डॉ. सिंगना उपहासाने म्हणाले.

''हँ! तुम्ही आणि तुमची सुधारणांच्या तत्त्वांवरची दुर्दैवी श्रद्धा! गेल्या ४ वर्षात देशाचं काय भलं झालंय? लोकांना नोकऱ्या मिळत नाहीत. आर्थिक विषमता वाढलीय. चालू खात्याची तूट वाढतच चाललीय. कांदा आणि भाज्यांचे भाव आकाशाला भिडले आहेत. इतके की आता हिरा नाही तर कांदा हाच गृहिणींचा सर्वोत्तम सखा ठरू लागला आहे ...''

'' 'माजी' पंचायतराजमंत्री, या मुक्त बाजारपेठेच्या सुधारणांना इतकं फालतू समजू नका.'' हे म्हणताना मनमोहननी 'माजी' या शब्दावर जोर दिला.

''तुमची आर्थिक गणितं मला सांगू नका डॉ. सिंग!, पण.... एफ.डी.आय. रिटेलचं उदाहरण बघा. त्यातून काही फरक पडला आहे का? तुम्ही आणि तुमचे पित्ते वॉल मार्ट भारताचं चित्रच बदलून टाकणार असा गाजावाजा करत आहात,

परंतु वॉल मॉर्टने भारतात अद्याप एक रुपयाचीही गुंतवणूक केली नाही. तुम्ही फक्त चर्चाच करत रहा.'' मणिशंकर उपरोधिक स्वरात म्हणाले.

डॉ. सिंग यांनी मणिशंकरच्या दिशेने पाहिलं व हवेत मूठ वळवून एक गुद्दा लगावला. यावर मणिशंकर यांना अचानक अस्वस्थ वाटू लागलं. एक अदृश्य हात त्यांच्या गळ्याभोवती आवळला होता त्यांचे डोळे बाहेर यायची वेळ आली. ते थडथडू लागले.

''मिस्टर अय्यर, खुल्या अर्थव्यवस्थेतील सुधारणांवरचा तुमचा अविश्वास मला फारच क्लेशदायक वाटतो.'' डॉ.सिंग यांचे डोळे रागाने लाल झाले होते.

डॉ.सिंगशी आर्थिक विषयात वाद घालणं, हे खरं तर चुकीचंच होतं.

''डॉ.सिंग, पुरे झालं... सोडून द्या बिचाऱ्या मणीला.'' सोनिया गांधींनी आर्जवी स्वरात सांगितलं.

मणिशंकर अजून गळा दाबल्यासारखा आवाज करत होते. इतर मंत्री भेदरून बघत होते.

''बस्स, बस्स... बस्स...'' सोनिया गांधींचा आवाज आता दूर जात होता.

तेवढ्यात डॉ.सिंग यांना स्वप्नातून जाग आली व ते उठून बसले. सोनियाजींचे शब्द डोक्यात घुमत होते.

''मन्नू, काय झालं? वाईट स्वप्न पाहिलंस का?'' गुरुशरणनी काळजीच्या स्वरात प्रेमाने विचारलं.

''अं... हो, खूपच वाईट स्वप्न होतं. मी मणिशंकर अय्यरचा गळा दाबत होतो अगदी डार्थ व्हाडरसारखं.''

''ओह... खरं की काय?.. तुम्हाला असं कधी स्वप्नातही होत नाही, नक्की असंच झालं का डार्लिंग?''

गुरुशरण यांनी त्यांना समजावलं.

आता डॉ.सिंग संतप्त झाले होते, ''तुला काय वाटतं, मला डार्ह व्हाडरचं स्वप्नही पडू नये? अर्थात,मी पाहिलंय...''

गुरुशरण क्षणभर स्तब्ध झाल्या, त्यांना नवऱ्याच्या अशा आक्रमक प्रतिक्रियेची अजिबात अपेक्षा नव्हती. त्यांनी नवऱ्याकडे निरखून पाहिलं, त्यांचा चेहरा रागानं फुलला होता. अचानक त्यांची मुद्रा बदलू लागली.

गुरुशरण यांनी त्यांना हलकंसं थोपटलं व त्यांची आकृती धूसर दिसू लागली.

गुरुशरण जाग्या झाल्या, त्या आपल्या नेहमीच्या खोलीतच होत्या.तेव्हा पहाटेचे चार वाजले होते.पक्ष्यांची किलबिल ऐकू येत होती, घड्याळाची टिक टिक चालू होती, सगळीकडे शांतता होती. पण डॉ. सिंग चुळबुळ करत होते.

''ह्यात काही नवल नाही.'' त्या पुटपुटल्या.

वास्तवापेक्षा खूपच वेगळं आणि धक्कादायक स्वप्न होतं हे! मनमोहन सिंग यांना आपण मंत्रिमंडळावर वचक दाखवणारे महाबली आहोत असं स्वप्न पडणं... किती निरर्थक कल्पना होती ही!

नोकरांच्या घरातील कुत्र्याच्या केकाटण्याने, गुरशरण भानावर आल्या. त्यांना सध्याचं कटु वास्तव डाचत होतं. राजकारणी लोक व प्रसारमाध्यमं यांनी डॉ. सिंग यांचं बाहुलं केलं होतं. लेखकांनी डॉ.सिंग यांच्यावरच्या उपहासात्मक विनोदांचं थैमान घातलं होतं. स्तंभलेखकांना विचारपूर्ण, उपदेशात्मक संपादकीय लेखांच्या ऐवजी शब्दांच्या लाथा मारायला एक फुटबॉल मिळाला होता. उच्चभ्रू समाजापासून खालपर्यंत कुणीही डॉ. सिंग यांना विनोदासाठी बाकी ठेवलं नव्हतं. त्यांच्या अभ्यासू प्रतिमेवरच्या नर्मविनोदापासून त्यांनी स्वीकारलेल्या मौनावर आचरट उक्तींपर्यंत विनोदाचे सर्व प्रकार विविध माध्यमांवर झळकत होते.

परिस्थिती ह्या थराला का गेली? नव्वदच्या दशकात डॉ. सिंग हे आर्थिक सुधारणांचे पिता म्हणून गौरवले जात होते. त्यांचा हा अधःपात फार झपाट्यानं झाला. हेही, एक स्वप्न; जरा वाईटच स्वप्न होतं का? ते कळायला एकच मार्ग होता. गुरशरणनी पलंगाशेजारच्या टेबलाच्या खणातून पवित्र दंड बाहेर काढला आणि त्यावरून हात फिरवला.

''सगळं ठीक आहे ना?'' डॉ.सिंग यांनी अर्धवट डोळे उघडून विचारलं.

''नाही... अजिबात नाही.'' असं म्हणून त्यांनी डॉ. सिंग यांच्याकडे पाहिलं. ''तू हे सगळं का सहन करतोस मन्नू?'' त्यांच्या डोळ्यातला राग जाऊन अश्रू उभे राहिले.'' तुला माहिती आहे तुला ते काय म्हणतात? उगाच उदो उदो झालेला अर्थतज्ज्ञ आणि निरुपयोगी राजकारणी! हे मला अजिबात सहन होत नाही.''

'' ते केवळ अर्धसत्य आहे...'' डॉ. सिंग पुटपुटले.

गुरशरण निराश स्वरात म्हणाल्या, ''मग तू हे सगळं सोडून का देत नाहीस? असे धक्के खात राहण्यात काय अर्थ आहे? सध्या सगळीकडे लोक विनोद करत आहेत की, तुझं नाव अपघातानं कॅबिनेटमधून वगळलं, पण तरी कुणाला कळलंच नाही.''

यावर डॉ. सिंग यांनी फक्त पापणी हलवली.

''हा काय विनोद आहे?'' गुरुशरण ओरडल्या. त्या बराच वेळ नवऱ्याकडे बघत राहिल्या आणि तेही निर्विकारपणे बघत होते. शेवटी हातात गोल फिरवत असलेला पवित्र दंड टेबलावरून खाली पडला आणि गुरशरण भानावर आल्या.

पहाट झाली. पक्ष्यांचा किलबिलाट एव्हाना बराच वाढला होता. त्या म्हणाल्या, ''मी चहा करते व पेपर आणते.''

एका मिनिटात त्या परत आल्या. टाइम्स ऑफ इंडियाची प्रत त्यांच्यापुढे टाकून त्या उपहासाने म्हणाल्या, ''अभिनंदन डॉ. सिंग, तुम्हाला निकम्मा, कमकुवत, पाळीव कुत्रा, बाहुला इथपर्यंत विशेषणं ठीक होती. पण आता ते तुम्हाला 'चोर' म्हणतात?...'' त्या संतापल्या होत्या.

वर्तमानपत्रात मुख्य मथळा होता ''कोळसा वाटप प्रकरणातल्या महत्त्वाच्या कागदपत्रांची फाईल गायब, पंतप्रधान चोर आहेत. विरोधकांची टीका.''

यावर डॉ. सिंग यांनी डोळे किंचितच मोठे केले.

***

कोळसावाटप प्रकरणाच्या हरवलेल्या फाईल्सनी सरकारची चांगलीच भंबेरी उडवली. कोळसा, वीज पुरवठा आणि वित्त विभागातील वरच्या बाबू लोकांना चक्क अर्धा दिवस खरोखर काम करावं लागलं... फाईल शोधणे!

कपाटांमध्ये, गालिच्याखाली, सोफ्याच्या कव्हर्समध्ये, खिडकीच्या पडद्यांमागे... कुठेकुठे ही शोध मोहीम चालू होती. लोकसभेच्या सकाळच्या सत्रात विरोधकांनी धुमाकूळ मांडला. राखेसारखा निस्तेज चेहरा घेऊन, श्रीप्रकाश जयस्वाल उठले व त्यांनी भाषण करायला सुरुवात केली.

''आम्ही सगळीकडे शोधलं, पण कोळसाखाणींचे कागदपत्र गायब आहेत.'' त्यांनी चाचरत सांगितलं. आम्ही गूगलवर शोधलं. मी आणि सीबीआय डिरेक्टर रात्रभर जागे होतो. गूगल सर्चच्या ३५० पानांपर्यंत ''कोळसा खाणींच्या फायली गेल्या तरी कुठे?'' असा शोध घेऊनही कागदपत्रे सापडली नाहीत.

''हे शोधताना आम्हाला खूप विनोदही सापडले. थोरियम, लोखंडाच्या खाणी आणि कोळसा घोटाळ्यानंतर पिरिऑडिक टेबलची रचना घोटाळ्यांच्या व्याप्तीनुसार बदलावी लागेल.'' दुसरा विनोद: ''डॉ. मनमोहनसिंग 'कोयला २' मध्ये मूक हीरोची भूमिका करणार!'' अशा अनेक गोष्टी गूगलवर होत्या, पण हरवलेल्या कागदपत्रांची काहीच सुगावा लागला नाही.

कोळसामंत्र्यांनी आपलं भाषण कसंबसं संपविलं. त्यांच्यावर विरोधी पक्ष तुटून पडला. सगळे जण सभापतींच्या कक्षाभोवती जमा झाले. पंतप्रधानांनी या प्रकरणावर लोकसभेत भाष्य करावं, असा त्यांनी आग्रह धरला.

''त्या बिचाऱ्या माणसाला सोडून द्या हो.'' संसदीय कामकाजमंत्री राजीव शुक्ला विरोधीपक्षनेत्या सुषमा स्वराजना म्हणाले, ''तुम्ही त्यांना का बोलायला लावता? सुषमाजी, तुम्हाला काय मिळणार आहे त्यामुळे?''

''आम्हाला त्याची पर्वा नाही! ते देशाचे पंतप्रधान आहेत.'' सुषमा स्वराज दातओठ खाऊन ओरडल्या, ''आम्हाला त्यांचं म्हणणं ऐकायचं आहे. दोन वर्षांत आम्ही लोकसभेत त्यांचा आवाजही ऐकला नाही. आम्ही असं ऐकलं आहे की माहितीच्या अधिकाराखाली एक अर्जही दाखल झाला आहे.'' सरकार टाळतं

आहे पण आम्हाला पंतप्रधानांचा आवाज ऐकायचाय. ''ऐसे केसे चलेगा?''

राजीव शुक्लांनी, सुषमा स्वराज यांच्या आरडाओरड्यामुळे कान फुटू नयेत म्हणून कानात ध्वनि-विरोधक 'हेडफोन्स' घातले.

असं वाटत होतं, की पंतप्रधानांना या पावसाळी सत्रात आपल्या स्वरयंत्राचा उपयोग करावा लागणार!

✳✳✳

डॉ. सिंग १२ व्या पंचवार्षिक योजनेवर काम करत ऑफिसमध्ये बसले असताना, १० जनपथवरून फोन आला.

''हॅलो, डॉ. सिंग कसे आहात?'' अहमद पटेल म्हणाले.

… शांतता …

''डॉ. सिंग, विरोधी पक्षाचं असं म्हणणं आहे की, कोळसा-वाटपाच्या हरवलेल्या फाईलबाबत तुम्ही लोकसभेत स्पष्टीकरण करावं. नाहीतर ते सभागृह डोक्यावर घेतील आणि कामकाज बेमुदत बंद पाडतील.''

अहमदनी प्रतिक्रियेची वाट पाहिली. काहीच उत्तर आलं नाही तेव्हा ते पुढे म्हणाले, ''मला माहित आहे, फायलींवर सह्या केल्या एवढं सोडलं तर तुमचा या प्रकरणाशी काहीच संबंध नाही. पण पंतप्रधान म्हणून तुम्ही कशाही चार ओळी बोला. उर्दू शायरी वगैरे काहीतरी घाला. अशा कवित्वाचा महिलांवर हळुवार प्रभाव पडतो, म्हणजे असं की सुषमा स्वराज्य तुमच्याबाबतीत जरा सौम्य होतील..ठीक आहे ना? विरोधकांनी अजून काही गडबड केली तर, मणिशंकर अय्यर यांना त्यांच्यावर सोडू.''

अहमदने परत पॉज घेतला. डॉ. सिंगकडून उत्तर ऐकण्यासाठी त्यांनी फोन कानाच्या जवळ नेला. किमान डॉ. सिंग यांच्या श्वासाचा आवाज तरी अपेक्षित होता, पण व्यर्थ...! ''हं, ठीक आहे, या शुक्रवारी साप्ताहिक बैठकीला भेटू''

असं म्हणून त्यांनी फोन ठेवला.

डॉ. सिंग यांनी रिसिव्हर ठेवला आणि ते शून्य नजरेनं भिंतीकडे पाहू लागले. क्षणार्धात त्यांनी फाईल उचलली व ते ऑफिसला जायला निघाले.

ड्रायव्हरने गाडीचं दार उघडलं, गाडीत बसल्यावर गाडीत रेडिओचं बटण दाबलं आणि गाणी वाजू लागली.

''चोरी किया रे, दिल दे, दिला दिया रे.''

''चुरा लिया है मैने.''

''चोरी पे चोरी, चोरी पे चोरी, हाथ पकडके...''

लोकसभेच्याबाहेर गाडी उभी केली तेव्हा डॉ. सिंगच्या चेहऱ्यावर विषादाची किंचित छटा दिसू लागली.

सभागृहात विरोधी पक्षाने गोंधळ सुरू केलाच होता. डॉ. सिंगनी सभागृहात प्रवेश करताच विरोधक चेकाळून ओरडू लागले. राजीव शुक्लांनी त्यांच्याकडे येऊन अभिवादन केलं. ''सुप्रभात सर! तुमचा हात खूप गरम लागतोय. तुम्हाला बरं वाटत नाही का? काळजी करू नका, आजचा दिवस तुम्ही नक्की गाजवणार!'' असं म्हणून त्यांनी डोळे मिचकावले. डॉ. सिंगनी शुक्लांकडे क्षणभर नजर टाकली आणि ते आपल्या जागेकडे गेले.

''बैठ जाइये! बसा, शांत व्हा'' सभागृहाच्या अध्यक्षा खासदारांना शांत करत म्हणाल्या, ''डॉ.सिंग आता सभागृहाला उद्देशून भाषण करणार आहेत.''

या वाक्यानंतर तर अजूनच गोंधळ वाढला. अर्थात त्याचा काहीच परिणाम डॉ. सिंग यांच्यावर झाला नाही. सत्ताधारी पक्षाचे सभासद आणि त्यांच्या अगदी जवळ बसलेल्या सदस्यांनीही कानाला हेडफोन लावले. त्यांनी लोकसभा अध्यक्षांना अभिवादन करून भाषणाला सुरुवात केली. ''अध्यक्ष महोदया, आपल्या परवानगीनं मी आता सभागृहाचं सगळं लक्ष वेधून घेणाऱ्या ह्या विषयातली खरी हकीकत सांगू इच्छितो.''

तेवढ्यात लोकांनी ओरडायला सुरुवात केली. कुणीतरी म्हणालं, ''पीएम चोर

है।'' मग जोरात आवाज सुरू झाला, 'पीएम चोर है।'

तरीही डॉ. सिंग यांनी काही मिनिटं शांतपणे भाषण चालू ठेवलं. त्यांचं कोणीही ऐकत नव्हती. अचानक, त्यांच्या उजव्या खांद्यातून धूर येऊ लागला. त्यांचं शरीर थरथरू लागल; आधी हळूहळू आणि मग जोरजोरात हलू लागलं. त्यांच्या शरीरातून अंगार बाहेर येऊ लागला. डाव्या हातानं त्यांनी टेबलावरचा पेपरवेट पकडला आणि त्याचे तुकडे तुकडे केले. त्यांच्या हातावर आणि खांद्यावर नेसत्या वस्त्रांनी पेट घेतला. जवळ बसलेले सदस्य स्तंभित झाले. डॉ. सिंगनी रागानं मूठ आपटली आणि टेबल तुटलं.

सभागृहात शांतता पसरली. आधी जिथे पंतप्रधान होते तिथे बदला घेणारं भूत पाहिल्यासारखे सर्व सभासद घाबरले आणि इकडे तिकडे पाहू लागले.

''लोकशाहीच्या मंदिरात असं कुणी कसं वागू शकतं? इतर कुठल्याही देशात पंतप्रधानाला असं चोर ठरवलं जातं का? तुम्ही लोकच सभागृहाच्या कामकाजात अडथळा आणत आहात आणि आम्हाला प्रशासन शिकवताय? मी काही इथे कोळसा खाण फायलींचा राखणदार म्हणून काम करत नाही. तुम्ही सगळे खड्ड्यात जा.''

संपूर्ण पाच मिनिटं डॉ. सिंगच्या तोंडातून आग बाहेर पडत होती आणि समोर असेल ते भस्मसात होत होतं. त्यांचा रुद्रावतार पाहून, सभापतींच्या जवळचे खासदार टेबलाच्या आड लपले, शेवटच्या बाकांवर बसलेल्या काही लोकांनी मागे धाव घेतली. जे खासदार उभे होते त्यांनी अगतिकपणे एकमेकांकडे पाहिलं आणि मागच्या मागे पळ काढला. अर्थात नंतर ते असंच सांगणार होते की, ''आम्ही पळून गेलो नव्हतो, आम्ही निषेध व्यक्त करून सभात्याग केला.''

इकडे सभागृहात कमालीची शांतता पसरली, अजूनही थरथरणारे सत्ताधारी सदस्य डॉ. सिंग यांच्याकडे जपून बघत होते. पंतप्रधानांनी टेबलावरचे आपले कागद नीट गोळा केले आणि ते परत ध्यानस्थ झाले.

✳ ✳ ✳

त्या दिवशी रात्री, गुरुशरण यांनी टीव्हीवर दिवसभराचा लोकसभेचा वृत्तांत पाहिला आणि त्या चकितच झाल्या. तेवढ्यात डॉ. सिंग आले. त्यांचा सफारी सूट विविध ठिकाणी फाटला होता. त्यांनी बूट काढले. बॅग जागेवर ठेवली. गुरुशरण त्यांच्याकडे आश्चर्याने बघतच राहिल्या, पण डॉ. सिंग बेडरूममध्ये शिरले आणि त्यांनी स्वतःला खोलीत कोंडून घेतलं.

११

गुजराथच्या सिंहाचा उदय

सप्टेंबर २०१३

'उठा!'

'अं... पाच मिनिटं झोपू देत ना.'

'अहो, साडेसहा वाजलेत, उठा!'

राजनाथसिंग अखेर नाईलाजाने उठले व वैतागून बायकोकडे पाहू लागले. त्यांच्या डोळ्याभोवतीची काळी वर्तुळं उठून दिसत होती.

'तुमचे डोळे बघा एकदा आरशात! किती वाईट दिसतात.' काळजी व राग यांचं मिश्रण असलेल्या स्वरात ती म्हणाली.

राजनाथसिंग यांनी पक्ष्याध्यक्ष म्हणून पद स्वीकारल्यानंतरची ती २४५ वी रात्र होती, दररोज उशीर होत असे. कित्येक दिवस हेच चाललं होतं. चहा, भजी, जिलेबी यावर अहोरात्र बैठका चालूच

होत्या. पक्षाकडून पंतप्रधानपदासाठी कोण यावर संघ परिवारातील अनेक गटांमध्ये उहापोह चालू होता. खरं तर त्यांची तब्येत साखर वाढल्यामुळे बिघडली नव्हती. गेले सहा महिने, पंतप्रधानपदाच्या उमेदवारासाठी उलट-सुलट चर्चा चालू होती तरीही एकमत होत नव्हतं हेच त्यांची तब्येत बिघडण्याचं खरं कारण होतं.

राजनाथ यांच्या डोक्यावरचे केस उडून बरीच वर्ष झाली होती. डोक्यावर काहीच शिल्लक नसल्याने त्यातल्या त्यात एक चिंता कमी झाली होती.

नरेंद्र मोदींना गुजराथ विधानसभेत दणदणीत बहुमत मिळालेलं पाहून संघ परिवाराने, पंतप्रधान पदासाठी त्यांच्या नावाचा हट्ट धरला होता. पक्षातील सर्वोच्च निर्णयकर्त्यांचं मत मोदींच्या बाजूनं वळवायचं लहान काम फक्त बाकी होतं.

राजकीय वारसा ठरवण्याच्या बाबतीत हा पक्ष नेहमीच घराणेशाहीपेक्षा गुणवत्तेला जास्त महत्व देतो असा भाजप अभिमान बाळगत असे. पण वस्तुस्थिती ही होती की हा भगवा पक्षही इतरांपेक्षा फार वेगळा नव्हता. भाजपाच्या वर्तुळात इतर राजकीय पक्षांपेक्षा काही वेगळं चित्रं नव्हतं.

राजनाथ सिंग यांच्या नजरेखाली भाजपच्या पंतप्रधानपदाच्या दावेदारीसाठी ही रस्सीखेच चालू होती. शर्यत चालूच होती. आगाथा ख्रिस्तीच्या कादंबऱ्यांसारखी, हळू पुढे सरकणारी, कधी-मधी वळणं घेणारी, अगणित संशय असलेली, अनेक निरर्थक उपकथा असलेली आणि शेवटच्या प्रकरणापर्यंत काय होणार हे न समजणारीच ही पंतप्रधानपदाची शर्यत होती.

पंतप्रधानपदाच्या उमेदवार ठरवण्यासाठी नवनवीन नावं घेतली जात होती. अडवाणींनी प्रत्येकवेळी कुणाचं कौतुक केलं की अनेक अफवा पिकायच्या आणि गोंधळ सुरू व्हायचा. नेते मंडळी एकमेकांकडे जाऊन चहा आणि भज्यांसमवेत चर्चेची दुसरी फेरी पार पडत असे. राजनाथ सिंगनी एखाद्या नेत्याला नमोकडे वळवल्यावर, तो परत अडवाणींची वारेमाप स्तुती करू लागे. म्हणजे पुनःसगळं जागच्या जागीच! नमोच्या नावावर शिक्कामोर्तब झालं... झालं... झालं..असं म्हणेस्तोवर पारडं दुसरीकडे झुकत होतं. हे असं चार महिने चालूच होतं.

अतीव निराशेच्या क्षणी राजनाथना असंही वाटून गेलं, की भाजप काँग्रेससारखाच

पक्ष असता तर... आज तिथे वाजपेयींचा जावई उपस्थित असता आणि त्याचं नाव पंतप्रधानपदासाठी आलं असतं, तर ते लगेच घोषित करता आलं असतं! काही वेळा राजनाथना वाटायचं की सरळ निवडणूक आयोगाला पत्र लिहून सांगावं, अजून पाच वर्षांनी निवडणूका घोषित करा किंवा बेमुदत पुढे ढकला! तोपर्यंत उमेदवाराबाबत आमचं एकमत होईल. असं झालं असतं तर अनेक खासदारांनी त्यांना मनापासून पाठिंबा दिला असता. भाजप तब्बल नऊ वर्ष सत्तेत नव्हता. सभात्याग करायचा किंवा सभापतींना घेरायचं हे सोडून सत्तेवर येऊन सरकार व्यवस्थित चालवून देशाच्या उपयोगी पडणं ह्या कल्पनेनंच अनेक भाजप नेत्यांना घाम फुटला. एक ब्रिटिश म्हण आहेच, सत्ता माणसाला भ्रष्टाचारी बनवते आणि संपूर्ण सत्ता संपूर्ण नाश करते. पण इथे अजिबात सत्ता नसणं हे सुद्धा संपूर्ण भ्रष्टाचाराचं कारण ठरत होतं.

अखेर चर्चांच्या १२३४ फेरी झाल्यावर, नरेंद्र मोदी अणि पंतप्रधानपद यात एकच अडथळा उरला होता: लालकृष्ण अडवाणी आणि त्यांच्या अनुयायी सुषमा स्वराज! राजनाथसिंगनी पितामह भीष्मांकडून ह्या किंवा त्या बाजूनं निर्णय घ्यायचाच असा निश्चय केला. अखेर, तो निर्वाणीचा क्षण येऊन ठेपला.

''आजही तुमचं काही ठरलं नाही, तर घरीच येऊ नका.'' राजनाथ यांची पत्नी टेबलावर चहाचा कप ठेवताना खेकसली.

''काळजी करू नकोस माझे आई! आज नक्की ठरणारच!'' त्यांनी अनिश्चितपणे उत्तर दिलं.

स्मृती इराणी तिकडे सुषमा स्वराज यांच्या घराच्या वाटेवरच होत्या. त्यांच्यातला वाद केवळ भारताच्या पंतप्रधानपदाबद्दल नव्हता. पारंपरिक वेश घातलेल्या 'मांग मे सिंदूर' लावलेल्या, डोळ्यात काजळ घातलेल्या पवित्र भारतीय नारीचा आदर्श भाजप मध्ये कोण मिरवणार ह्यावरही त्यांच्यात स्पर्धा होती! एकीकडे भावपूर्ण वक्तृत्वाने विरोधकांना निष्प्रभ करणाऱ्या सुषमा स्वराज तर, दुसरीकडे कौटुंबिक मालिकेतून प्रेक्षक महिलांमध्ये अपराधी भावना निर्माण करणारे सुनेचे संवाद

लीलया फेकणाऱ्या स्मृती इराणी! एकीकडे पंजाबी ठेक्याच्या देशभक्तीपर गाण्यांवर आवेशाने पावले थिरकणाऱ्या सुषमा स्वराज तर दुसरीकडे अंताक्षरीमध्ये कुणाला हार न जाणाऱ्या स्मृती इराणी!

तेवढ्यात राजनाथसिंगना अडवाणींचा संदेश मिळाला आणि त्यांचा चेहेरा पांढरा फटक पडला.

प्रिय राजनाथ,

तुझी ही कामं हाताळण्याची पद्धत पाहून मला फक्त नैराश्यच येऊ शकतं. मी तुला कधीपासून सांगतोय, की विधानसभेचे निकाल लागेपर्यंत पंतप्रधानपदाचा उमेदवार, ठरवण्याची घाई करू नको. पण तू माझा जाणता सल्ला ऐकत नाहीस. पंतप्रधानपदाचा उमेदवार घोषित करायची इतकी घाई का आहे?

राहुल गांधी काँग्रेसचं नेतृत्व करणार आहेत, हे लोकांना कळणं पुरेसं नाही का?

मी आज संसदीय मंडळाच्या बैठकीला येणार नाही. आपला पक्ष कुठे चालला आहे यावर चिंतन करायला मी जात आहे. आता प्लीज. मला फोन करू नकोस.

तुझा दुखावलेला...

लाल.

तळटीप : पक्षाच्या इतर सर्व पदाधिकाऱ्यांना ह्या पत्राची प्रत पाठवली आहे.

***

दिल्लीच्या नैऋत्येस नऊशे कि.मी. अंतरावर गुजराथचे मुख्यमंत्री आपल्या साध्याशा ऑफिसमध्ये संगणकासमोर विचारमग्न अवस्थेत बसले होते. सॉलिटेअरचा पत्त्यांचा डाव जिंकण्याची त्यांची ही पंधरावी वेळ होती. ते रात्रीपासून राजनाथ सिंगच्या फोनची वाट पाहत होते पण अजून फोन आला

नव्हता. ‘जी-मेल’वरचं भविष्यही काही समाधानकारक नव्हतं; त्यात लिहिलं होतं, ‘आज असाच बेकार दिवस दिसतोय!’.

राजनाथ सिंगना फोन करावा का, या विचारात ते गढले होते. का अजून वीस मिनिटं थांबावं? असा विचार करून, त्यांनी सॉलिटेअरचा पुढचा डाव मांडला.

अमित शहाने आत येऊन त्यांच्या चिंतनात व्यत्यय आणला.

‘‘साहेब, तुम्ही सांगितल्याप्रमाणे हलदीरामकडून ढोकळा व चहा मागवला आहे.’’

‘‘आज काही नको अमित. मी खूप कामात आहे.’’

‘‘ओके साहेब.’’ शहा म्हणाले आणि रूममधून बाहेर गेले. मोदींना राहवेना; त्यांनी राजनाथसिंगना फोन लावला.

‘‘वंदे मातरम, राजनाथजी. आज येऊ का?’’ ते म्हणाले.

‘‘जय श्रीराम मोदीभाई! अजून काही गोष्टी निस्तरत नाहीत. मी तुम्हाला नंतर फोन करतो.’’ मोदींना कानात रहदारीचा आवाज ऐकू आला.

‘‘राजनाथजी, तुम्ही,आता कुठे आहात?’’

‘‘मी आत्ता जेटलींकडे चाललो आहे. पण आत्ताच कळलं, की ते माझ्याकडे यायला निघालेत. मग आम्ही आंध्र भवनमध्ये नाश्त्यासाठी भेटायचं ठरवलंय.’’

‘‘अरे भाई, तुम्ही लोक आधुनिक तंत्रज्ञान; व्हाट्स ॲप वगैरे कधी वापरणार? म्हणजे असा गोंधळ होणार नाही. असो... काय चाललंय तुमचं?’’

‘‘अडवाणींनी संसदीय समितीच्या बैठकीला यायला नकार दिलाय. कुणालाच काही कळत नाही की, त्यांच्या मनात काय आहे. सगळेजण खूप वैतागले आहेत... ऐका, मी तुम्हाला परत फोन करतो...की करू नको? हे भगवान, ही माझी परीक्षा थांबव आता.’’ राजनाथ पुरते वैतागले आणि त्यांनी फोन बंद केला.

मोदी आपल्या फिरत्या खुर्चीत रेलून बसले व दाढी कुरवाळत विचार करत होते, की आत्ता अडवाणींच्या मनात काय विचार येत असतील?

एका मिनिटातच त्यांनी सरळ होऊन आपला लॅपटॉप पुढे ओढला, त्यांनी एक सुरक्षित साइट उघडली; भराभर काहीतरी टाइप केलं, त्यांची बोटं कीबोर्डवर फिरू लागली आणि पापणी मिटायच्या आत, पडद्यावर बराच मजकूर, आकडे आणि खास चिन्हे दिसू लागली. इतक्या वेगानं संगणकाचा पडदा बदलत होता की कुणालाच वाचता येऊ नये! मग त्यांनी छानपैकी जांभई दिली अणि कीबोर्डवरचा उजवा हात काढून स्वत: बनवलेल्या मसाला चहाचा आस्वाद घेतला. अर्थात टायपिंगचा वेग काही कमी झाला नव्हता. थोडं काम झालं आणि काही मिनिटातच, एक दीर्घ श्वास घेऊन ते समाधानाने हसले.

आता संगणकावर एकावेळी चार प्रतिमा दिसत होत्या. पहिल्या प्रतिमेत एक आरसा होता, दुसरीमध्ये कुणी तरी पलंगावर झोपलेला होता, तिसरीमध्ये डायनिंग टेबल व चवथ्या प्रतिमेत एक संगणक दिसत होता. प्रत्येक प्रतिमेवर कॅमेरा१, कॅमेरा २, कॅमेरा ३, कॅमेरा ४ अशी शीर्षके होती. ठेपले खाता खाता, मोदी खुर्चीत रेलून लक्षपूर्वक पाहू लागले. संगणकाचं घड्याळ पुढे जात होतं पण पडद्यावरचं दृश्य तेच होतं. ठेपले संपले आणि त्यांचा संयमही संपला. मोदींची मुद्रा ध्यानमग्न झाली व ते स्क्रीनकडे पाहू लागले. त्यांनी कीबोर्डवरची एक कळ दाबली.

कोंबडा आरवल्याचा आवाज आला. मोदींनी परत ती कळ दाबली. कोंबडा परत आरवला. दुसऱ्या प्रतिमेतल्या पलंगावर काही तरी हालचाल दिसू लागली. एल.के. अडवाणी उठले, त्यांनी जांभई दिली. आळोखेपिळोखे दिले, अडवाणी पहिल्या प्रतिमेत घुसले. तिथे त्यांनी जोरात दात घासले. थोड्या वेळानं तिसऱ्या प्रतिमेत त्यांनी स्वत: सँडविच बनवलं आणि मग ते आपल्या कॉम्प्युटरकडे वळले.

मोदींनी संगणकावर काही ओळी घाईने टाईप केल्या. आता विंडोजचा डेस्कटॉप पडदा दिसू लागला पण तो मोदींचा संगणक नव्हता. मोदींनी चहाचा घोट घेतला व उत्सुकतेने ते पाहू लागले. अडवाणींच्या संगणकाचा कर्सर अत्यंत सावकाश पडद्यावर फिरत होता आणि डाव्या कोपऱ्यातल्या 'क्रोम' आयकॉनवर जात होता.

मोदी कर्सरला म्हणाले, 'चल, लवकर चल!'

अडवाणींनी ब्लॉगर डॉट कॉम साईट उघडली, 'लाल' हे नाव टाकलं. नंतर चार

अक्षरी पासवर्ड टाकला... ब्लॉगरचं लिहायचं पान उघडलं. माउस 'न्यू पोस्ट' वर स्थिर झाला. ब्लॉगच्या शीर्षकस्थानी काय उमटतं आहे हे पहायला मोदी संगणकाच्या अगदी जवळ गेले.

''नरेंद्र मोदी.... अनर्थकारी पंतप्रधान होतील कारण...?'' मोदींनी अडवाणींचं शीर्षक वाचलं

''मा जगदंबा!'' मोदींना रडूच कोसळलं.

***

दिल्लीत, अडवाणींचा संदेश आणि मोदींनी उघड लेला त्यांचा ब्लॉग यामुळे बराच गोंधळ उडाला होता. दिल्लीतले नेते परत एकदा भेटीगाठींसाठी धावपळ करू लागले. राजधानीतले सर्व नेते आणि त्यांचा लवाजमा एकाच वेळी रस्त्यावर उतरल्यामुळे दिल्लीच्या रस्त्यावर रहदारीची प्रचंड कोंडी झाली. फोनची नेटवर्कस् बंद पडायला लागली.

दुसरीकडे सुषमा स्वराज आणि स्मृती इराणी यांच्यात आधुनिक राजकारणाच्या इतिहासातलं एक खिळवून ठेवणारं नाट्य रंगलं होतं. त्या एपिसोडमध्ये फक्त भावनेला हात घालणारं पार्श्वसंगीत आणि जाहिराती नव्हत्या. दोन्ही रणरागिणी लढाईसाठी कपाळावर शेंदरी बिंदी, भांगात सिंदूर, डोळ्यात काजळ आणि लाल साडी अशा अवतारात पूर्णपणे सज्ज होत्या.

''शी! ... तुझं आडनावच विदेशी आहे. आणि तुला माहिती आहे, मला परेदशी लोकांबद्दल किती तिटकारा वाटतो'' दात ओठ खात सुषमा स्वराज गरजल्या. राजकीय विश्लेषकांनी ह्याचं ''स्वराज वि. इराणी यातील महान लढा'' असं वर्णन केलं असतं.

''पण सुषमाजी ते खरं नाही. माझं आडनाव इराणी आहे पण, मी अर्धी बंगाली आणि अर्धी पंजाबी आहे. मी अगदी माझ्या 'तुलसी' या व्यक्तिरेखे-सारखीच

आहे.'' स्मृती इराणी लगेच उत्तरल्या,

''तू मला एक तरी कारण सांग. मी तुला रस्ता का मोकळा करून देऊ?'' ज्येष्ठ नेत्या स्वराज म्हणाल्या.

स्मृतीने क्षणभर पॉज घेतला आणि तिने सुषमाजींकडे स्लो मोशनमध्ये तीनदा टीव्हीतल्या नायिकेप्रमाणे मान वळवली. अत्यंत मृदू आणि भावनाशील आवाजात, तिनं ते अत्यंत प्रभावी वाक्य टाकलं, ''क्यूं की सांस भी कभी बहू थी, सुषमाजी.'' पापण्यांची फडफड करून त्यांनी ह्या वाक्याला अधिकच वजन आणलं.

त्याच क्षणी वयानं लहान अशा आपल्याच आवृत्तीकडे बघत चेहरा उतरलेल्या सुषमाजींना कळून चुकलं की त्यांचा काळ संपत आला, नवी पिढी वर येत आहे !

***

तिकडे गांधीनगरमध्ये, मोदी ऑफिसमध्ये अस्वस्थपणे येरझाऱ्या घालत होते. आता तरी संकट टळलं होतं. त्यांनी लगेच हालचाल करून भाजपाच्या आय.टी. विभागाला सांगून अडवाणींचा ब्लॉग दिवसभर अडवून ठेवायला सांगितलं. सुदैवानं अडवाणींना फेसबुक व ट्विटर दोन्ही आवडत नसल्याने, त्यांची निराशा सामाजिक माध्यमांवर व्यक्त होण्याची शक्यता कमी होती.

पण आता खूप झालं होतं! हा गोंधळ किती महिने चालणार होता? आज राजनाथ सिंगांनी अडवाणींचं मन वळवलं नसतं तर निर्णय आणखीच लांबला असता. बघू... बघू असं म्हणत इतके दिवस लांबला असता की एखाद्या दिवशी पंतप्रधानपदाचा उमेदवार नाही तर, विरोध पक्ष नेता निवडायची वेळ आली असती.

तेवढ्यात राजनाथ सिंह यांचा फोन आला आणि त्यांनी हताशपणे सांगितले, ''परिस्थिती आता आटोक्याच्या बाहरे गेलीय. आता ते माझ्याशी बोलतसुद्धा

नाहीत. मला कळतच नाही काय करू? आता तुम्हीच काही तरी करा मोदीभाई.'' मोदी सर्द झाले. बंद झालेल्या फोनकडे त्यांनी लक्षपूर्वक पाहिलं. ते शांतपणे आपल्या टेबलासमोर भिंतीवर लावलेल्या सरदार वल्लभभाई पटेलांच्या तैलचित्राकडे गेले. आपल्या आदर्श नेत्यासोबत त्यांनी काही क्षण घालवले... व त्यांचा निर्णय झाला.

***

संसदीय समितीच्या बैठकीला दोन तासांचा अवधी होता. अडवाणी गंभीर मुद्रा करून घरीच बसले होते. सकाळी आपला ब्लॉग साइटवर टाकणार तेवढ्यात त्यांचं इंटरनेट बंद पडलं. सगळा दिनक्रमच विस्कटला. शेवटी वर्तमानपत्रं उचलली. सगळीकडे मोदींचे फोटो झळकत होते. त्यांनी वैतागून पेपर कचऱ्याच्या टोपलीत टाकले. टी.व्ही.लावला, तर प्रत्येक चॅनेलवर परत 'नमो'च्या बढतीच्याच बातम्या ! शेवटी त्यांनी बातम्या बंद केल्या आणि 'एचबीओ' लावलं... तिथेही ''फाइंडिंग नमो'' पाहिल्यावर त्यांच्या तोंडातून वेदना उमटल्या, त्यांनी टीव्हीची वायर खसकन खेचून बाहेर काढली आणि सोफ्यावर जाऊन बसले.

खूप तास गेले तरी अडवाणी घरातल्या कोचावर बसूनच होते. करण्यासारखं काहीच नसल्याने, शांत बसून होते. सकाळपासून परत परत फोन करणाऱ्या राजनाथसिंगना भरपूर ओरडून झालं होते. तेवढ्यात पुनः फोन वाजला.

''हॅलो, अडवाणीजी?''

''मी, तुला किती वेळा सांगितलं, मला तुझ्याशी बोलायचं नाही.''

''मी नरेंद्र बोलतो आहे.''

अडवाणी एक दोन मिनिटे गप्प होते. नंतर ते म्हणाले, ''काऽ नरेंद्र? काऽ? मी वाजपेयींसाठी खिलाडू वृत्तीने वाट मोकळी करून दिली होती. तुझं मन माझ्यासाठी

असं मोठं का होत नाही?''

''अडवाणीजी, ऐका तर माझं...''

''नाही तू ऐक, तुम्ही मुलं इतकी अधीर आहात. काय सांगायचं! तू आत्ता फक्त त्रेसष्ठ आहेस.राजकीय जीवनाची आता कुठे सुरुवात झाली आहे! भविष्यात उज्वल कारकीर्दीसाठी किती तरी वेळ तुझ्या हातात आहे, तुला वरच्या पदावर जायची एवढी घाई का?''

क्षणभर पॉज घेण्याची वेळ आता मोदींची होती. आणि मोदी म्हणाले, ''डिंग डाँग!''

''काय?''

''तुमच्या दारात कोणीतरी आहे'' अडवाणी गोंधळले,

''तुला कसं..?''

''मी तुमच्यासाठी काही तरी पाठवलंय, प्लीज, ते बघून घ्या. मी फोनवर आहे.''

पाच मिनिटांनी मोदींनी जे पाठवलं होतं, त्याकडे बघत अडवाणी एखाद्या लहान मुलासारखे रडत होते. त्यांनी थरथरत्या हातानं फोन उचलला,

''आय ॲम सॉरी नरेंद्र... मला माहित नव्हतं.'' त्यांना भरून आलं.

''तुम्हाला माफी मागायची काहीच आवश्यकता नाही.'' मोदी सौम्यपणे म्हणाले.

त्यानंतर ते दोघे बराच वेळ बोलत राहिले. एक महर्षी आणि त्यांचा पट्टशिष्य यांच्यातलं नातं पुनर्जीवित झालं. गेली कित्येक वर्षं कुठल्याही प्रश्नावर कधीच त्यांचं पटलं नव्हतं, पण ही वर्षं आता पुसून गेली होती. एक तास उलटल्यावर मोदी म्हणाले, ''तुमचा माझ्या नावाबाबतचा विरोध मावळला आहे असं मी समजू का?''

''अर्थातच बेटा, तुला माझा आशीर्वाद आहे.'' त्यांना भरून आलं, त्यांचा गळा दाटून आला.

''मी तुमच्या पाया पडल्याचं नाटक केल्यावर तुम्ही मला जवळ घ्याल? आणि माझी फुलं प्रेमानं स्वीकाराल?''

''होय बाळा.''

''तुम्ही तुमच्या भक्ताला स्वतःच्या हातांनी लाडू भरवाल?''

''हो, हो! मोठ्या प्रेमानं भरवीन! का नाही?''

''ठीक आहे...तर मग तयारीला लागू या. वंदे...''

''मातरम्...'' अडवाणींनी पूर्ण केलं.

''नाही, नाही, परत एकदा ... वंदे....''

''मातरम्'' या वेळेस अडवाणी थोड्या कष्टाने म्हणाले.

''वा, छान.. आता ठीक आहे. मी आता दिल्लीला निघालोय. भाजपचा पंतप्रधानपदाचा उमेदवार म्हणून नामांकन स्वीकारायला!''

***

त्यानंतर नेहमीचं स्वीकाराचं भाषण, लाडूने तोंड गोड करणं, सर्वांनी हात वर करून फोटो काढून घेणं, चहा.. सगळं झालं. चहावाला चहा भरत होता...

''बस! आता आणखी कॅफीनची भर नको.'' राजनाथ म्हणाले. त्यांचे डोळे खोल गेले होते पण त्यात सुटकेचा आनंद स्पष्ट दिसत होता. ''मला आता आठवडाभर हृषीकेशला ध्यानधारणेच्या शिबिराला जायचं आहे. त्याशिवाय तब्येत सुधारणार नाही.''

राजनाथ त्यानंतर मोदींकडे वळले, ''पण मला सांगा मोदीभाई, तुम्ही असं काय बोललात, ज्यामुळे अडवाणींनी एकदम घूमजाव केलं. आता तर त्यांना तुमची स्तुती करताना थांबवणं अवघड जातंय!''

नरेंद्र मोदी यावर फक्त गूढ हसले.

मधली षटके

ह्या दोन्ही संघासाठी हा फार महत्त्वाचा आहे. चॅपेल, मला असं वाटतं की खेळात आता कुठेतरी तडा जाणार आहे !

– रवि शास्त्री

१२

राजघराण्याची युद्धछावणी

— ∿ —

ऑक्टोबर २०१३

''घ्या मॅडम, हे बघा आलं तुमचं ठिकाण!''
रिक्षावाला म्हणाला.

अलकानं उत्सुकतेनं लुट्येन भागातल्या चमत्कारिक
वाटणाऱ्या त्या बंगल्याकडे नजर टाकली. आतल्या
विस्तृत आवारात बऱ्याच हालचाली दिसत होत्या.
हाच तो १५ गुरुद्वारा रकबगंज रोड वरचा बंगला.
जिथे काँग्रेस पक्षानं जन्म घेतला, जिथे हा पक्ष
वाढला. इथेच पक्षाच्या निवडणूक धोरणांची
चाचणी घेऊन ती प्रत्यक्षात उतरवली गेली. इथेच
निवडणुकांची धोरणं ठरली आणि इथंच... २०१४
मध्ये इतिहास घडणार होता. याच वैभवशाली
परंपरेची अलका आता भाग बनणार होती.

एकाच आठवड्यापूर्वी तिने ऑनलाइन अर्ज भरला
होता. अर्जाबरोबर कॉलेजच्या परीक्षेच्या

निकालाच्या स्कॅन्ड केलेल्या प्रती जोडल्या होत्या. शिवाय ५ हजार शब्दांचा एक निबंध पाठवला होता. विषय होता ''राहुल गांधीच का भारताचे पंतप्रधान असायला हवेत.'' तिला भरती विभागाचे मुख्य खुद्द दिग्विजयसिंग यांनी ई-मेलवर उत्तर पाठवलं होतं. तिची प्राथमिक निवड झाली होती आणि तिला अंतिम मुलाखतीसाठी बोलावण्यात आलं होतं.

''इकडून या'' दारावरच्या महिला सुरक्षा कर्मचाऱ्यांनी सांगितलं.

तिची आणि तिच्या बॅगची सगळी तपासणी झाल्यावर, सुरक्षा कर्मचारी महिलेनं बॅगेतलं सर्व सामान टेबलावर उलटं केलं आणि रिकामी बॅग कचऱ्यात फेकून दिली.

''अहो अहो, तुम्ही हे काय करताय?''

''आम्ही रा.स्व. संघाशी संबंधित कुठल्याही गोष्टीला परवानगी देत नाही.'' महिला अधिकारी कडक स्वरात म्हणाली.

''पण माझी बॅग आणि रा.स्व. संघाचा काय संबंध?.''

''ती केशरी रंगाची आहे.''

''नाही ती केशरी नाही, ती पिवळ्या रंगाची आहे.''

''पण केशरी रंगाशी मिळती जुळती आहे,'' तिनं अलकाला पुढे ढकललं. ''जा आता आत. स्वागत कक्ष खालच्या बाजूला आहे. इथून उजवीकडे जा.''

अलका खूप चिडली, पण तिच्यापुढे काहीच पर्याय नव्हता. तिच्या हँडबॅगमधल्या वस्तू तिने दुसऱ्या एका प्लॅस्टिक पिशवीत भरल्या आणि ती रिसेप्शनच्या दिशेने जाऊ लागली.

जिथे पहावं तिथे नेहरु-गांधींच्या घरातील लोकांचे फोटो दिसत होते. जवाहरलाल नेहरु-इंदिरा गांधी-राजीव गांधी आणि राहुल गांधी यांचे फोटोच फोटो! तिनं सगळ्या भिंतीचं निरीक्षण केलं. त्या फोटोंमधील वेगवेगळे भाव आणि उत्तम छायाचित्रण ती टिपत होती. हसरी मुद्रा, स्नेहभावाचं स्मितहास्य, शांती, आत्मविश्वास, करारीपणा, संयमित राग अशा अनेक मानवी छटा फोटोंमध्ये दिसत

होत्या. भिंतीच्या वरच्या बाजूला उजव्या कोपऱ्यात एक जागा रिकामी होती. अलकाच्या तीक्ष्ण नजरेतून ती जागा सुटली नाही. मुद्दाम सोडली असेल का ती जागा? असा विचार अलकाच्या मनात आला.

ती स्वागतिका तिच्या मागोमागच येत होती. तिची नजर स्वागतिकेनं बरोबर ओळखली. तिने हाताने खूण केली, क्षणार्धात पलीकडून दोन माणसं आली आणि त्यांनी भिंतीवर शिडी लावून रिकाम्या जागेत बसेल असा राजीव गांधींचा फोटो लावला.

थोड्या वेळानं अलका प्रतीक्षा कक्षात बसली होती. तिथे बसलेल्या दोन मुलांचे विचित्र पोशाख तिच्या नजरेतून सुटूच शकले नाहीत.

''ओह, तुम्ही दोघं इथे मुलाखतीसाठी आला आहात का?''

त्या दोघांनी मान डोलावली.

''पण... तुम्ही शर्ट का नाही घातला ?'' अलका नजर न देता त्यातल्या एकाला म्हणाली.

''केशरी शर्ट होता ना!'' त्यातल्या एकानं स्पष्टीकरण दिलं. तो बोलताना खोलीतल्या वातानुकूलित यंत्रणेमुळे अक्षरश: कुडकुडत होता.

तेवढ्यात दुसऱ्या मुलाने आपला शर्ट त्यातल्या त्यात मांडी झाकत, खाली ओढायचा प्रयत्न केला. खाली मान घालून तो तिला म्हणाला, ''खाकी पँट!''

अलकानं मान झटकली. गोंधळलेलं मन शांत करण्याकरता वातावरणात बदल म्हणून ती खोलीतून बाहेर आली आणि आसपासची परिस्थिती न्याहाळू लागली. त्या ठिकाणी सतत काहीतरी हालचाल चालू होती. पॅसेजच्या खिडक्यातून तिला इतर अनेक खोल्यांमधल्या गोष्टी दिसत होत्या.

एका खोलीत नुकतंच एक भाषण संपत आल्यासारखं वाटत होतं. तिथल्या फळ्यावर मोठ्या अक्षरात लिहिलं होतं– २००२!

''२००२ हे भारताच्या इतिहासात स्वातंत्र्यानंतरच अत्यंत वाईट वर्षं होतं. त्याचं कारण गुजरातमध्ये जे काही घडलं...''

क्षणभर दीर्घ श्वास घेऊन त्या वक्त्यानं परत बोलायला सुरुवात केली.

''कॅमेरा जेव्हा आपल्यावर रोखलेला असतो, तेव्हा तेव्हा सहिष्णू आणि देशभक्त नागरिक या नात्याने भारताच्या इतिहासातली ही गोष्ट तुम्ही ठळकपणे लोकांसमोर आणायला हवी, हे तुमचं पवित्र कर्तव्य आहे....''

''पण भाजपाचे प्रवक्ते १९८४ च्या दंगलींबाबत बोलू लागले तर?'' कुणीतरी मध्येच प्रश्न विचारला. त्या वक्त्याने हा प्रश्न जिथून आला त्या दिशेने डस्टर फेकून मारलं ''मूर्खा, तेव्हा आपण म्हणायचं, दोघांच्या चुका मिळून गोष्टी बरोबर होत नाहीत.''

दुसऱ्या एका खोलीत मनोरंजन व विविध गुणदर्शनाची तयारी चालू होती. मोदींचा एक मोठा फोटो समोर लावून, काही तरुण मुलं-मुलं त्यांच्या फोटोवर नेम धरून बाण मारत होते. अलकानं पाहिलं की बाण बरोबर तोंडावर लागले की एकच ओरडा व्हायचा ''बरोब्बर!''

तेवढ्यात पॅसेजमधल्या दुसऱ्या खोलीतून एका माणसाचा चढा आवाज ऐकू आला. तिने टाचा उंचावून खिडकीतून पहायचा प्रयत्न केला. सामाजिक माध्यमांवरची शिकवणी चालू होती. विषय होता : ई-मनरेगाची कार्ये! पॉवर पॉंईटचं सादरीकरण भिंतीवर दिसत होतं. जवळजवळ तीस एक मुलं ते पाहत होती. त्यात एकही मुलगी नव्हती पण, त्यांना मुद्दाम चुकीची स्त्रीवाचक नावं दिली गेली होती. @radhikalamba, @priyankajames, @saniahayat वगैरे! ते सगळे तरुण अजय माकनचं भाषण मन लावून ऐकत होते.

''मूर्खांनो, पप्पू किंवा तत्सम हॅशटॅग आपल्यासाठी अवमानकारक आहेत. तुमच्यापैकी कुणी मूर्खानं असे भयंकर हॅशटॅग वापरले तर त्याला तत्काळ ह्या कार्यक्रमातून निलंबित केलं जाईल...'' अजय माकन गरजले.

कॉंग्रेस पक्ष सामाजिक माध्यमांच्या वापराबाबत खूपच उदासीन होता. पण आता, गती वाढवण्याशिवाय पर्याय नव्हता. त्यांना पहिला महत्त्वाचा धडा दिला होता, की सगळ्यांनी राहुल गांधींच्या वाढदिवसाबद्दल अभिनंदन आणि स्तुतिंपर ट्विट करायचं. पण तिथं एक घोटाळा झाला. राहुलची स्तुती करणाऱ्या ट्वीटवर ई-

मनरेगाच्या कार्यकर्त्यांनी चुकून 'पप्पूदिवस' हा हॅशटॅग वापरून विरोधकांना मदतच केली होती.

माकननी पुढची स्लाईड दाखवली. ''ही स्लाईड काळजीपूर्वक पहा, आणि हे सर्व हॅशटॅग आत्मसात करा.''

त्या स्लाईडमध्ये मोठ्या अक्षरात लिहिलं होतं, 'यूथ आयकॉन', 'प्रिन्स चार्मिंग', 'खरा वारस', 'नंबर २' इत्यादी.

''राहुलचं कौतुक करताना उपहास वाटेल अशी अतिशयोक्ती करू नका.''

माकननी ताकीद दिली. 'मनापासून आणि छान सोप्या भाषेत ट्वीट करा. उगाच जास्तीची विशेषणं लावू नका. अतिशयोक्ती नको.' उदाहरणार्थ डिग्गी सरांचं हे ट्विट पहा,

''राहुल गांधीजींना वाढदिवसाच्या खूप शुभेच्छा!''

''बघा हे ट्वीट किती नेमकं आणि मुद्देसूद आहे. यातून केवळ विश्वसनीयता आणि आदर व्यक्त होतोय, नाही का?''

''सगळ्यांनी माना डोलावल्या.''

''आणि शशी सरांच्या बाबतीत 'सर, प्लीज उत्तर द्या' असं वाक्य जोडायला विसरू नका. म्हणजे असंख्य ट्वीटमध्ये तुमचा निबंध हरवून जाणार नाही आणि लाखो लोक तो वाचतील.''

''सर, जर राहुलजींच्या बाबतीत लिहिताना काही छानसं आठवलं नाही तर?'' एका मुलाने बाळबोधपणे विचारलं.

''तर, मोदींबद्दल काहीतरी कुचकट, खवचट लिहा'' माकननं पटकन उत्तर दिलं.

तेवढ्यात हातात वही घेऊन एक महिला अलकासमोर उभी राहिली,

''मिस चतुर्वेदी?'' तिने विचारलं,

''हो, मीच''

''चला, सरांनी मुलाखतीला बोलावलंय, माझ्याबरोबर चल.'' असे म्हणून ती

अलकाला एक वेगळ्या दालनात घेऊन गेली. एका मोठ्या दरवाजासमोर तिला सोडून ती आल्या रस्त्यानं निघून गेली.

त्या पॅसेजमध्ये एका मोठ्या खोलीच्या बाहेर लिहिलं होतं, ''दिग्विजय सिंग- मुख्य सचिव, इंडियन नॅशनल काँग्रेस'' (सोनियाजींच्या कृपेने) आणि त्या ओळीच्या खाली लाल ठळक अक्षरात लिहिलं होतं, ''रा स्व सं.च्या कुठल्याही माणसाला इथे प्रवेश नाही.'' अलकानं एक दीर्घ श्वास घेतला आणि दोनदा टकटक करून खोलीत प्रवेश केला.

''अलकाजी! तुमचं स्वागत आहे. स्थानापन्न व्हा.'' डिग्गींनी तिचं स्वागत केलं.

''मी तुमचा निबंध वाचला'' असं म्हणून ते फाईलमध्ये शोधू लागले. फाईल शोधताना ते म्हणाले. ''खूपच प्रभावी लेखन, तर्कशुद्ध, मनपरिवर्तक, आणि कळकळीची भाषा! त्यातली ही ओळ मला खूपच आवडली.''

''राहुल गांधींमध्ये अब्राहम लिंकन यांचे नेतृत्वाचे गुण, विस्टन चर्चिल यांची उर्जा आणि मार्टिन ल्यूथर किंग यांच्यासारखी कळकळ आहे. वा! केवळ अप्रतिम!

''धन्यवाद सर!'' अलका अगदी मोहरुन गेली.

''तुला ऐकून खूप आनंद होईल, ही ओळ आपण ग्रॅनाइटच्या शिलांवर कोरून त्या शिला काँग्रेसच्या भारतभरातील ऑफिसेसमध्ये बसवणार आहोत.'' डिग्गीनी स्मित केलं.

''धन्यवाद सर, मला काय बोलावं तेच कळत नाही!'' अलका चकित झाली होती.

डिग्गी त्यांच्या खुर्चीत रेलून बसले, त्यांनी एक भुवई उंचावून विचारलं,

''तुझा SAT चा स्कोअर काय आहे?''

''SAT चा?'' तिने गोंधळून विचारलं. सर, मला माहित नव्हतं SAT चा स्कोअर ह्या पदासाठी आवश्यक होता.

यावर डिग्गींचं हसू मावळलं.

''तिकडे पहा.'' त्यांनी समोरच्या काचेच्या तावदानाकडे पाहिलं आणि म्हटलं,

"तुला ती माणसं दिसतायत? त्यातल्या प्रत्येकाचा SAT चा स्कोअर उत्तम आहे."

डिग्गींच्या खोलीच्या बाहेरचं एक दालन त्या खोलीतून स्पष्ट दिसत होतं. तिथे दाढी वाढलेल्या मुलांचा एक घोळका, टेबलाभोवती खिदळत उभा होता.

"काँग्रेसच्या प्रांगणात प्रवेश करायला SAT चा उत्तम स्कोअर ही काही एकमेव आवश्यकता नव्हती. पण ज्या प्रकारचे लोक इथे येऊ लागले आहेत ते पाहता आम्हाला अशी अट घालावी लागणार आहे."

डिग्गी म्हणाले, "आणि तू म्हणतेस की, तू अजून सॅटची परीक्षा दिलीच नाहीस. पण तू ती परीक्षा दिल्याशिवाय अर्ज कसा भरलास?"

"ओके, ओके, एक मिनिट, सर! तुम्ही स्कोलॅस्टिक ॲप्टिट्यूड टेस्टबद्दल बोलताय का?".

डिग्गीने तिच्याकडे अविश्वासाने पाहिलं.

"तू काय माझी गंमत करतेस का? मी तुला स्कोलॅस्टिक ॲप्टिट्यूड टेस्टबद्दल का विचारीन? मी तू दिलेल्या ऑनलाईन प्रश्न मंजूषाबद्दल बोलतोय.

"हां... हां... ज्या प्रश्नमंजूषेची सर्व उत्तरं राहुल गांधी ही होती. तीच का?" तिथे सुटकेचा निश्वास टाकला. "अर्थातच ती चमचेगिरीची... सॉरी, 'सायकोफन्सी ॲप्टिट्यूड' परीक्षा मी दिलीय आणि मला खूप उत्तम मार्क्स पडलेत."

हे ऐकून डिग्गींचाही जीव भांड्यात पडला. "क्षणभर मला वाटलं, की आमच्या चाचणी परीक्षेत काही त्रुटी राहिल्या का काय? किती भयंकर परिणाम झाला असता... असो, चला मुलाखतीला सुरुवात करुया. पहिला प्रश्न: राहुलविषयी बोल."

यावर अलकाचं टेन्शन गेलं आणि ती हसली. या प्रश्नाचा तिने खूप वेळा सराव केला होता.

डिग्गींनी थांबून परत प्रश्न केला, "आजपासून ५ वर्षांनी राहुल कुठे पोहोचतील असं तुला वाटतं?"

''अर्थातच भारताचे पंतप्रधान होतील'' तिनं क्षणार्धात उत्तर दिलं. आणखी काही प्रश्नांची योग्य उत्तरं दिल्यानंतर डिग्गींनी आपला लॅपटॉप तिच्या दिशेने सरकवला.

''ओके, आता तुझी निरीक्षणक्षमेची चाचणी.'' ते म्हणाले, ''मी तुला आता एक व्हिडिओ क्लिप दाखवतो. नरेंद्र मोदींनी पुण्याच्या फर्ग्युसन कॉलेजमध्ये दिलेल्या भाषणाची ही चित्रफीत आहे. तू ती काळजीपूर्वक पहा आणि मला सांग की तुला काय दिसतंय ज्या मुद्द्यावरून आपण मोदींवर प्रतिहल्ला चढवू शकू?'' असं म्हणून डिग्गींनी तिला त्या रुममध्ये एकटं सोडलं आणि अर्ध्या तासाने ते परत आले. तेव्हा अलका आत्मविश्वासानं हसली. लॅपटॉप परत त्यांच्याकडे वळवून अलका म्हणाली,

''सर, ऐका, मोदींच्या म्हणण्यानुसार चीन शिक्षणावर २० टक्के खर्च करतो.हे चुकीचं आहे सर, चीनची अधिकृत वृत्तसंस्था 'झिनुआ'च्या मते चीन राष्ट्रीय उत्पादनाच्या फक्त ४ टक्के खर्च शिक्षणावर करतो.''

''हो का? वा! पण त्या माणसानं तर माझी खात्रीच पटवली होती आणि मी हे ज्ञान किती तरी परिषदांमध्ये पाजळतो आहे, की आपण शिक्षणावर वीस टक्के खर्च करायला पाहिजे!.'' त्यांना भरुन आलं.

''हा चांगला मुद्दा आहे.'' स्वत:शीच पुटपुटत ते म्हणाले आणि त्यांनी लॅपटॉप उघडला आणि भरभर टाइप करायला सुरुवात केली, ''मला आधी हे शशीजींना सांगू देत. म्हणजे ते यावर लगेच ट्वीट करतील. तसंच कनिष्काला सांगून हा मुद्दा राहुलच्या भाषणातून काढून टाकायला हवा... आणि मग माध्यमातल्या आपल्या मित्रांना एक ईमेल टाकला की झालं!'' लॅपटॉपची बटणं भराभर दाबत ते म्हणाले.

मुलाखत परत सुरु झाली. परत प्रश्नोत्तरांच्या फैरी झडल्या. अलकाने अतिशय निर्भयपणे न अडखलता पटापट उत्तरं दिली. सुमारे तासाभराने डिग्गीनी फाईल बंद केली. बाजूला ठेवली आणि सांगितलं, ''ओके, आता शेवटचा प्रश्न. जर हा प्रश्न पास झालीस तर तू जिंकलीस...''

''समज की तुझ्या आयुष्यातला सर्वांत सोनेरी दिवस आला आहे. राहुल गांधींनी तुला भेटायला बोलावलंय. अर्थात यावर तुझी तात्काळ प्रतिक्रिया म्हणजे तू

हर्षवायू होऊन खाली कोसळशील. पण भानावर येऊन तू जेव्हा त्यांना भेटायला जाशील, तेव्हा समज की ते तुला ते जरा वाईट मन:स्थितीत आहेत असं दिसतंय, ते तुझ्याकडे वळून म्हणतील की, मी एक चुकीचा निर्णय घेतलाय. ते तुला विचारतील की, तुला या निर्णयाबद्दल काय वाटतं? तर तुझी प्रतिक्रिया काय असेल?''

''सर, सोप्पं आहे. राहुल गांधींचं मूल्यमापन चुकीचं असूच शकत नाही.'' ''उफ्!'' प्रश्नातली गोम तिच्या आत्ता लक्षात आली.

डिग्गींचा चेहरा स्तब्ध होता. ''पुढचे शब्द काळजीपूर्वक वापर, अलका. हा एक चकवणारा प्रश्न आहे.''

''हो बरोबर आहे.'' ती उत्तराची जुळवाजुळव करू लागली. राहुल गांधी चुकीचे असू शकत नाहीत. हे तिला माहित होतं. म्हणजे राहुलच्या परीक्षणाला दुजोरा दिला तर, असं मान्य करावं लागेल की, आधीचा निर्णय चुकीचा होता. याउलट त्याचं परीक्षण खोडून काढलं असतं, तर राहुल चुकीचे आहेत असं ठरवल्यासारखं होत होतं. म्हणजे छापा-काटा; दोन्हीमध्ये आपण हरणारच! ती जागेवरच चुळबूळ करू लागली.

''विचार कर, आम्ही ६० वर्षं या देशावर उगाच राज्य नाही केलं.'' डिग्गींनी दयार्द्रपणे म्हटलं.

अलकानं कपाळावर हात चोळत त्या प्रश्नाचं उत्तर शोधण्याचा प्रयत्न केला.

''काँग्रेस पक्षात प्रवेश मिळवणं इतकं सोपं असतं तर रविशंकर प्रसाद किंवा पीयूष गोयलसारखे लोकएकदम बेकार पक्षात खुरडत बसले नसते.'' डिग्गींनी मर्मावरच घाव घातला.

खूप प्रयत्न करूनही अलकाला उत्तर येईना. तिच्या डोळ्यातून अश्रू ओघळू लागले. तिचं स्वप्न उध्वस्त झालं.''मला माहित नाही सर, खरंच माहित नाही.'' मी हरले. इथं कुणीच जिंकू शकणार नाही. मला सगळ्या प्रश्नांची उत्तरं येत नसतील कदाचित. पण सर, मला काँग्रेससाठी, सोनियाजी, राहुलजींसाठी काम करायचंय. मी त्यांच्यासाठी काहीही करीन..प्लीज! मला फक्त एक संधी द्या...'' असं म्हणून

ती गयावया करत रडायला लागली.

हे ऐकल्यावर डिर्गींच मन द्रवलं. ते शांतपणे उठले, त्या तरुण मुलीपाशी जाऊन तिला समजावू लागले,

''उगी उगी बाळ! राहू देत. तुला याचं उत्तर येईल असं आम्हाला अपेक्षितच नव्हतं.'' टिश्यू पेपरचा एक तुकडा त्यांनी पुढे केला. ''या प्रश्नावर सगळेच चकतात. काही मूर्ख तर असा प्रश्न विचारतात, की राहुलचा निर्णय काय होता? अशा लोकांना आधीच वगळण्यासाठी आम्ही असा प्रश्न टाकतो''.

अलका आता शांत झाली. तिनं टिशूला नाक पुसलं.

''खरं तर आजवरच्या काँग्रेसच्या इतिहासात फक्त एकाच माणसाने या प्रश्नाचं बरोबर उत्तर दिलंय.''

''हो का? कुणी?'' तिने आश्चर्याने विचारलं.

''संजय झा.''

''ते काय म्हणाले?''

''तेच तर आहे ना, ते जे काय म्हणाले, त्याचा काय अर्थ आहे, हे फारसं कुणाला कधी कळलंच नाही. पण त्यांचं उत्तर संपेपर्यंत मुलाखतकाराने सातव्या मजल्यावरच्या खिडकीतून खाली उडी मारली आणि मृत्यूला कवटाळलं.''

डिर्गींनी ध्यानमग्न मुद्रेतून सर्व गोष्टी आठवायचा प्रयत्न केला. अलकाने अश्रू पुसले. क्षणभरात डिग्गी आपल्या विचारातून बाहेर आले.

''ठीक आहे.'' ते हसले आणि त्यांनी एक पाकिट पुढे केलं.

''तुझी नेमणूक झालीय. हे तुझं नेमणुकीचं पत्र!''

त्यानंतर सर्व औपचारिकता पूर्ण झाली. पाकीट हातात घेऊन अलका बाहेर उभी होती. तिच्या चेहऱ्यावर आनंद, आश्चर्य आणि सुटका असे संमिश्र भाव होते. तिला काँग्रेसनं प्रवेश दिला! डिग्गी किती सभ्य, सज्जन, अत्यंत हुशार, संवेदनशील आणि प्रभावी व्यक्ती आहेत ना!

'लोक त्यांना विक्षिप्त का म्हणतात?' असा प्रश्न तिला पडून गेला. तिनं उत्सुकतेने

पाकिट उघडलं. त्यात दोन पानी पत्र होतं. त्यातल्या पहिल्या पानावर त्यांचा तिच्याकडे अंगुलीनिर्देश करणारा पूर्ण पानभर फोटो होता. ते हास्य तिला एव्हाना ओळखीचे झाले होते.

तिच्या स्वागतार्थ डिग्गींनी एक संदेश लिहिला होता,

''अभिनंदन! तू अगदी कडक, शंभर टक्के चोख माल आहेस!''

(१३)

आव्हान देणाऱ्या
योद्ध्याची छावणी

—————————⌒◦⌒—————————

ऑक्टोबर २०१३

''स....स... सॉरी सर''

''हं...'' मोदी म्हणाले, ''सॉरी म्हणून भागणार
नाही.''

''सर?'' तो तरुण लेखक गडबडला.

''कोंबडा बनून दाखव.''

झाडावरून गळणाऱ्या पानासारखं थरथरत तो तरुण
कोंबड्याच्या अवस्थेत बसला. त्यानं पायातून हात
काढून कानापर्यंत नेले.

''आता म्हण, चीनने २० टक्के नाही तर ४ टक्के
शिक्षणावर खर्च केलेत. म्हण म्हण... १०० वेळा
म्हण...''

''हो सर, चीनने २० टक्के नाही तर ४ टक्के शिक्षणावर खर्च केलेत.''... १.... चीनने २० टक्के नाही.. २.... चीनने २० टक्के नाही तर... ३...''

तो हताश लेखक उठाबशा काढत होता आणि शेजारी मोदी जमिनीवर पाय वाजवून आकडे मोजत होते. अमीत शहा त्यांच्या शेजारी उभे होते.

मानवी कोंबड्यानं सगळी शिक्षा भोगली. संतप्त मोंदीचा राग शांत झाल्यावर ते खुर्चीत रेलून बसले, तेव्हा अमित शहांनी घसा खाकरला आणि ते नम्रपणे बॉसच्या दिशेने वाकले.

''मोदीभाई, नुकसान तर आधीच होऊन गेलंय.'' अमित काळजीच्या स्वरात कुजबुजले.

मोदींनी त्यांच्याकडे दुर्लक्ष केलं आणि विचारलं, ''मुलाखतीसाठी कुणी उमेदवार आले आहेत का?''

''होय'' शहा उत्तरले. त्यांच्यामागे उभा असलेल्या माणसाकडे पाहत ते म्हणाले, ''हा पहिला उमेदवार आहे'' तो तरुण पुढे आला, आत्मविश्वासाने छाती पुढे काढून म्हणाला, 'रामचंद्रन गोपाळ, सर!'

मोदींनी क्षणभर त्याच्याकडे पाहिलं, दाढी खाजवीत ते म्हणाले, 'हे असं ताठ उभं राहणं माझ्या टीममध्ये दाखल व्हायला पूर्वी पुरेसं होतं पण आता मात्र नाही.' फुग्याला टाचणी लावावी तशी गोपाळची छाती आत गेली.

मोदी उभे राहिले आणि हात मागे ठेवून दाराच्या दिशेने चालू लागले. ''माझ्याबरोबर चला'' त्यांच्यामागे अमित शहा आणि एक पाऊल मागे तरुण रामचंद्रन असे दोघेही चालू लागले.

''ई-मनरेगाच लोक ट्विटरवर 'फेकू' म्हणून खूपच गाजावाजा करत आहेत'' शहा म्हणाले.

मोदी एका लांबलचक पॅसेजकडे वळले, त्या पॅसेजच्या शेवटी लख्ख सूर्यप्रकाश होता. त्यांची पावलं अतिशय शांतपणे पडत होती.

''सध्या त्यांचा हा खेळ जोरात चालू आहे.'' शहा कुजबुजले.

‘‘हे थांबवायला आपल्या टीमनं मोदीप्रधान हॅशटॅग तयार करून ट्विटरवर प्रत्युत्तर द्यायला तयार हवं.’’ मानही न वळवता मोदी म्हणाले. अमित शहा लगेच जवळ आले.

‘‘हो पण मोदीप्रधान हॅशटॅगने ट्विट करायला सुरुवात केल्यावर किमान हजार एक लोकांनी तर ‘फॉलो’ करायला पाहिजे.’’

‘‘दहा हजाराहून जास्त!’’

‘‘पण मोदीभाई आपल्याकडे इतकी ताकद नाही.’’ अमित शहांनी नम्र आवाजात विरोध दर्शवला. तेव्हा तिघेही गच्चीपर्यंत आले होते. तिथे छान सूर्यप्रकाश होता.

आणि तेवढ्यात ते उभे होते त्या अरुंद गच्चीच्या खालच्या बाजूच्या विस्तीर्ण मैदानातून, एक प्रचंड डरकाळी फुटल्यासारख्या आवाज आला. चकित झालेल्या अमित शहांच्या ओठातून सुस्कारा बाहेर आला. समोर दिसणारा नजारा पाहिल्यावर त्यांनी तोल सावरायला कठड्याला धरून ठेवलं. समोरच्या मैदानात ओळीने हजारोंच्या संख्येने स्वयंसेवक खाकी पँटमध्ये उभे होते. प्रत्येक दिशेने कित्येक मैल त्यांच्या रांगा दिसत होत्या. सगळ्यांनी दिमाखानं हात पुढे करून मुठी सरसावल्या होत्या. आपल्या त्रात्याचं दर्शन होताच त्यांनी एकच गर्जना केली!

मोदींनी हात वर केला.

‘‘एका नव्या शक्तीचा उदय होतोय. तिचा विजय समोर दिसतो आहे.’’ मोदी गरजले. ‘‘आज रात्री ट्विटरवर ई–मनरेगाचं रक्त सांडणार आहे. चला, सगळ्यांनी सज्ज व्हा ! कुणाचीच गय करू नका.’’

गगनभेदी गर्जना करत हजारोच्या संख्येने ते सायबर योद्धे मैदानातून बाहेर जाऊ लागले आणि अमित शहांच्या गालावरून अश्रू ओघळले.

‘‘ई–मनरेगाच्या ट्वीटना उद्याचा सूर्य दिसणार नाही.’’ मोदींनी घोषणा केली. त्यांच्या शेजारी उभ्या असलेल्या रामचंद्रनने घसा खाकरला आणि मोदींसमोर झुकून तो म्हणाला, ‘‘लॉर्ड ऑफ द रिंग्जमधला ‘सरुमॅन’, वाटलात तुम्ही!’’

‘‘चांगलंय ना?’’ मोदींनी विचारलं,

''हो सर... खूपच प्रेरणादायी वाटलं.''

''चल... तुझी मुलाखत सुरु करू.'' मोदींनी त्याच्या खांद्यावर हात ठेवला, आणि गांधीनगरमधल्या आपल्या प्रचंड युद्ध-छावणीत ते त्याला घेऊन गेले.

''तुझ्यासारखे तरुण माझ्या टीममध्ये आहेत हे पाहून मला बरं वाटतंय. आम्ही इथे काही तरी वेगळं काम करत आहोत. तुझ्यासारख्या माणसाला स्वत:ची कारकीर्द घडवण्यासाठी, कौशल्यं विकसित करण्यासाठी आणि सर्वगुणसंपन्न व्यक्तिमीत्त्व तयार करण्यासाठी इथे खूप संधी आहेत.

आणि तू खरंच उत्तम काम केलंस, जे हवं आहे ते तुझ्याकडे असलं तर तू ह्या विषयात अगदी वरच्या स्थानावर पोहचू शकशील.'' मोदींनी शांतपणे त्याच्याकडे पाहिलं व ते म्हणाले, ''तू माझा अहमद पटेल होऊ शकतोस.''

रामचंद्रन स्तब्ध उभा होता.

''तयार?''

''येस सर..''

मोदींनी पुनः सुरुवात केली.

''आजपर्यंत भारताचे सर्वांत उत्तम प्रधानमंत्री कोण?'' त्यांनी विचारलं.

''अटलबिहारी वाजपेयी... सर.''

''पंतप्रधानपद न मिळालेला पण ह्या पदासाठी सर्वात समर्थ उमेदवार कोण?''

''सरदार वल्लभभाई पटेल.''

''सध्या भारताचे पंतप्रधान कोण आहेत?''

'' कुणीही नाही, सर''

मोदींनी त्याच्याकडे कौतुकाने पाहिलं.

त्यानंतर ते चालता चालता, दोन्ही बाजूला काचेची तावदाने असलेल्या एका पॅसेजपाशी आले. काचेपलीकडे बरेच तरुण-तरुणी काम करताना दिसत होते.

पहिल्या खोलीत अनेक तंत्रज्ञ काम करत होते. त्यात तरुण-वृद्ध असे बरेच लोक

होते. प्रयोगशाळेतला पांढरा कोट घालून ते कागदांच्या प्रचंड भेंडोळ्यात गर्क झाले होते. एका भिंतीवर गुजराथचा मोठा नकाशा टांगला होता. समोरच्या व्हाईट बोर्डवर खूप आकडेमोड दिसत होती. 'बेल कर्व्ह, इंटिग्रेशनची चिन्हे' अशी गणितातली गिचमिड होती; ग्रीक भाषेतली काही अक्षरेही दिसत होती. रामचंद्रन पाहत होता. मोदींच्या गुजराथच्या 'कामगिरी विश्लेषण आणि सांख्यिकी' गटामध्येमध्ये अनेक लोक रात्रंदिवस गुजराथविषयी सर्व माहितीचं सूक्ष्म विश्लेषण करून त्यातल्या महत्त्वाच्या गोष्टी जन संपर्क विभागाला देत होते. काही लोक त्या आकडेवारीवरून बातम्यांचे आकर्षक मथळे तयार करत होते. त्यावर मोदींचे फोटो लावत होते, काही जण लेख पूर्ण करत होते. अत्यंत काळजीपूर्वक निवडलेल्या, आय-आय-एम अहमदाबादमध्ये शिकलेल्या तज्ज्ञांनी कुठल्या मुख्य वृत्तपत्रात हे छापून आणायचं हे ठरवलं होतं.

दुसऱ्या खोलीत अनेक तरुण मुलं आणि मुली जोरजोरात संगणक बडवत होती. वेळोवेळी त्यांच्यात हशा पिकायचा. प्रत्येक हशानंतर खोलीच्या दुसऱ्या टोकाला लावलेल्या हशा-मापन यंत्रातला आकडा पुढे सरकत असे. तिथं राहुल गांधी, सोनिया गांधी, मनमोहनसिंग आणि रॉबर्ट वद्रा यांच्यावरच्या विनोदांचा जगातला सर्वात मोठा साठा होता. वर लावलेल्या एका मोठ्या इलेक्ट्रॉनिक फलकावर सर्वात वरच्या पाच विनोदांचं तीन विभागात वर्गीकरण केलं होतं: ''ह्या आठवड्यातले लोकप्रिय विनोद,'' ''ह्या महिन्यातले लोकप्रिय विनोद'' आणि ''आतापर्यंत सर्वोत्तम विनोद.''

त्या पुढच्या खोलीत, कारखान्यासारखं औद्योगिक वातावरण होतं. अनेक कामगार होते, असेंब्ली लाइन्स होत्या, जॉब शॉप आणि उत्पादन विभाग होते.तिथे, मोदींवरचे टी शर्ट, मोदी स्मार्टफोन, मोदी फेअरनेस क्रीम, मोदी-टेडी बेअर, मोदी-डिओडेरंट. कुत्र्यांसाठी मोदी-गळपट्टे आणि बरंच काही तयार होत होतं...

''पुढचा प्रश्न'' चकित झालेल्या रामचंद्रनला जागे करत मोदी म्हणाले.

'मी आता, एक शब्द म्हणेन, त्यावर तुझ्या मनात जो पहिला शब्द येईल ते सांगायचंस. सुरू करू या!, राजीव गांधी.'

‘बोफोर्स’

‘राहुल गांधी’

‘पप्पू’

‘रॉबर्ट वद्रा’

‘शार्क’

‘पाकिस्तान’

‘हाय-हाय’

‘हे दोन शब्द आहेत, पण ठीक आहे, तुला सूट आहे.’

हे वाक्य बोलून मोदी मध्येच थांबले आणि रामचंद्रनकडे भेदक नजरेनं पहात म्हणाले, ‘जर कुत्र्याचं लहान पिल्लू गाडीखाली आलं तर काय होईल?’

‘त्याला इजा होईल सर.’ तो थोडा विचार करून म्हणाला.

हे उत्तर ऐकून मोदी त्यांच्याकडे गेले. आपल्या ओंजळीत त्याचा चेहरा घेतला व त्याच्या भावमुद्रा टिपल्या. एव्हाना हे पाहून दचकलेल्या रामचंद्रनची अवस्था दीनवाणी झाली होती, पण तेवढ्यात मोदी म्हणाले, ‘‘छान, छान’’. असं म्हणून त्यांनी त्याला जाऊ दिलं.

त्यांनी परत पॅसेजमध्ये चालायला सुरुवात केली. ते एका खोलीपाशी आले. दारावर ‘नीती सेंट्रल’ असं मोठ्या अक्षरात लिहिलं होतं. त्या खोलीचा नजारा एखाद्या सुव्यवस्थित ऑफिसचा होता. बरीच टेबले, संगणक, कार्यकक्ष आणि संगणकावर काम करणारी डझनभर माणसं... त्यातला एक मध्यमवयीन, चष्मा लावलेला, चुरगाळलेला कुर्ता घातलेला माणूस मोदींना बघून तोंडातला पाइप विझवून दाराबाहेर पडला.

‘‘मोदीभाई,... एकच मिनिट.’’ कांचन गुप्ता म्हणाले.

‘‘आम्ही एका नवीन फोटो मालिकेवर काम करतोय.’’ तो उत्साहाने म्हणाला, ‘‘कल्पना करा. ‘नीती सेंट्रल’च्या होमपेजवर, इतक्या मोठ्या अक्षरात मथळा: नरेंद्र मोदींचे दुर्मिळ फोटो!’’ सिनेमाच्या एखाद्या नवोदित दिग्दर्शकाच्या

कल्पनारम्य अविभार्वात ते हात पसरून आणि नाट्यमय पॉज घेऊन म्हणाले, ''दात घासणारे मोदी, हिरड्या स्वच्छ करणारे मोदी, चेहरा धुतानाचे मोदी, गुजराथचे दूध पिणारे मोदी, नाश्ता झाल्यानंतर चुळा भरणारे मोदी, दाढी खाजवतानाचे मोदी, बागेतल्या फुलांचा वास घेणारे मोदी, कुत्र्याच्या अंगावरचे लपलेले किडे ओढून काढणारे मोदी-असे अनंत फोटो देता येतील! सर, ही मालिका सूपर डूपर हिट होईल.'' तो हर्षोल्हसित झाला होता.

''मला यावर जरा विचार करू देत कांचनभाई.'' मोदी म्हणाले.

मोदी परत एकदा आपल्या वाटेवर वळले आणि गुप्ता पुनः आपल्या पाईपकडे वळले.

काही वेळ ते चालत राहिले. एक दार उघडून ते मंद प्रकाश असलेल्या एका खोलीत आले, मोदींनी दारामागच्या खुंटीवरून कान बंद करण्याची टोपी ओढली आणि रामचंद्रनला दिली.

''हे घाल. ''

रामचंद्रनला काहीच कळलं नाही, पण ते सांगतात तसं त्यानं केलं. एका मिनिटातच कान बंद करायला का सांगितलं हे त्याला उमजलं. कानावर आवरण होतं तरी त्याला आरडाओरडा, शिव्यांचा भडिमार आणि अपशब्दांची लाखोली पुसटशी ऐकू आलीच.

''फुली फुली फुली! पैसे खाणारी माध्यमं!''

''बोल, काँग्रेसनं तुला हे छापण्यासाठी किती पैसे दिले?''

''कोंग्रेसके...! कितने पैसे मिले?''

काचेच्या पलिकडे विराट कोहली, रघु राम, जॅकी श्रॉफ आणि 'गुंडा' ह्या गाजलेल्या बॉलीवुड चित्रपटातली काही पात्रांची पोस्टर्स एका खोलीत लावली होती. तिथं काही लोक त्रस्त मुद्रेनं ट्विटरवर काम करत होती.

रामचंद्रननं चालण्याचा वेग वाढवला.

''चल, आता तुझा शेवटचा प्रश्न.'' मोदींनी सोफ्यात अंग टाकलं. हे तुला जमलं

तर, तुझी निवड नक्की!''.

''येस सर.'' रामचंद्रन एकदम ताठ उभा राहिला.

''पप्पूचा एक जोक सांग.'' मोदी म्हणाले.

रामचंद्रन सेकंदभर गांगरला पण लगेच सावध होऊन तो आत्मविश्वासाने म्हणाला,

''धोनी, मुकेश अंबानी, पप्पू, मोदीभाई आणि शाळेतली एक मुलगी विमानानं कुठेतरी चालले होते. अचानक वैमानिकाला हृदयविकाराचा झटका आला आणि तो खलास झाला. विमान झपाट्यानं खाली जायला लागलं. सगळ्यांच्या लक्षात आलं, की तिथे फक्त चारच पॅराशूट्स आहेत. धोनी म्हणाला, 'माझ्या टीमला माझी गरज आहे मी निघालो, असं म्हणून पॅराशूट घेऊन त्यानं उडी मारली. मुकेश अंबानी म्हणाले,'' माझ्यावर देशाची अर्थव्यवस्था अवलंबून आहे तर मीहि निघतो. पप्पू म्हणतो, माझं आडनाव गांधी आहे. मला जायलाच हवं. आणि तो उडी मारतो. आता एकच पॅराशूटराहिलं होतं., मोदी त्या मुलीला म्हणाले ''मुली तू जा. तू देशाचं भवितव्य आहेस. तू शेवटचं पॅराशूट घे आणि उडी मार.'' त्यावर ती मुलगी म्हणते,

''मोदी अंकल, तुम्ही पण चला, आपल्याकडे दोन पॅराशूट्स आहेत. त्या हुशार पप्पूनं पॅराशूट म्हणून माझी स्कूलबॅग घेऊन उडी मारलीय…''

हे ऐकल्यावरही मोदींचा चेहरा अत्यंत थंड होता. रामचंद्रनच्या चेहऱ्यावरचं हसू विरू लागलं.

''हा… हा…. हा विनोद तर सगळ्यांना माहीत आहे.'' मोदी पुनः निर्विकार झाले.

रामचंद्रन हताश झाला,

''परत प्रयत्न कर.''

रामचंद्रन बराच वेळ डोकं खाजवत होता. त्याला त्या परिस्थितीत पप्पूवरचा नवा जोक काही आठवेना. आयत्या वेळी नवीन विनोद तयार करणंही जमेना. ताण पडल्यामुळे मेंदू आणि स्मरणशक्तीही काम करत नव्हती.

पाच मिनिटांनी मोदींची सहनशक्ती संपली.

''सॉरी राम, तू उत्तम उमेदवार आहेस, पण आमचं भरतीचं धोरण तुझ्या एकट्यासाठी बदलू शकत नाही. पप्पूचा नवीन विनोद अत्यंत आवश्यक आहे.'' किंचित विषादानं मोदी म्हणाले आणि उठून उभे राहिले.

रामचंद्रन पूर्ण निराश झाला.

''आता तर रकबगंज रोडवर जाऊन शहजाद्याचे पाय धरावे लागतील!.'' तो तोंडातल्या तोंडात पुटपुटला.

''तू काय म्हणालास?''

''अं... पाय धरावे लागतील.''

''नाही... त्याआधी''

''अं... शहजादा''

''शहजादा....'' मोदींचे डोळे चमकले. त्यांच्या चेहऱ्यावर एका कोपऱ्यात किंचित हसू उमटलं. ते दाराकडे वळले,

''आमच्या कामाच्या वेळा दहा ते सहा आहेत. अमित शहांकडून नेमणुकीचं पत्र घे.''

रामचंद्रन तिथून जाणाऱ्या मोदींकडे बघतच राहिला.

''शहजादा.! शहजादा !!..'' मोदी जोरजोरात हसू लागले.

(१४)

एक सामाजिक तंत्रशास्त्रज्ञ

ऑक्टोबर २०१३

बिहारचे विद्यमान मुख्यमंत्री नितीशकुमार आपल्या ऑफिसमध्ये फिरत्या खुर्चीत चिंताग्रस्त अवस्थेत, खिडकीतून बाहेर पाहत हताशपणे बसले होते. खिडकीतून गंगेचं शांत पात्र, क्षितिजापर्यंत पसरलेलं दिसत होतं आणि त्या पाण्यात निरभ्र निळंभोर आकाश प्रतिबिंबित होत होतं. त्यांच्या सांगण्यावरून तीन महिन्यांपूर्वी जनता दल (यु) यांनी राष्ट्रीय लोकशाही आघाडी म्हणजे एन.डी.ए.शी असलेलं नातं तोडलं होतं. याचं कारण मोदींचं लोकसभेच्या राजकारणात अचानक वाढलेलं महत्त्व हे होतं. सतरा वर्षं अभंग राहिलेली आणि निवडणुकीत यशस्वी ठरलेली उच्च वर्णीय आणि बिगर यादव मागासवर्गीयांची राजकीय व सामाजिक युती संपुष्टात आली होती.

आता असा प्रश्न उभा राहिला होता, की मुस्लिम मतदार आता नितीश कुमारांच्या पारड्यात झुकतं माप टाकून त्यांची बिगर यादव – इतर मागासवर्गीय आणि महादलित समाजाची व्होट बँक वाढवू शकतील का? किंवा असं होईल का, की मोदी सर्व थरातील लोकांचा व यादवांचाही प्रचंड पाठिंबा मिळवतील आणि भाजपचा एन.डी.ए.मधला एक मित्र पक्ष तुटला तरी फारसं नुकसान होणार नाही? असंही होऊ शकेल की यादव आणि मुसलमान हे लालूसोबत राहतील आणि लालूला ह्या विघटनाचा फायदा होईल! सत्तेत येण्यासाठी जातीच्या राजकारणावर आधारित गणित बरोबर येणं जिथे आवश्यक आहे त्या राज्यात बिहारचे मुख्यमंत्री इतर मुख्य स्पर्धकांबरोबर 'रशियन रूले'चा घातक डाव खेळत आहेत असंच भासत होतं.

राजकीय पंडितांना नितीशकुमारांचा हा डाव सकृत दर्शनी जरी अविचारी आणि आत्मघातकी वाटत असला तरीही, तो सामाजिक व आर्थिक विभागीकरणाच्या सूक्ष्म विश्लेषणावर संपूर्ण विचारांती रचलेला होता. नितीशकुमार शिक्षणाने जरी इलेक्ट्रिकल अभियंता असले तरी ते हाडाचे सामाजिक अभियंता होते. नॅशनल इन्स्टिट्यूट ऑफ टेक्नॉलॉजीमध्ये पहिल्या वर्गात शिकत असताना त्यांनी स्वतःच्या वर्गातील मुलांचे उत्पन्न व जात या दोन निकषांवर विभागीकरण केले होते; मुलांच्या निकालात समता आणण्यासाठी त्या त्या विभागानुसार गुण द्यावे. त्यांनी स्वतःचा अल्पसंख्यांकांकडे असलेला ओढा अशा प्रकारे तेव्हापासूनच दाखवला होता. त्यांच्या प्राध्यापकांना तेव्हाच कळलं होतं की हा विद्यार्थी पुढे खूप मोठ्या स्थानावर जाणार.

बिहारच्या मुख्यमंत्रिपदाची सूत्रं हातात आल्यावर नितीशकुमारांनी अहर्निश अभ्यास केला, घराघरांचे अनेक प्रकारे सर्वेक्षण केलं, अनेक सांख्यिकी चाचण्या केल्या आणि सामाजिक व आर्थिक स्तरावरच्या नोंदींची प्रचंड कागदपत्रे तपासली होती. त्यानंतर त्यांनी आपला व्यूह तयार केला. त्यांनी २२ अनुसूचित अतिशय गरीब जातीसमूहांचा एक विभाग 'महादलित' या नावाने दलितांपासून व इतर मागासवर्गीय वर्गीयांपासून वेगळा काढला. त्यांच्या सामाजिक तंत्रशास्त्रीय खेळीमुळे जनता दल युनायटेडचा पाया अधिक विस्तारला आणि त्यांचे मुख्य

स्पर्धक लालू प्रसाद आणि राम विलास पासवान यांची व्होट बँक त्याच प्रमाणात घटली.

नरेंद्र मोदी यांचं नाव पंतप्रधानपदाच्या उमेदवारीसाठी पुढे येणार हे नक्की झालं असताना इतरानां जिथे धोका वाटत होता तिथे नितीशना उत्तम संधी दिसू लागली. मोदी आणि नितीशकुमार अगदी एकमेकांच्या विरुद्ध व्यक्तिमत्त्वाचे होते. गुजराथच्या मुख्यमंत्र्यांनी गुंतवणुकीसाठी आदर्श, विकसित राज्य म्हणून गुजराथची प्रतिमा लोकांसमोर आणली, याउलट बिहारच्या मुख्यमंत्र्यांनी बिहारमधील दारिद्र्याचं मार्केटिंग केलं आणि सतत मदतच मागितली. मोदी विस्तृत स्तरावर सर्वंकष विकासाचा विचार करत होते. तर नितीशकुमार सर्व राजकारण सूक्ष्म वर्गीकरणावर आधारून विशिष्ट जातींसाठीच विशेष सवलती व योजनांचा पुरस्कार करत होते. त्यांच्या सामाजिक तंत्रशास्त्रीय टीमने त्यांना खूप क्लिष्ट सामाजिक प्रमेयं आणि गणितं सोडवून असा निष्कर्ष दाखवला, की भाजपसोबतची मैत्री तोडली तर, सामाजिकदृष्ट्या मागासलेल्या मुस्लिमांचा एक मोठा गट त्यांच्या सोबत येईल, नितीशकुमारांनी हीच संधी हेरली.

त्यांची युती तुटल्यापासून, त्यांना आकर्षित करण्यासाठी काँग्रेस अर्थातच खूपच प्रयत्नशील होती. काँग्रेससाठी सर्वांत दुर्दैवाची बाब म्हणजे, नितीशकुमारांची प्रतिमा ममतासारखी खूपच स्वच्छ होती. भ्रष्टाचारामध्ये लडबडलेली नव्हती. नितीशशी युती करण्याच्या वाटाघाटींसाठी सी.बी.आय.चा वापर करण्यात काहीच अर्थ नव्हता. नितीश यांनी यूपीएच्या केंद्र सरकारबरोबर या वर्गाला मोठं पॅकेज देण्यासंबंधी डाव खेळायला सुरुवात केली. प्रकाश करात यांनीसुद्धा त्यांना तिसऱ्या आघाडीच्या परिषदेसाठी आमंत्रण दिलं होतं. त्यांनी ते स्वीकारलंही असतं कदाचित. तसंही तिसऱ्या आघाडीच्या परिषदेला तसा त्यांच्यामते विशेष अर्थ नव्हता पण, नितीशकुमार यांची तटस्थ भूमिका स्पष्ट होण्यासाठी, लोकांना दाखवण्यासाठी ही संधी पुरेशी होती. पण जेव्हा त्यांना कळलं, की लालूंना जामीन मिळाला तर, तेही या परिषदेला उपस्थित राहणार आहेत, तेव्हा त्यांनी ते आमंत्रण नाकारलं. ते बिहारचे अनभिषिक्त बॉस होते म्हणून लालूंच्या संगतीत दिसणं त्यांना शोभणार नव्हतं. मुख्य सचिव अचानक आले आणि नितीशकुमारांच्या विचारांची

तंद्री भंग पावली.

''सर एक चांगली आणि एक वाईट बातमी!'' त्यांनी धापा टाकत सांगितलं.

''ठीक आहे, आधी चांगली बातमी सांग!'' नितीश म्हणाले.

''सर, नुकत्याच झालेल्या राष्ट्रीय सर्वेक्षणाची आकडेवारी प्रसिद्ध झाली आहे. त्यांच्या अंदाजाप्रमाणे, बिहारमधील दारिद्र्याचं प्रमाण ४५ वरून ३२ टक्क्यांवर घसरलं आहे.'' ते म्हणाले.

यावर नितीशकुमार यांचा चेहरा क्षणार्धात लालबुंद झाला. सचिवाकडे रोखून बघत ते किंचाळले, ''मूर्ख माणसा, तुम्ही याला चांगली बातमी म्हणताय? पूरा मूड खराब कर दिया!''

काही महिन्यांपूर्वी नितीश यांनी, नवी दिल्लीच्या रामलीला मैदानात 'अधिकार' मोर्च्यात बिहारच्या मागासलेल्या परिस्थितीवर हृदयद्रावक भाषण केलं होतं आणि बिहारला खास दर्जा द्यायची मागणी केली होती. तिथे त्यांच्या भाषणाला इतका प्रतिसाद मिळाला होता की आता नितीश केवळ केंद्राकडूनच नव्हे तर, पाश्चिमात्यांकडून मदत मिळविण्याच्या प्रयत्नात होते. लंडनमध्ये ट्राफलगर स्क्वेअर, न्यूयॉर्कमध्ये सेंट्रल पार्क इथे त्यांच्या सभा आयोजित केल्या होत्या. सौदी अरेबियाच्या सरकारला आवाहन करून सौदी अरेबियाच्या पेट्रोडॉलरचा एक मोठा हिस्सा मिळवण्याचाही प्रयत्न चालू होता. आणि इथे त्यांचा सचिव, बिहार कसा गरीब नाही, हे कौतुकानं सांगत होता.

''बरं, वाईट बातमी काय आहे ?'' त्यांनी खिन्नपणे विचारलं, ''अर्थात, आता यापेक्षा वाईट काही असूच शकत नाही.''

''कोसीच्या खोऱ्यात अचानक आलेल्या पुराने अनेक लोक बेघर झाले आहेत. पूर्णिया हे सर्वांत जास्त फटका बसलेलं क्षेत्र आहे.'' मुख्य सचिव बातमी सांगताना पुरते गोंधळून गेले होते.

''ऊं... ही तर छान बातमी आहे. म्हणजे तशी निराशाजनक आहे, पण, काही अंशी चांगलीसुद्धा आहे... तुम्हाला समजतंय ना मी काय म्हणतो ते?''

''अं... सॉरी सर, चांगली आणि वाईट बातमी यात गोंधळ केल्याबद्दल...''

''ते ठीक आहे, हळू हळू तुम्ही शिकालच. मी एन.के. सिंगना सांगतो, की केंद्राकडून खास मदत पॅकेज मिळविण्यासाठी छानसं सादरीकरण तयार करा. आता आपण पुनः मैदानात आलो आहोत.'' त्यांच्या डोळ्यात चमक आणि बोलण्यात जोश आला होता.

''अजून एक सर... उद्या किशनगंजमधील अंगणवाडीच्या उद्‌घाटनप्रसंगी तुम्ही मौलवींची टोपी घालणार आहात की, बिगर टोपी कुर्ता-पायजमा घालणार?'' सचिवांनी विचारलं.

''अर्थातच मौलवी टोपी आणि तिथल्या स्थानिक मौलवींसोबत गळाभेट घेत असतानाचा फोटो पहिल्या पानावर झळकेल असं पहा.'' नितीश यांना चार दिवस वाढलेल्या दाढीची जाणीव झाली. नेहमी ते दर चार दिवसांनी, दाढी करत असत. म्हणजे अगदी गुळगुळीत नाही किंवा बोकडासारखी नाही. अशा अवतारातून आपली सर्वधर्मसमभाव भूमिकेची प्रतिमा कायम राहील याची ते काळजी घेत.

नितीशकुमारनी सचिवांना जायची खूण केली आणि जिथे तिथे पान थुंकल्याचे डाग पडलेल्या पॅसेजमधून ते त्याच मजल्यावरच्या शेवटच्या खोलीमध्ये गेले. त्या खोलीत कुर्ता-पायजमा घातलेले वीस एक वर्षाचे काही युवक संगणकावर वाकून उभे होते. जनता दल युनायटेडच्या तिथल्या युद्धाच्या छावणीत पाटणा विद्यापीठातून आणलेले अनेक नवपदवीधर भरले होते.

''जमतंय का?'' सतीशकुमार म्हणजे विभागीकरण विश्लेषण विभागाचे मुख्य यांच्या खांद्यावर हात ठेवत नितीशकुमार म्हणाले. सतीश आणि त्यांची टीम एका मोठ्या धमाक्याची तयारी करत होते. लालूंवर अटळ निष्ठा आलेल्या यादव समाजाचं यादव व महायादव असं विभाजन करण्यात नितीशकुमारांना यश मिळवून देण्यासाठी तिथे संशोधन चालू होतं. पण दलित अणि इतर मागासवर्गीय यांच्या उलट यादव समाज प्रत्येक बाबतीत खूपच एकसंध होता. त्याचं विभाजन कुठल्याही सामाजिक तंत्रवेत्त्यासाठी महाकर्मकठीण होतं. पण याच पार्श्वभूमीवर सतीश यांची टीम, बिहारच्या लोकसंख्येचा जातीनिहाय, घराघरांचा अभ्यास करून, सर्वसमावेशक असे सामाजिक-आर्थिक आणि लोकसांख्यिकी निष्कर्ष काढत होती.

तरी अजून एक आशेचा किरण होता. हा गट शाहरुख आणि सलमान खान यांच्या समर्थकांमध्ये ५०/५० टक्के विभागला गेला होता. नितीश यांना सलमान– समर्थक यादवांची बाजू घ्यावी असं वाटत होतं. आणि सल्लूच्या सिनेमांना करमणूक कर माफ करायची इच्छा होती. पण, असं केलं तर शाहरुखचे मुस्लिम चाहते दूर गेले असते, म्हणून त्यांनी ते केलं नाही.

''अजून काम चालू आहे, सर. सर्वेक्षणासाठी आम्ही लोकांना एक प्रश्न विचारतो आहोत, तुम्हाला सर्वांत जास्त त्रासदायक कोण वाटतो... योगेंद्र यादव का कुमार विश्वास? त्यांच्या उत्तरातून यादवांचे विभाजन करणं शक्य होईल.

''ठीक आहे.'' पण, सांख्यिकी पडताळणीसाठी 'ची स्केअर टेस्ट' विसरु नका. आणि आत्मविश्वासाची पातळी ९९ टक्क्यावर ठेवा. खोटी सकारात्मकता उपयोगाची नाही.''

''तुम्ही काळजी करू नका सर'' सतीश कुमार म्हणाले.

सतीश यांच्या टीमला यादवांचं विभाजन करण्यात यश आलं असतं तर, पुढचं आव्हानही सुकर होतं ते म्हणजे महादलितांचं सुपर आणि हायपर दलित असं विभाजन करणं. एक बातमी होती, की महादलित लोक नितीशकुमारांनी खास त्यांच्यासाठीच तयार केलेल्या योजनेबाबत फारसे समाधानी नाहीत. योजनेतील काही अपेक्षित लाभ फक्त कागदावरच राहिले होते, प्रत्यक्षात काहीच मिळालं नव्हतं. त्यामुळे पुढच्या डावपेचात, सामाजिक तंत्रात अजून काही फेरफार करून अत्यंत गरीब अशा अनुसूचित जातींमध्ये त्यांचं महत्व वाढवण्याची गरज होती.

''ओ माय गॉड'' अचानक सतीश यांचा चेहरा पांढराफटक झाला आणि ते किंचाळले.

''क्या हो गया, ससुरे?'' नितीशनी विचारलं.

''सर, मोठा घोळ झालाय. खरं तर हा मोठा नाही महाघोळ आहे. ही संगणकातील 'एक्सेल' प्रणालीची महाचूक आहे. तुम्ही एन.डी.ए.तून बाहेर पडल्यावर तुम्हाला येऊन मिळणाऱ्या मुस्लिमांची संख्या अंदाजापेक्षा फारच कमी आहे.''

''अरे, असं कसं? परत बघा नीट, काही तरी राहिलं असेल.'' नितीशकुमार

शांतपणे म्हणाले.

सतीशने परत परत कॉम्प्युटरवर खटपट केली.

''सर परत पाहिलं.'' सतीश.

''आणि...'' नितीशकुमार

''आता निवडणुका झाल्या, तर ती सरळ नमो आणि लालू यांच्यातच लढत होईल. सर, या लढतीत तुम्ही कुठेच दिसत नाही.'' सतीश यांच्या पायाखालची जमीन सरकली होती.

जगातल्या सर्वांत मोठ्या सामाजिक तंत्रशास्त्रीय टीमने एक्सेल प्रणालीत फार मोठी चूक केली होती. त्यामुळे बिहारचा राजकीय चेहरामोहराच बदलणार होता. हे म्हणजे कसं झालं... नासाच्या अभियंत्यांनी सर्व निर्देशके मेट्रिक परिमाणात न बदलल्यामुळे १९९० मध्ये मंगळावर जाणारं नासाचं ऑर्बिटर हे यान लगेच कोसळलं होतं तशीच चूक होती ही.

नितीश यांची मुद्रा ह्या प्रतिक्रियेच्या पुढे गेली होती, डोळे एखाद्या मोठ्या बशीएवढे विस्फारले होते.

नंतर त्यांनी थरथरत्या हातांनी फोन शोधला आणि नंबर फिरवला, ''हॅलो, कौन? प्रकाश करातवा...''

(१५)

शिकारीसाठी टपलेला सिंह

~

नोव्हेंबर २०१३

हवेत लोकशाही भरून राहिली होती. समस्त
राजकारणी मंडळींना सामान्य जनतेचा पुळका येऊ
लागला होता. खासदारांनी आपले विदेश दौरे रद्द
केले आणि लोकसभेचे अधिवेशन नसताना ते
आपापल्या मतदारसंघांना मोठ्या प्रामाणिकपणे
भेटी देऊ लागले होते. सरकारने आपली तिजोरी
सामान्य लोकांसाठी खुली केली होती.

निवडणुकांचा हंगाम खरंच आता बहरू लागला
होता.

भाजपने सर्वोच्च पंतप्रधानपदासाठी उमेदवार म्हणून
नाव घोषित केल्यामुळे उत्साहित झालेल्या मोदींनी
विरोधी पक्षावर तोफा डागून प्रचार मोहिमा सुरू
केल्या होत्या. वरकरणी पाहिले तर, त्यांनी दिल्ली,
छत्तीसगड, मध्य प्रदेश आणि राजस्थान-मधल्या

निवडणुकांना आपलं लक्ष्य केलं होतं पण, बिहार, उत्तर प्रदेश आणि इतरही काही राज्यात त्यांच्या सभा ठरवल्या होत्या, यातून मोदींनी भारतातील सर्वसाधारण निवडणुका समोर ठेवल्या आहेत हे स्पष्ट दिसत होतं.

देशाच्या राजधानीत दिल्लीमध्ये, भाजपाच्या आतापर्यंतच्या सर्वात मोठ्या सभेत मोदी गरजले, 'दिल्लीमध्ये तीन प्रकारची सरकारे आहेत: आईसाहेबांचे सरकार, चिरंजीवांचे सरकार आणि जावईबापूंचे सरकार!' चार लाखांपेक्षाही मोठ्या जमावात मोठाच हशा पिकला आणि टाळ्यांचा कडकडाट झाला.

त्यांनी भोपाळमध्ये म्हटलं, आदर्शचा 'ए', बोफोर्सचा 'बी', कॉमनवेल्थ गेम्सचा 'सी' आणि दामाद का कारोबार मधील 'डी'! समस्त लोकांनी मनापासून दाद दिली आणि टाळ्या वाजवल्या.

ते जिथे जिथे गेले तिथे गुजराथच्या ह्या महाबलीचं दर्शन घेण्यासाठी आणि त्यांचं सर्वत्र गाजणारं वक्तृत्व ऐकण्यासाठी हजारो लोक गोळा होत होते. आणि मोदींनी कधीच निराशा केली नाही. आवाजात अचूक चढउतार करून, योग्य ठिकाणी बोलणं थांबवून आणि खुमासदार अलंकारिक भाषा वापरून मोदींनी लोकांवर अपूर्व प्रभाव टाकला. अर्थात लोकांच्या जास्तीत जास्त टाळ्या 'शहजादे'साठी मिळत होत्या.

मोदी अगदी परिणामकारक आवाजात म्हणत, 'मित्रों, आपला विश्वास बसणार नाही, पण शहजादेंनी म्हटलं होतं की गरिबी ही फक्त मनाची एक स्थिती आहे' आणि तत्क्षणी लोकात एकच हशा पिकायचा.

कालांतराने मोदींना शहजादा वगैरेबद्दल जास्त काही बोलायचीही गरज पडली नाही. ते नुसते हसून 'शहजादा' शब्द उच्चारू लागले की लोक मोठमोठ्याने हसू लागत. अशा प्रकारचा उपहास हे फार प्रभावी अस्त्र ठरलं पण त्याचं खरं मर्म हे होतं की ह्या वक्तव्याला उत्तर कसं द्यायचं याबाबत काँग्रेसचे नेते पूर्णपणे गोंधळून जात असत.

मोदींच्या एका सभेनंतर वार्ताहरांकडे मुठी वळवत सिब्बल यांनी म्हटलं, 'मोदी राहुल गांधींबाबत शहजादा असे काहीच्या काही शब्द कसे वापरू शकतात?'

तासाभरानं सिब्बलना १० जनपथमधून बोलावणं आलं आणि विचारलं गेलं, राहुलना शहजादा म्हणू नये असं त्यांना खरंच वाटतं का ? त्यानंतर बुद्धी शाबूत असलेला काँग्रेसचा कुठलाही नेता सार्वजनिक ठिकाणी 'शहजादा' शब्दाला आक्षेप घेताना दिसला नाही.

त्यानंतर मोदींचा वारू सुसाट सुटला. त्यांनी कानपूरमध्ये उत्तर प्रदेशांच्या जनतेला खूष केलं. हरियाणामध्ये त्यांनी रेवारी इथं माजी सैनिकवर्गाशी सुसंवाद साधला. त्यांनी बिहारमध्ये पटणा इथे ज्वलंत भाषा, बलशाली वक्तृत्व आणि ऐतिहासिक सत्यांची कल्पक उकल करून लाखो लोकांना मंत्रमुग्ध केलं.

परंतु, जेव्हा मोदी हिंदीभाषिक प्रदेश ओलांडून तामिळनाडू आणि त्रिचीपर्यंत गेले आणि तिथेही त्यांनी फार मोठा श्रोतृवर्ग आकर्षित केला तेव्हा १० जनपथमध्ये खऱ्या अर्थानं धोक्याची घंटा वाजू लागली.

त्या दिवशी दुपारी काँग्रेसच्या निवडणूक कार्यालयात घाईघाईने बोलावलेल्या बैठकीत अहमद पटेल बसलेल्या आवाजात सांगत होते, 'मॅडम, त्यांचं भाषण आताच सुरू झालं आहे. सभेला जवळजवळ पाच लाख लोक आले आहेत.'

जयराम रमेश यांनी आ वासला पण सोनियांचा रागीट कटाक्ष यायच्या आधीच मोठ्या सफाईनं त्यांनी घसा खाकरून आपलं आश्चर्य लपवलं.

सोनियाजींनी ओठ मुरडले, 'ते तामिळमध्ये बोलले का ?'

अहमद म्हणाले, 'सुरुवातीला थोडंसं तामिळमध्ये बोलले. पण लोक आताही त्यांना टाळ्या देत आहेत.'

'सोनियांनी दात ओठ आवळले.' ठीक आहे. आपण त्यांच्यावर मात करू, कारण मी पूर्णपणे तामिळमध्ये बोलणार आहे आणि त्यांच्यापेक्षा नक्कीच चांगलं तामिळ असेल माझं! कुणातरी एकाला इंग्रजी अक्षरात तामिळ भाषण लिहायला बसवा, लगेच!

अहमद पटेल घोगऱ्या आवाजात पुढे म्हणाले, 'मॅडम, एवढंच नाही... त्यांच्या जोडीला रजनीकांतही स्टेजवर येणार अशी वदंता आहे.'

ह्यावेळी मात्र कुणीच आपली प्रतिक्रिया लपवू शकलं नाही. खोलीतल्या

सगळ्यांनी एकदमच सुस्कारा सोडला. सोनियाजींच्या चेहऱ्यावरचा रंग उतरला. पुनः भानावर यायला त्यांना पूर्ण एक मिनिट लागलं.

'अं... तरी ठीक आहे. आपण ह्यालाही प्रत्युत्तर देऊ. राहुलबरोबर स्टेजवर यायला आपण आणखी ताकदवर अशा कुणाला तरी शोधू या.' त्या क्षीण स्वरात पुढे म्हणाल्या, 'रजनीकांतपेक्षा कुणी श्रेष्ठ आहे का?'

अहमद पटेल तर अगदी गांगरून गेले होते, ते पुटपुटले, 'रजनीकांतपेक्षा ताकदवान कोण बरं? देव...?'

सोनियाजींना एकदम वास्तव लक्षात आलं आणि त्यांचे खांदे खाली पडले, 'हं..., आपण ह्यावर मात करू शकत नाही.'

मधल्या काळात राहुल गांधींची प्रचार मोहीम किंगफिशरच्या धारातीर्थी पडलेल्या जंबो जेटप्रमाणे ठप्प झाली होती. त्यांनी स्वतःविषयी अनुकंपा दाखवून, भावनिक आवाहनातून लोकांशी जवळीक साधण्यासाठी सर्वतोपरी प्रयत्न केले.

मध्य प्रदेशमध्ये एका ठिकाणी राहुलने, लोकसभेत अन्न सुरक्षा विधेयक मतदानासाठी आलं होतं, त्याचा संदर्भ देत म्हटलं, 'ममी म्हणाली होती, राहुल, काहीही होऊ दे, मी सतत बटण दाबतच राहणार.' जे काही थोडे फार लोक जमले होते त्यांनी आपलं हसू दाबायचा प्रयत्न केला.

लहानपणापासून ऐकत आलेली लांबलचक कहाणी सांगून राहुलनं आपल्या कुटुंबाच्या दुर्दैवी इतिहासाचं भांडवल करायचा प्रयत्न केला.

'त्यांनी माझ्या आजीला मारलं; त्यांनी माझ्या वडलांना मारलं आणि ते कदाचित मलाही ठार करतील!' डोळ्यातून आग ओकत राहुल म्हणाले, जमलेला सुस्त जमाव थंडपणे ऐकत होता. मागच्या काहीजणांनी जांभया झटकून टाकल्या.

काही दिवसानंतर त्यांच्या सभांसाठी भाड्याने लोक बोलावणेही कठीण झाले. लोकांची गर्दी वाढवण्यासाठी टोकाचा उपाय म्हणून राहुल गांधींच्या सभेला हजेरी हा मनरेगाखाली मान्यताप्राप्त रोजगार आहे असंही ठरवण्यात आलं. सुरुवातीला, काही कामगार त्यात सहभागी व्हायला तयारही झाले कारण, खड्डे खणणे/भरणे आणि राहुल गांधींच्या सभेला जाणे यात थोडे साधर्म्य होते; उदाहरणार्थ; दोन्ही

कामे निरर्थक, मन सुन्न करणारी आणि अर्थव्यवस्थेत कुठलीही भर घालणारी नव्हती! पण काही सभांना हजेरी लावल्यानंतर हे कामगार अडून बसले आणि त्यांनी अशा सभांसाठी तत्कालीन मनरेगा योजनेपेक्षा १००० टक्के जास्त वेतनाची मागणी केली.

***

दुसऱ्या एका निवडणूक-विषयक बैठकीत सोनियाजी गरजल्या, 'मला काही समजतच नाही. मोदींच्या सभांना लाखो लोक येतात आणि राहुलला मात्र मोकळ्या मैदानांचा सामना करावा लागतो. तुम्ही लोक करता काय इथे?' लांबलचक टेबलावर बसलेल्या समस्तजनांकडे रागारागाने पहात सोनियांनी उत्तर मागितलं.

पुनः एकदा क्रुद्ध नजर फिरवीत त्यांनी फणा काढला, 'अभिषेक बच्चनसारखा सामान्य नट घेऊन यशराज फिल्म्स धूमसारखा तुफान चालणारा चित्रपट तयार करू शकतात तर तुम्ही सारे मठ्ठ लोक माझ्या सरकारसाठी ते का करू शकत नाही? आम्ही नुकतंच अन्न सुरक्षा विधेयक मंजूर करून घेतलं, हो ना? मग, आता काय अडचण आहे?'

केंद्रीय अर्थमंत्री चिदंबरम म्हणाले, 'अं..., मॅडम, सार्वजनिक वितरण प्रणालीतली धान्ये खरोखरचं कमी किमतीची आहेत, पण, बाकी सर्व गोष्टींच्या विशेषतः कांद्याच्या किमती गगनाला भिडल्या आहेत.'

१०० रुपये किलो दराने कांदे इतके महाग झाले होते की आता कांदा म्हणजे चैनीची वस्तू, श्रीमंती आणि थाटमाटाचं प्रतीक झाला होता. तरुण मुलं प्रेयसीला कांद्याची रिंग भेट म्हणून देऊ लागले. भारतातील आकर्षक बाजारपेठेत सर्वश्रेष्ठ ब्रँड ही प्रतिमा टिकवण्यासाठी आणि सॅमसंग व नोकियाच्या पुढे राहण्यासाठी ॲपल कॉंप्यूटर्सही स्वतःचे नाव 'ओनियन' असे बदलायचा विचार करत होते. डॉक्टर मनमोहनसिंग यांच्याकडे वळून सोनियाजींनी फटकारलं, मग आता मोफत कांद्याचा अधिकार असं नवीन विधेयक पास करून घ्यावं लागेल. विद्वान पंतप्रधान

मूकपणे मान डोलावणार इतक्यात चिदंबरम घाईघाईने मध्येच बोलले,

'अं... सोनियाजी, अन्न सुरक्षेसाठी ५०००० कोटींची अतिरिक्त तरतूद केल्यानंतर आता आणखी काही फुकट देण्यासाठी आपल्याकडे पैसे उरले नाहीत. कदाचित आपण अंदाजपत्रकी तरतुदीची आवश्यकता नसलेला अधिकार आणि हक्कांवर आधारित कायदा करू शकतो-म्हणजे सुखप्राप्तीचा अधिकार किंवा राष्ट्रीय उत्पादनात ८ % वाढीचा हक्क वगैरे!'

सोनियाजींचे डोळे चमकू लागले. 'राष्ट्रीय उत्पादनात ८% वाढीचा अधिकार... ही कल्पना फारच छान आहे! अर्थव्यवस्था परत रुळावर आणायला आपण ह्या गोष्टीचा आधीच विचार का नाही केला?'

राष्ट्रीय सल्लागार परिषद किंवा नॅशनल ॲडव्हायसरी कौन्सिलच्या बैठकींना हजर राहिल्यामुळे सोनियाजींची अर्थशास्त्राबद्दल कल्पना अशी झाली होती की उत्पादन वाढीच्या अधिकाराचा/हक्काचा कायदा नुसता पास केला की जादूने तसा अधिकार प्रत्यक्षात आलाच!

चिदंबरम उदगारले, 'अं... त्यामुळे तशी हमी देता येणार नाही. खरी गोष्ट ही आहे की आर्थिक वृद्धीबाबत कुणीच कसलीही हमी देऊ शकत नाही, अर्थशास्त्रज्ञ तर अजिबात नाही. पण, त्याकरता उत्तरदायित्व ठरवणं फार अवघड आहे. तरी, इतर अन्य कारणे शोधणं सोपं आहे, उदा; जागतिक अर्थव्यवस्थेतील मंदी, मध्य पूर्वेतील अस्थिरतेमुळे भडकणाऱ्या कच्च्या तेलाच्या किमती वगैरे!'

चर्चा जरा अतीच खोलात गेली असं वाटून सोनिया गांधी म्हणाल्या, 'हं,' काहीतरी तथ्यपूर्ण ऐकायला मिळेल अशा अपेक्षेने सहभागी सदस्यात काही क्षण अनामिक शांतता पसरली. शेवटी राष्ट्रीय सल्लागार परिषदेच्या ज्येष्ठ सदस्या आणि हक्कांवर आधारित प्रशासनाच्या कळकळीच्या पुरस्कर्त्या वरूणी रॉय ह्यांनी ही कोंडी फोडली.

'मॅडम, खरं पाहिलं तर देशाच्या तिजोरीवर ओझे न टाकता प्रत्यक्ष परिणाम करू शकणारे एक हक्कांवर आधारित विधेयक आहे; म्हणजे प्रत्येक गरीब कुटुंबाला दोन बेडरूमच्या आरामशीर सदनिकेत किंवा सुंदर पडवी, गच्ची आणि सुरेख

बगीचा असलेल्या बंगल्यात राहण्याचा अधिकार आहे. आणि देशातील घरांची संख्या न वाढवता हे करता येईल. यात फक्त एकच गोष्ट करावी लागेल; प्रत्येक मध्यम वर्ग आणि उच्च मध्यम वर्गातील कुटुंबाने आपल्या घरात निदान पंधरा गरीब कुटुंबांना ठेवून घ्यायचं ! १० जनपथ सारख्या लूट्येन भागातल्या बंगल्यांकरता ही मर्यादा वीस गरीब कुटुंबांवर नेता येईल आणि राष्ट्रपतिभवन म्हणाल तर तिथे अख्ख्या एका झोपडपट्टीचं पुनर्वसन होऊ शकेल. असं केलं तर राहुलबाबाची गालावरची खळी लोकांना दिसो वा ना दिसो, तुम्ही निवडणूक नक्की जिंकाल. शिवाय समान समाजव्यवस्थेचं आपलं आश्वासित उद्दिष्ट गाठण्यासाठीही हे महत्त्वाचं पाऊल ठरेल.'

सोनियाजी मागे सरकल्या. वरूणी रॉय ह्यांचे प्रस्ताव फारच दुःसह होऊ लागले होते. त्यांना आता बाहेर काढलं पाहिजे. अहमद यांनी जवाहरलाल नेहरू विद्यापीठातल्या एका प्राध्यापकाचं नाव सुचवलं होतं. भारताच्या एकूण धनसाठ्यातून गरिबांसाठी पैशाची तरतूद करून त्यांच्याविषयी सहवेदना दाखवणे ही गोष्ट कुठे आणि त्या दरिद्री लोकांना आपल्या दिवाणखान्यात झोपायला जागा देणं कुठे!

घाईघाईने विषय बदलत सोनियाजी म्हणाल्या, 'बरं, बरं, मी यावर विचार करते. पण, यानंतरच्या सभेत राहुल मतदारांना आता कोणते आश्वासन देऊ शकेल?'

मणिशंकर अय्यर आत्मविश्वासाने म्हणाले, 'मॅडम, ते तुम्ही माझ्यावर सोडा.'

***

दोन दिवसांनी, राजस्थानमधील चुरू नावाच्या एका अज्ञात गावात धिप्पाड दिसणाऱ्या पोलिसांनी, ओढून आणलेल्या काही व्रात्य खेडूतांकडे स्टेजवरून वाकून बघत राहुल गांधींनी बाह्या वर केल्या आणि ते म्हणाले, 'बंधूंनो, पूर्वी लोक म्हणायचे आधी रोटी खाओ, कॉंग्रेसको जिताओ.' आता मी म्हणतो आहे, पूरी रोटी खाओ, सौ दिन काम करो, मुफ्तकी दवाई खाओ और कॉंग्रेसको

जिताओ!'

सर्व खेडूत अविश्वासाने राहुलकडे बघतच राहिले.

गांधीनगरमधील आपल्या निवडणूक कार्यालयात राहुलचं भाषण त्याच वेळी ऐकताना मोदी जोरात हसू लागले, त्यांनी आपल्या लेखकाला जवळ बोलावलं आणि आपल्या पुढच्या भाषणाची एक प्रत मागवली. ती प्रत हातात आल्यावर मोदींनी तिचे मध्येच दोन तुकडे केले आणि ते कचऱ्याच्या डब्यात टाकले.

छत्तीसगडमधील नंतरच्या सभेत मोदी म्हणाले, 'मित्रों ! साठ साल के बाद, काँग्रेस आधी रोटी से पूरी रोटी तक पहुची है !' आवाजात सम प्रमाणात उपहास, चीड आणि धिक्कार आणून मोदी गरजले, 'डूब मरो, अरे, डूब मरो, शरम से डूब मरो!'

लोकांनी कोंग्रेसची हुर्यो उडवली, मोदींना टाळ्या दिल्या आणि पुनः 'मोदी, मोदी' चा गजर सुरू केला.

***

राहुलच्या प्रत्येक सभेनंतर काँग्रेसच्या गोटात भाषण-लेखनाचं काम सतत वेगवेगळ्या व्यक्तींकडे जाऊ लागलं. आय.आय.टी. पास जयराम रमेश यांच्याकडे हे काम गेलं तेव्हा राहुलनं भौतिकशास्त्र आणि खगोलशास्त्राकडे मोर्चा वळवला. अनुसूचित जमातींसाठीच्या एका राष्ट्रीय जागृती शिबिरात एका समारंभामध्ये राहुल म्हणाले, 'देशातील गरिबांना पुढे जायचं असेल तर गुरूग्रहाचा विमोचन वेग गाठणे गरजेचे आहे.' सर्व श्रोते गोंधळून राहुलकडे बघतच बसले. नंतर राहुलने अगदी चुकीच्या प्रकारे ट्विटरवर आगळेवेगळे भाष्यही केले.

दिग्विजयसिंग ह्यांनी मध्येच एक बाण सोडला. राहुलने मुझफ्फरनगरमधील दंग्यात पोळलेल्या लोकांविषयी सहानुभूती व्यक्त करायचं ठरवलं. राहुल म्हणाले, 'मला असं कळलं आहे की पाकिस्तानची आय.एस.आय. संघटना भारतातल्या असंतुष्ट मुस्लिम तरुणांच्या संपर्कात आहे.' काँग्रेसच्या सर्व नेत्यांना पुढचे काही दिवस बरीच सारवासारव करावी लागली.

जेव्हा इतर कुठले स्पष्टीकरण काम करेना तेव्हा काँग्रेसने शेवटचा उपाय करून बघितला; मूळ गोष्टच नाकारणे! अभिषेक मनु संघवींच्या नेतृत्वाखाली पक्षाच्या प्रचार समितीने टी.व्ही.च्या राष्ट्रीय वाहिन्यांचा आश्रय घेतला आणि मोदींच्या सभा साऱ्या देशवासियांना प्रभावित करत आहेत ह्या कल्पनेचं खंडन करायला सुरुवात केली.

१० जनपथच्या बाहेर जमलेल्या काही वार्ताहरांना उद्देशून जयराम रमेश कुत्सितपणे म्हणाले, 'मोदींची लाट? छे!'

एन.डी.टीव्ही.वर मनीष तिवारी गरजले, 'देशात कुठेही मोदींची सर्वंकष किंवा कुठलीही लाट नाही.'

टाइम्स नाऊ वाहिनीवर संजय झा म्हणाले, '२००२ मध्ये मोदींच्या नजरेसमोर जो नरसंहार झाला त्यामुळे देशातील अल्पसंख्यांक लोकात फक्त भीतीचीच लाट आहे बाकी कुठलीही लाट नाही.'

प्रचारकार्यक्रमांचे वेगवेगळे सूत्रधार, 'निःपक्ष' विश्लेषक आणि नितीश कुमार ह्या सर्वांच्या मदतीने काँग्रेसची प्रचार यंत्रणा वंगण घातलेल्या घाण्याप्रमाणे फिरत होती. थोड्याच दिवसात काँग्रेसच्या गोटातील सर्वांचा स्वतःच्या भूलथापांवर विश्वास बसू लागला. सोनियाजींच्या कपाळावरील चिंता कमी होताना दिसू लागली आणि त्यांच्या निवडणूक कार्यालयात थोडासा उत्साह परत दिसू लागला.

मोदींचं यावरचं उत्तर मात्र अगदी झोंबणारं होतं.

***

मध्य प्रदेशमध्ये एका प्रचंड जनसमुदायापुढे आपल्या अनन्य शैलीमध्ये बोलताना मोदी गरजले, 'बंधु भगिनींनो, मी सुद्धा एक मातीचा कण आहे, हो की नाही?'

तितक्याच मोठ्याने लोकांचा आवाज आला, 'हो, आहात ना!'

त्यांनी विचारलं, 'मी जेव्हा चालत असतो तेव्हा माझ्यात गती असते की नाही?'

लोकांचा पुनः जोरात प्रतिसाद, ‘हो...’

मग मोदी म्हणाले, ‘तर मी आता दिल्ली सल्तनतला विचारू इच्छितो; जर कुठल्याही गतिमान कणातून लाट तयार होत असेल तर दिल्लीची सुलतानशाही असं कसं म्हणू शकते की मोदींची लाट नाही!’

एका मोठ्या पडद्यावर वस्तूचा कण आणि लाट यातील अद्वैत दाखवणारं ब्रॉगलीचं सुप्रसिद्ध समीकरण झळकलं आणि मोदींचा दावा सिद्ध झाला.

$$p = \frac{h}{\lambda} \rightarrow \lambda = \frac{h}{p} \rightarrow \lambda = \frac{h}{mv}$$

लोकांना त्यांची कारणमीमांसा कदाचित कळली असेल-नसेल पण लोक ‘मोदी, मोदी,’ म्हणून घोष करत सुटले. लोकांनी मोदींच्या लाटेवरचा विश्वास दाखवण्यासाठी मेक्सिकन पद्धतीची लाटही करून दाखवली. असं दिसून आलं की मोदी सामान्य माणसाच्या भाषेत लोकांना काहीही पटवू शकत होते. गरज भासली तर क्लिष्ट असा ‘स्ट्रिंग’ सिद्धांतदेखील!

दुसऱ्या दिवशी १० जनपथवरील वातावरणाला अंत्ययात्रेची कळा आली होती. सर्व नेते हॉलमध्ये शांतपणे मान खाली घालून बसले होते; सोनियाजी मात्र पिझ्झा, पास्ता आणि कॅलझोन्सवर ताव मारत होत्या. डॉमिनोज, पापा जॉन आणि पिझ्झा हटचे अनेक रिकामे डबे त्यांच्या पायाशी लोळत होते.

सोनियाजी अचानक उसळल्या; जवळचे काही लोक एकदम दचकले. ‘हा माणूस आम्ही साफ नाकारलं तरी आम्हाला खोडून काढतो? काय भयंकर इसम आहे हा!’

एक नेता उद्गारला, ‘हो मॅडम, तो अगदीच उद्धट आणि निंद्य माणूस आहे.’

दुसरा कोणीतरी म्हणाला, ‘एकदम उनाड, असंस्कृत आणि खेडवळ माणूस!’

बस, त्या सर्वांना कुणीतरी अशी चावी मारणेच बाकी होतं. एक एक करून सगळे काँग्रेसजन मोदींवर तुटून पडले, प्रत्येकाने मोदींना शेलकी विशेषणे लावली. शेवटी सोनियाजींनी वैतागून अर्धा खाल्लेला पिझ्झा हॉलमध्ये समोर फेकून मारला.

त्या ओरडल्या, 'बस्! गप्प बसा!'

सगळा हॉल एकदम शांत झाला आणि किती वेळ कोण जाणे दीर्घकाळ स्तब्धच राहिला. जमलेल्या सर्व लोकांच्या चेहऱ्यावर निराश भाव दाटून आला.

त्याच वेळी अर्धा शर्ट पँटमध्ये खोचलेला, शर्टाचा दुसरा भाग पायजम्यावर लोंबत आहे अशा अवतारात, मिचमिच्या डोळ्यांनी हातातील मासिकाकडे बघत राहुल गांधी तिथे आले. तोंडातून लॉलीपॉप बाहेर काढत ते आईला म्हणाले, 'ममी, हे बघ मला आतल्या खोलीत कसला शोध लागला? नागराजची कॉमिक्स!'

तिथे थोडी चमत्कारिक शांतता पसरली. अहमद पटेल आणि सोनियाजींचे डोळे विस्फारले आणि ते एकमेकांकडे बघू लागले. एकाच क्षणानंतर दोघांनी बरोबरच मान डोलावली आणि हळूहळू टाळ्या वाजवायला सुरुवात केली. अहमद पटेल म्हणाले, 'राहुलबाबा, तुम्ही म्हणजे एक महान बुद्धिमान संशोधक आहात!' बाकीच्या सर्व नेत्यांना हे काय चाललं आहे काही कळलं नाही, पण त्यांना कारणाची गरज नव्हती. काही सेकंदातच १० जनपथवर कान किटवून टाकणारा टाळ्यांचा कडकडाट झाला.

१६

काळेकुट्ट अंतरंग

नोव्हेंबर २०१३

रात्रीच्या चंद्रप्रकाशात ती अंधारी इमारत आणखीनच भयानक दिसत होती. काळीकुट्ट आणि प्रवेशबंदी असलेली इमारत! जुनाट भिंतींवर बुरशीचे काळेपट्टे दिसत होते, सगळा रंग उडून गेला होता. दारे कुजली होती आणि खिडक्यांची तावदाने फुटली होती.

पत्र्याच्या एका मोठ्या दरवाजावर भलीमोठी कवटी आणि एकमेकांना छेदणारी दोन हाडे रंगवली होती. दारावर 'डर्टी ट्रिक्स डिपार्टमेंट' असे शब्द कोरले होते. त्याला आत जायला तो मोठा दरवाजा आड येत होता. घोंगावणाऱ्या वाऱ्यामुळे कवटीतल्या जबड्याचे दोन भाग त्याच्याकडे पाहून हसत हसत एकमेकांवर खणखणत होते. मागच्या बाजूने लांडग्याचा आवाज येत होता.

अहमद थरथरू लागले. ह्या ठिकाणी त्यांच्या अंगावर काटा यायचा.

थरथरतच ते थोडे पुढे गेले. कानाला त्रास देणारा तो दरवाजा किर्र किर्र आवाज करत उघडला आणि अहमदच्या पाठीतून एक कळ गेली. उघडलेल्या फटीतून अहमद कसेबसे त्या अवजड दारातून आत शिरले.

नाकावर बोट धरून अहमद, वळणावळणातून आणि घाणीतून वाट काढत पुढे गेले, शेवटी त्यांना डावीकडे एक खूपच कमी प्रकाश असलेला आणि अनेक दारे असलेला पॅसेज दिसला. पहिल्या दारावर एक किड्यासारखे डोळे असलेल्या कावळ्याचे चित्र होते. कावळ्याच्या खाली 'फिअर, फेअर, फिअरलेस' असे शब्द लिहिले होते. अहमदनी दाराला कान लावले.

एक पुरुषी आवाज आला, '...चला, वर जाऊ या. लिफ्टने जाऊ.'

स्त्रीचा अनिश्चित वाटणारा आवाज, 'अं, मला जिन्यावरून जायला आवडेल.'

पुरुष उत्तरला, 'चल चल, तू वार्ताहर म्हणून जे महान कार्य करते आहेस त्यात जिन्याने जाण्याने काही फरक पडणार नाही.'

अहमद पुढे गेले. नंतरच्या दारावर 'मीडिया सरकार' अशी पाटी होती. आतमधून जपून दाबलेल्या संगणकाच्या कीबोर्डच्या कळांचे क्षीण आवाज येत होते. अहमदनी किल्ली घालतात त्या छिद्रातून आत डोकावलं.

आतमध्ये बरेच तरुण तंत्रज्ञ संगणकावर वाकून संगणकाच्या पडद्यावर 'अडोबेआफ्टर इफेक्टस'चा अभ्यास करत होते असे वाटले. अमृतांजन झा त्या तंत्रज्ञांभोवती फिरत होता आणि मधून मधून संगणकावर नजर टाकत होता.

त्यातला एक तरुण झा साहेबांना म्हणाला, 'सर, मला ह्या चित्रफितीत काहीच वावगं आढळलं नाही. आता मी काय करू?'

'मागे जाऊन पंधराव्या मिनिटाचा व्हीडिओ बघ. तिथे केजरीवाल काय म्हणतो?'

तो तंत्रज्ञ परत पडद्याकडे वळला, 'तो म्हणतो आहे की, मी देशातला सर्वात जास्त भ्रष्ट राजकीय नेता उघड करणार आहे.'

झाने त्याला थांबवून म्हटलं, आपण 'उघड करणार' हे शब्द काढून टाकले तर आपल्याला काय दिसेल?'

‘ओह, ...मी देशातला सर्वात जास्त भ्रष्ट राजकीय नेता आहे?’ त्या तरुणाचे डोळे चमकू लागले, ‘वा! काय तुमची बुद्धी अफाट आहे!’

झा स्वतःवर खूष होऊन म्हणाला, ‘बस, असंच कर.’ तो उत्साह भरित तरुण पुनः कीबोर्डकडे वळला.

अहमदने मान हलवली आणि ते गुलेल डॉटकॉम वरून पुढे गेले. तिथे वैतागलेला आशिष खैतान मोदींच्या पोस्टरकडे बोट दाखवून आरडाओरडा करत होता. तिथून पुढे ‘असंतुष्ट पोलिससदन’ होतं आणि माजी सनदी अधिकरी संजीव भट लॅपटॉपवर तावातावाने ट्वीट करत होता. नंतर ‘दुर्मुख बाबूसदन’ लागलं आणि तिथे प्रदीप शर्मा मोदी आणि एक अनामिक स्त्रीचे फोटो एकमेकांना जोडण्याचा प्रयत्न करत होता.

अहमद अशा अनेक खोल्या ओलांडून पुढे गेले, प्रत्येक खोली आधीच्या खोलीपेक्षा जास्त अंधारी होती. पण आज अहमद त्या इमारतीतील सर्वात काळोख्या भागात चालले होते. ते इथे बऱ्याच वेळा आले होते पण ह्या काळकोठडीत कधीच आले नव्हते. तेवढं धैर्यच नव्हतं त्यांच्याकडे! पण आता अगतिक परिस्थितीत जगावेगळा मार्ग स्वीकारायलाच हवा होता आणि म्हणून ते अंधारात रस्ता शोधत चालले होते.

एवढ्यात त्यांच्या बोटांना कसला तरी स्पर्श झाला आणि अहमदनी पुढे काय दिसतं का म्हणून रोखून पाहिलं. क्षणभरातच अंधाराला त्यांचे डोळे सरावले आणि समोरचं दार दिसू लागलं. त्यांनी तोंडातून फुटणारी किंचाळी दाबली आणि भीतीने ते मागे सरकले. दारातून एका मोठ्या नागराजाचं डोकं बाहेर आलं होतं आणि त्याने आपला फणा उगारला होता. नागराजाच्या खालच्या अंगावर ‘कोब्रापोस्ट’ असं गोंदलं होतं.

शरीरातलं त्राण परत आल्यावर अहमदनी हळूहळू दार ढकललं आणि सावधपणे खोलीत प्रवेश केला. दारात एकमेकांभोवती वेटोळे घालून बसलेल्या नागांच्या जोडीवर पाय पडणार नाही अशी दक्षता घेत ते पुढे गेले.

सर्व दिशांनी त्यांना फुस्स फुस्सच ऐकू येत होती जिथे नजर गेली तिथे वेगवेगळ्या रंगाचे, आकाराचे साप एकमेकांवरून सरपटत आणि फुस फुस करत जात होते,

कुणालाच हा अनाहूत पाहुणा आवडला नसावा. खोलीच्या दुसऱ्या टोकाला असलेल्या लहानशा खिडकीतून येणाऱ्या शुभ्र चंद्रप्रकाशाकडे नजर लावून अंगावर वळवळणारे आणि अहमदवर फणा उगारणारे बरेच नाग पांघरून खोलीच्या मध्यभागी एक माणूस उभा होता.

खांद्यावरच्या नागाला नकळत कुरवाळत अनिरुद्ध बहल म्हणाला, 'तुम्हाला ठाऊक आहे का ? की इजिप्तमधील कोब्रा नाग पूर्ण वाढलेल्या हत्तीला चावला तर तो हत्ती तीन तासाच्या आत मरतो ?'

अहमदनी आवंढा गिळला.

ते हळूच आवाजात कुजबुजले, 'हं, ...हो, गंमतच आहे !' बहलने हळूच मान वळवून पाहिलं. अहमदनी घसा साफ करत म्हटलं, 'मॅडमनी विचारलं आहे, आमच्यासाठी तुमच्याकडे काही आहे का ?'

'हो'. बहलनं उत्तर दिलं. मान मागे करून आणि गळ्यातल्या सापाला गोंजारत त्यानं म्हटलं, 'येणाऱ्या निवडणुकांचं चित्रच बदलून टाकील असं काहीतरी माझ्याकडे आहे.'

अहमदनी कापऱ्या आवाजात विचारलं, 'काय, काय आहे ते ?'

'एक सी.डी. आहे.'

अहमदनी स्वतःचेच ओठ चावले आणि म्हणाले, 'मी बघू शकतो का ती ?'

बहलनं खांद्यावरच्या नागाला थोपटलं तसा तो हातावरून सरपटत जमिनीवर उतरून कोपऱ्यातल्या टीव्हीकडे गेला. नागराजानं फणा उचलली आणि जोरात फुस्स करून टीव्ही सुरू करायचं बटण दाबलं. टीव्हीचा पडदा प्रकाशमान झाला आणि नागराज परत बहलच्या खांद्यावर विराजमान झाला.

टीव्हीच्या पडद्यावर मोदी दिसू लागले तसे अहमद चिडले, ते इकडेतिकडे बघू लागले आणि दुसऱ्या एकाखोलीत शिरले. काही क्षणात अहमदचे डोळे विस्फारले, आणखी विस्फारले. शेवटी त्यांचा जबडा पूर्ण उघडला आणि ते उद्गारले 'हूहू !'

१७

नागराजाचा डंख

नोव्हेंबर २०१३

दूर कुठे तरी नजर लावलेली आणि भुवया चिंतेने आक्रसलेल्या अशा स्थितीत मोदी समोरच्या बाजूला, शाखेच्या मैदानाजवळच्या इमारतीत गच्चीवर उभे होते. खाली मैदानात खाकी गणवेशात हजारो शाखा-सदस्य व्यवस्थित चौकोन करून आपली नियमित कवायत करत होते.

लांबून कवायत प्रमुखाचा आवाज निनादत होता... 'एक... दोन... तीन...'

काहीतरी गडबड झाली होती, कुठे तरी माशी शिंकली होती, दुसरे काय म्हणणार?

मोदींच्या प्रचार मोहिमेची गाडी बेलगाम धावत सुटली होती, ती अचानक रुळावरून घसरली. काँग्रेसवर अखंडपणे वार करत हल्लाबोल करण्याच्या प्रयत्नात एक विषय दुर्लक्षित राहिला होता आणि

त्याच्यावरच नंतर भ्याडपणे हल्ला झाला. त्यामुळे मोदी एकदम चकित झाले होते.

त्या दिवशी सकाळी दोन अप्रसिद्ध वेबसाइटवरून म्हणजे कोब्रापोस्ट आणि गुलेल ह्या संकेतस्थळांवरून अमित शहा आणि जी.एल. सिंघल नावाच्या एका आय.पी.एस. पोलिस अधिकाऱ्यामधील फोनवरच्या संवादाच्या अनेक फिती प्रक्षेपित करण्यात आल्या. ह्या संवादात अमित शहा यांनी आपल्या 'साहेबांच्या' आदेशानुसार एक तरुण मुलगी आणि तिचे काही सहकारी ह्यांच्यावर गुप्त नजर ठेवण्याचा हुकूम केला होता असे सूचित होत होते.

हे 'स्टिंग ऑपरेशन' उघड झाल्यावर सर्व माध्यमे भाजपवर मधमाशांसारखी तुटून पडली. ह्या कथेला त्यांनी वॉटरगेटच्या धर्तीवर 'स्नूपगेट' असं नाव दिलं. त्यांनी मोदींना 'गुप्तहेर', 'स्त्रीयांचा पाठलागकर्ता', 'चोरून पाहणारा' अशी अनेक विशेषणे बहाल केली. मोदींच्या पक्षाचे प्रवक्ते पूर्णपणे बेसावध होते आणि सर्वजण इकडे तिकडे सैरावैरा धावू लागले. इतर प्रसिद्धी माध्यमात आपले सहकारी ह्या गोष्टीविषयी काय भाष्य करत आहेत हे न बघता प्रत्येकजण टीव्ही प्रक्षेपणाच्या मुख्य वेळी चालणाऱ्या चर्चेत आपापल्या परीने वेगवेगळ्या पद्धतीने पक्षाचा बचाव करत होते.

'चार... पाच... सहा...' शाखेचा आवाज चालूच होता.

ह्या 'स्टिंग' प्रकरणामुळे त्यांना चांगलाच धक्का बसला होता. विशेषतः सध्याच्या परिस्थितीत जे काही चुकत होते ते ठीक करणारा, उत्तम प्रशासनाचा महादूत म्हणून मोदींकडे बघणाऱ्या त्यांच्या तरुण समर्थकांना आणि मोदींच्या नागरी भागातील भक्कम बालेकिल्ल्याला थोडा धक्काच बसला. मोदींचे प्रतिस्पर्धी आणि प्रसिद्धी माध्यमे लोकांमध्ये भय निर्माण करून त्यांच्या मतप्रवाहात अडथळे तयार करून त्यांनी मोदी-समर्थनाचा पुनर्विचार करावा म्हणून प्रयत्नांची शर्थ करत होते.

मोदींना वाटलं की हे वादळ निघून जाईल; ते त्याला तोंड देऊ शकतील. निवडणुकांना अजून काही महिने बाकी होते. ही बातमी तोपर्यंत शिळी होईल; त्यांना पुनः आपला गट सबळ करता येईल आणि झालेलं नुकसान भरून काढता येईल. त्यांच्याकडे पुरेसा वेळ होता. त्यांना 'स्नूपगेट'बद्दल भीती बाळगायचं काही

कारण नव्हतं.

'सात... आठ... नऊ...' शाखा जोरात होती.

त्यांना मनात खोलवर एकाच गोष्टीची धास्ती होती; त्या सी.डी.ची ! ती भयंकर सी.डी.!

त्यांनी न जाणे कितव्यांदा स्वतःलाच दोष दिला, त्यांच्या एकाच कमजोर क्षणाला, एकदाच चुकलेल्या अनुमानाला दोष दिला. आयुष्यभर त्यांनी अतिशय सावधता बाळगली होती, प्रत्येक चाल विशिष्ट ध्येय गाठण्यासाठी ठरवली होती, लोकांकडून हवा तो प्रतिसाद मिळवण्याच्या उद्देशाने प्रत्येक हालचाल केली होती. आणि आता, मागील जीवनातील एकाच चुकीमुळे बांधलेला हा इमला उद्ध्वस्त होइल का?

मोदी केवळ ह्या विचारामुळे हादरले होते.

त्यांच्या शत्रूकडे ती सी.डी. असेल का? आधीच एक घातक सी.डी. अनेक ऑनलाइन आणि ऑफलाइन प्रसार माध्यमापर्यंत पोहोचल्याची अफवा पसरली होती. कदाचित योग्य वेळी ती उघड करण्याची ते लोक वाट पहात असतील. एका अचूक क्षणी सी.डी. प्रसारित केली तर निवडणुकांवर प्रचंड प्रभाव पडेल आणि सगळी बाजीच पालटेल. त्यांच्या पाठीतून जोराची कळ गेली.

त्यांचं हे एकच अभ्राच्छादित गुपित त्यांच्या अधोगतीला कारणीभूत होईल का?

***

१० जनपथवर जमलेले सर्वजण महाखुशीत दिसत होते. खूप दिवसांनी पक्षाच्या 'मुख्य' कार्यालयात अशी संध्याकाळ उगवली होती. कुंपणाच्या भिंतींच्या आतल्या बाजूला मोठमोठे लाऊड स्पीकर लावले होते आणि बॉलीवुडची उडत्या चालीची मसालेदार गाणी एकापाठोपाठ एक वाजत होती. प्रांगणात काँग्रेसचे नेते गोल करून बसले होते, अनेकजण मधूनच आनंदाने नाचायला किंवा मोदींचा

धिक्कार करायला उठत. सोनियाजीही मांडी घालून जमिनीवर बसल्या होत्या, चेहऱ्यावरचा आनंद न लपवता, मुक्तपणे हसत त्या टाळ्या वाजवत होत्या.

लाउडस्पीकरमधून गाजलेल्या 'रेडी' चित्रपटातलं सलमान खानचं 'ढिंक चिका, ढिंक चिका' गाणं सुरू झाल्यावर त्या गाण्याचं मोठ्या आवाजात स्वागत झालं. राहुल गांधी उडी मारून गोलाच्या मध्यभागी अवतीर्ण झाले, दोन्ही हात खिशात घालून त्यांनी गाण्याच्या तालावर कंबर आणि हात डावी-उजवीकडे हलवले. मधूनच ते उजवीकडच्या एका झाडाकडे शून्य नजर टाकत होते. काँग्रेसचे नेते तर पार पिसाटले होते. दिग्विजयसिंग आणि मनीष तिवारी राहुलच्या एकेका बाजूला एका गुडघ्यावर बसले. त्यांच्या एका हातात दहा रुपयांच्या नोटांची मोठी गड्डी होती आणि मोठ्या सफाईने गड्डीतली एकेक करकरीत नोट काढून आपल्या ह्या नर्तन करणाऱ्या नेत्याच्या दिशेने हवेत फेकत होते.

थोड्या वेळाने गाणं पुनः 'ढिंक चिका, ढिंक चिका' ह्या मूळपदावर आलं तेव्हा राहुलने सलमानची अजून एक गाजलेली कृती सुरू केली; मागे वळायचं आणि आपल्या उजव्या पार्श्वभागावर हात चोळायचा! भान हरपलेल्या बाकीच्या नेत्यांनी लगेच आपल्या नेत्याचं अनुकरण केलं, सर्वजण मागे वळून अचूक पद्धतीने 'तो' भाग तालात चोळू लागले. सोनिया गांधी चेहऱ्यावर हात ठेवून अनिर्बंधपणे खिदळू लागल्या.

हा सगळा आनंदोत्सव चालू असताना कुणी तरी टीव्हीचा एक प्रचंड पडदा गोलाच्या कडेला एके ठिकाणी आणून ठेवला आणि सी.एन.एन.आय.बी.एन. वाहिनी सुरू केली. राष्ट्रीय महिला आयोगाच्या काही चिडलेल्या महिला, काँग्रेसचा लढाऊ आवेशातला प्रवक्ता आणि भाजपचा एक भयग्रस्त प्रवक्ता ह्यांच्या समवेत दुःखी चेहऱ्याने राजदीप सरदेसाई एका अत्यंत गहन चर्चेत गुंगला होता. पडद्यावर खालच्या बाजूला मोठ्या अक्षरात लिहिलं होतं 'मोदींच्या राज्यात आपल्या महिला सुरक्षित राहतील का?'

काँग्रेसचे सर्व नेते 'हू हू' म्हणून मोठमोठ्याने आवाज करून आनंदाने नाचू लागले. टीव्हीवरची वाहिनी बदलून टाइम्स नाऊ वाहिनी सुरू झाली. जोरदार आवेशात अर्णब गोस्वामीनं गोंधळलेल्या भाजपच्या प्रवक्त्यावर म्हणजे यतीन ओझावर

मुसंडी मारली आणि तिथे जमलेल्या काँग्रेस नेत्यांनी हात वर करून एकच जल्लोश सुरू केला. हे असंच पुढेही चालू राहिलं. टाइम्स नाऊनंतर हेडलाइन्स टुडे, इंडिया टीव्ही, ते आज तक पर्यंत! प्रत्येक वेळी वाहिनी बदलली आणि स्नूपगेटवर चर्चा सुरू झाली की सगळे नेते उत्सव चालू करीत. अर्थात सर्वात जास्त प्रतिसाद एन.डी. टीव्हीला मिळाला. श्रीनिवासन जैन पडद्यावर आल्यावर काँग्रेसचे नेते आसमंतातच गेले, आनंदोत्सव पराकोटीला पोहोचला. जयराम रमेश सारखे काही नेते स्वतःचेच केस उपटू लागले तर काहीजण भान विसरून जमिनीवर लोळू लागले.

तेवढ्यात कुणीतरी शँपेनची बाटली उघडली आणि वाइनच्या ग्लासच्या एका उतरंडीत शॅम्पेन ओतायला सुरुवात केली. भरलेले ग्लास लोकात वाटण्यात आले आणि थोड्याच वेळात सर्वजण हातात शँपेनचा ग्लास घेऊन तालावर पाय नाचवू लागले.

अहमद पटेल एका स्टूलवर चढले आणि सर्वांचं लक्ष वेधल्यावर म्हणाले, 'मला 'टोस्ट' करून शुभेच्छा द्यायच्या आहेत.'

हसत हसत अहमद म्हणाले, 'कोब्रापोस्टच्या प्रगतीसाठी शुभेच्छा! स्नूपगेटला सर्व प्रसिद्धी माध्यमे २००२ इतकीच चिकटून राहोत!'

सर्व नेते उदगारले 'हिअर, हिअर! वा, वा !'

अहमद म्हणाले, 'मग नंतर आपण आपलं अंतिम अस्त्र सोडू!' त्यांनी सोनियाजींकडे पाहून एक सूचक स्मित केलं.

***

राजनाथसिंग म्हणत होते, 'मोदीभाई...'

मोदी खुर्चीत थोडे पुढे सरकले. त्यांच्यामागेच एक फुटाच्या अंतरावर अमित शहांनी नकळत मोदींच्या हालचालीचं अनुकरण केलं.

स्नूपगेटची कहाणी फुटल्यानंतर एक आठवडा झाला होता. राजनाथसिंग यांनी सकाळीच आपल्या कार्यालयात एक बैठक बोलावली होती, त्यामुळे मोदींना अमित शहांबरोबर दिल्लीचं पहिलं विमान पकडून यावं लागलं.

भाजपचे अध्यक्ष म्हणाले, 'हे वादळ लवकर शमेल असं वाटत नाही. मला वाटतं की आपण आपली बाजू मांडायला पाहिजे.'

मोदी आणि अमित शहा एकदम ताठ बसले. 'मी माध्यमांना सामोरं जावं असं तुम्हाला वाटतं?'

राजनाथसिंग ही कल्पना मोडीत काढत म्हणाले, 'नाही नाही, मोदीभाई, तुम्ही नाही.' मोदींनी सुटकेचा निःश्वास टाकून एक स्मित केलं आणि ते पुनः खुर्चीत बसले. शहाही हसले आणि मागे सरकले.

राजनाथसिंग म्हणाले, 'आपण शहांना पाठवू.'

शहा खुर्चीतच थोडे उडाले. 'मी?'

राजनाथसिंग म्हणाले, 'हो, मला माध्यमांकडून तुमच्याबरोबर मुलाखतीची बरीच आमंत्रणे मिळाली आहेत. संध्याकाळच्या वेळेसाठी अर्णबने टाइम्स नाऊवर समोरासमोर भेट मागितली आहे, त्यानंतर आउटलुकचे संपादक विनोद मेहता, संजय झा, राष्ट्रीय महिला आयोगाच्या एक दोन सदस्या, काही डाव्या उदारमतवादी विचारसरणीचे लोक आणि यतीन ओझा अशा एका मोठ्या गटाबरोबर खास विषयलक्ष्यी चर्चाही आहे. राजदीप सरदेसाईनेदेखील सी.एन.एन. आय.बी.एन.वर मुलाखत मागितली आहे आणि नंतर सागरिकाबरोबर ट्विटरवर मुलाखत आहे. एन.डी. टीव्हीशिवाय श्रीनिवासन जैन, बरखा दत्त, निधी राझदान आणि सोनिया सिंग असा एक मोठा गट हेरगिरी प्रकरणावर तुम्हाला भाजून खायला तयार आहे.'

राजनाथसिंग जागेवरून उठत म्हणाले, 'तुम्ही यातले कुणीही निवडू शकता किंवा तुमच्या आवडीचा मुलाखतकार पसंत करू शकता.'

अमित शहांनी मोठा आवंढा गिळला.

राजनाथसिंग म्हणाले, 'वेळ घ्या, विचार करा. हा तुमचा प्रश्न आहे.' ते मोदींसह खोलीतून बाहेर पडले.

***

'पा प्पा प्पा… पा प्पा प्पा… पाप-पाप-पाप-पापारा ! ना ना ना ना ना…!'

स्टुडिओमध्ये हे नेहमीचं शीर्षकगान सुरू झालं. कॅमेरा स्टुडिओच्या मध्यभागी ठेवलेल्या दोन कोचांवर झूम केला गेला आणि हातात कॉफीचा कप घेतलेल्या एका व्यक्तीवर स्थिर झाला. प्रखर दिवे लागले आणि करण जोहरच्या चेहऱ्यावर रुंद हसू उमटलं.

तो बोलू लागला. 'ह्या माणसाच्या हास्यानं लाखो लोकांच्या हृदयाला धडकी भरली आहे. हा चेहरा पाहिल्यावर गुजराथ सरकारच्या अनेक कर्मचाऱ्यांची नाडी वेगात पळू लागली आहे. स्नूपगेट किंवा हेरगिरी प्रकरणात आणि अनेक एन्काउंटरमधील त्यांच्या कामगिरीमुळे त्यांना एक वलयांकित स्थान प्राप्त झालं आहे आणि म्हणूनच ते काँग्रेसचे आणि समस्त नागरी समाजाचे आकर्षण केंद्र बनले आहेत. कॉफी विथ करण कार्यक्रमातल्या आजच्या पाहुण्यांची वेगळी ओळख करून देण्याची आवश्यकता नाही. तेव्हा जोरात स्वागत करा, तुफान चित्तवेधक श्री अमित शहा यांचं!'

कॉफी विथ करणचं शीर्षक गीत पुनः वाजलं आणि स्टुडिओच्या दुसऱ्या टोकाकडच्या विंगमधून, सोनेरी मिनिस्कर्ट आणि झळकणाऱ्या टोप्या घालून तरुणींचा एक तांडा स्टेजवर आला. दोन्ही दिशांनी व्ही च्या आकारात येऊन त्यांनी अमित शहांना घेरलं, 'एव्हिएटर'चा आवेश आणून, जमलेल्या सर्वांकडे चुंबनफेक करत अमित शहा पुढे आले आणि करणने नम्रपणे टाळ्या वाजवल्या.

अमित शहा स्टुडिओच्या मध्यभागी उभ्या असलेल्या करण जोहरकडे गेले आणि त्यांनी हात जोडून अभिवादन केलं. करण जोहरला ते काही पटलं नाही. त्यानं शहांचं गालावर चुंबन घेतलं आणि त्यांना घट्ट मिठी मारली. शहांनी एक दोन सेकंद

त्यातून बाहेर पडायचा अयशस्वी प्रयत्न केला, शेवटी त्यांनीही उलट मिठी मारली.

करण म्हणाला, 'कॉफी विथ करणमध्ये तुमचं स्वागत, अमित डार्लिंग ! कसं वाटतं ह्या कार्यक्रमात आल्यावर ?'

शहा उत्तरले, 'फारच छान वाटतं, करणभाई! मला इथे बोलावल्याबद्दल धन्यवाद. इथे यायचा हा माझा पहिलाच अनुभव आहे आणि तो खरंच एक मोठा मान आहे.'

करण म्हणाला, 'छे छे, हा तर आमचाच सन्मान आहे. मग सध्या कुणाला प्रेमभेटी चालू आहेत ?'

शहा आपल्या सोफ्यात जवळजवळ उडालेच.

ते पुटपुटले, '... काय ?'

'सध्या कुणाशी डेटिंग चालू आहे ?'

अमित शहांनी डोळे मिचमिचे केले.

'हो, म्हणजे आता तुम्ही कुणाकुणाला भेटत आहात ?'

थोडंसं हायसं वाटून शहा म्हणाले, 'ओह, मी सध्या पाच लोकांना भेटतो आहे.'

करण अविश्वासाने म्हणाला, 'पाचजणांना, एकाच वेळी!'

'त्यातल्या सगळ्याच स्त्रिया नाहीत; दोन स्त्रिया आणि तीन पुरुष !'

करण जोहरने शीळ घालत म्हटलं, 'वा! म्हणजे तुम्ही मला सांगता आहात की तुम्ही एकाच वेळी पाचजणांना भेटता, त्यात तीन पुरुषही आहेत ?'

'हो, मी तुम्हाला नेमकं तेच सांगत होतो, करणभाई!'

करण जोहरनं म्हटलं, 'ओह... ओके !' आश्चर्याचा धक्का बसलेला चेहरा दाखवण्यासाठी करण कॅमेऱ्याकडे वळला आणि शहांना म्हणाला, 'पण, तुम्ही इतक्याजणांशी एकदम कसं काय... ? तुम्हाला वेळ कसा मिळतो ?'

'ओह, मी स्वतःच सगळं काही करत नाही. मी माझ्या खालच्या लोकांना काम वाटून देतो. पोलिस अधिकारी, गुप्तहेर अधिकारी, तुम्ही म्हणाल ते अधिकारी... सगळे माझ्यासाठी काम करतात.'

करणनं आ वासला, ‘तुमच्या वतीने इतर लोक स्त्रियांना भेटतात?’

‘हो, स्त्रिया आणि पुरुषही. मला प्रत्येक मिनिटाचा अहवाल मिळतो.’ शहा पुढे वाकले आणि त्यांनी फोनवर आलेला एक संदेश करणला दाखवला. ‘हे बघ.’

करणनं शहांच्या फोनवर नजर टाकली आणि तो संदेश मोठ्याने वाचला. ‘सर, ती एका रेस्टॉरंटमधे बसली आहे. तिनं फ्रेंच फ्राइज आणि चिकन बर्गर मागवला आहे.’

अमित शहांनी स्मित केलं.

करण म्हणाला, ‘हं, हे जरा मजेशीरच आहे.’ जागच्या जागी चुळबूळ करत आणि चेहऱ्यावर हसू ओढत करणनं म्हटलं, ‘पण, मला सांगा की एकाच वेळी पाच पाचजणांना भेटणारा तुमच्यासारख्या समर्थ पुरुषाला काही आधीच्या प्रेयसीही असतील ना? तुम्ही त्यांना कसं हाताळता? उदाहरणार्थ, या आधी तुम्ही भेटत असलेल्या व्यक्तीबद्दल काय सांगाल?’

‘ती जिवंत नाही.’

‘जिवंत नाही? फारच वाईट वाटलं ऐकून!’ करणच्या चेहऱ्यावर दुःख दाटून आलं.

‘वाईट वाटून घेऊ नको. ती एक आतंकवादी स्त्री होती.’

निःस्तब्ध होऊन करण शहांकडे बघतच राहिला.

‘हो, तिच्यासारखे बरेचजण आता शिल्लक नाहीत, काही लोक तुरुंगात आहेत. अर्थात काही चांगले लोकही होते, म्हणजे ते आता सर्वसामान्य जीवन जगू लागले आहेत.’

करण जोहर काही क्षण शहांकडे नजर लावून थांबला आणि मग त्यानं तो करू शकत होता अशी एकच गोष्ट केली, त्यानं मध्ये क्षणभर विश्रांती मागितली.

कार्यक्रम पुनः सुरू झाला तेव्हा करण परत भानावर आला होता आणि नेहमीसारखा दिसत होता. रंगीबेरंगी कागदात गुंडाळलेल्या अनेक वस्तूंची परडी दाखवत तो म्हणाला, ‘बरं, आता आपण झटपट फेरी खेळू या. मी तुम्हाला एकामागोमाग काही प्रश्न विचारीन आणि जर तुम्ही योग्य उत्तरं दिली तर तुम्हाला

ही परडी बक्षीस! सुरू करू या हा खेळ?'

अमित शहा उत्साहाने म्हणाले, 'हो, सुरू करा.'

करणन सॅमसंगचं एक टॅबलेट उपकरण बाहेर काढलं आणि त्याच्यावर खोटंच टक टक केलं.

त्यानं विचारलं, 'तुमच्याबद्दल लोकांना ठाऊक नसलेल्या तीन गोष्टी कोणत्या?'

'मला पावसात नाचायला आवडतं; मी एका मोठ्याशा गुबगुबीत टेडी बेअरला जवळ घेऊन झोपतो आणि... मी फार हळवा माणूस आहे.'

करणनं कौतुकानं मान डोलावली. 'बरं, आता दुसरा प्रश्न– जर तुम्ही दोस्ताना २ मध्ये दोन महत्त्वाच्या पात्रांपैकी एकाची भूमिका स्वीकारली तर दुसऱ्या कोणाची निवड कराल?'

अमित शहांनी हनुवटीवर जरा खाजवलं. 'अं..., मला वाटतं की मी साहेबांची निवड करीन.'

करणनं भुवई वर करून विचारलं, 'ओह, मला आता सांगू शकाल की साहेब म्हणजे कोण?'

अमित शहांनी खांदे उडवले, 'तू मला ओळखतोस करण; मी अशी नावे घेत नाही.'

कॅमेरा परत करणच्या सॅमसंग टॅबलेटचा झूम शॉट घेऊ लागला.

'पुढचा प्रश्न: जर तुम्ही एक दिवस सकाळी प्रदीप शर्मा म्हणून जागे झालात तर तुम्ही काय कराल?'

'मी घरात आणि सभोवती लावलेली सत्तावीस गुप्त माहिती–शोधक यंत्रे काढून टाकीन; टीव्हीच्या खालचा, अभ्यासिकेतला आणि बाथरूममधला कॅमेरा बंद करीन, माझी फोन लाइन बंद करीन आणि एक नवीन सिमकार्ड घेऊन येईन.'

करण शहांकडे थोडा वेळ टक लावून बघत राहिला. मग, कोळ्याची जाळी झटकून टाकावी त्याप्रमाणे मान झटकून त्यानं टॅबलेट बाजूला ठेवलं आणि हसत म्हणाला, 'मस्त, डार्लिंग, तुम्ही फारच छान उत्तरं दिली. म्हणजे दहापैकी आठ मार्क ! आता

आपण ज्या क्षणाची वाट पहात आहोत तो क्षण आला आहे. अमित शहांनी परडी जिंकली का?'

पडद्यामागून ढोल वाजत होते; शहांनी त्या परडीकडे भुकेल्या नजरेनं पाहिलं,

'हो! तुम्ही कॉफी विथ करणची परडी जिंकली आहे! अभिनंदन!'

अमित शहांनी हात वर करत जयघोष केला 'जय हो! धन्यवाद, करणभाई!'

दोघांनी पुनः एकदा विचित्र मिठी मारली. अमित शहांनी ती परडी काळजीपूर्वक बाजूला ठेवली. ते आणि करण पुनः आपापल्या सोफ्यावर स्थानापन्न झाले.

करण उत्साहाने पुढे बोलू लागला, 'ठीक आहे मग! आता आपण ह्या कार्यक्रमातल्या सर्वात गमतीदार भागाकडे वळू. आम्ही एक सर्वेक्षण केलं. आम्ही शंभर लोकांना विचारलं– तुम्हाला अमित शहांबद्दल काय वाटतं? तुम्हाला हे लोक कोण पहायचं आहे?'

'हो, जरूर! का नाही?'

ह्याच क्षणी शहांचा मोबाइल फोन वाजू लागला. शहांनी कोणाचा फोन आहे ते पाहिलं आणि ते पटकन फोन घेण्यासाठी स्टुडिओच्या एका कोपऱ्यात गेले. फोनमधे मिनिटभर कुजबुजल्यानंतर, शहा पुनः मध्ये आले, त्यांनी आपली भेट मिळालेली परडी उचलली आणि म्हणाले, 'मला जायला पाहिजे.'

'पण आम्ही मुलाखत घेतलेले लोक तुमच्याबद्दल काय म्हणाले ते तुम्हाला ऐकायचं नाही का? ते फार ऐकण्यासारखं आहे.'

'तुम्ही ज्या ज्या लोकांना भेटलात त्यांची यादी मला मेलवर पाठवा, मी त्यांचे फोन चोरून ऐकण्यासाठी टॅप करीन आणि ते माझ्याविषयी काय बोलतात ते ऐकीन.'

असं म्हणून अमित शहा स्टुडिओतून बाहेर पडले, सुन्न होऊन करण जोहर तिथेच थांबला. कार्यक्रमात अर्धवट झालेला सीन काढून टाकला गेला. त्या आठवड्यात नंतर, करणनं आधी ठरवलेला पर्याय स्वीकारला आणि सुपरस्टार सलमान खानची कॉफी विथ करणच्या चौथ्या सत्रासाठी मुलाखत घेतली.

दुसरीकडे अमित शहा सरळ उत्तर प्रदेशमध्ये गेले, तिथे पक्षाच्या कार्यकर्त्यांना

चालना देण्याचं काम पुनः सुरू करायचं होतं. कॉफी विथ करणच्या शेवटच्या भागाच्या सुरुवातीला त्यांच्या ध्यानात आलं की आता स्नूपगेट किंवा हेरगिरी प्रकरण हा माध्यमांचा सर्वप्रथम प्राधान्याचा विषय राहिला नव्हता. त्यापेक्षाही मोठ्या विषयाने त्याची जागा घेतली होती.

त्यांच्या मदतीला काय किंवा कोण धावून गेलं असेल ह्याचा विचार करत अमित शहा विमानतळाकडे जात होते, 'नक्कीच काही तरी प्रचंड प्रकरण असणार!' कदाचित बॉलीवुड्च्या खान लोकात पुनः मोठी भांडाभांडी झाली असेल नाही तर सचिनने पुनः क्रिकेटमध्ये यायची घोषणा केली असेल!

त्याचं असं झालं की भाजपच्या सुटकेला कारणीभूत असलेला शिलेदार एक पोनी टेल घालणारा इसम होता. जगभरातले उत्तम वक्ते एकत्र आणून गोव्यामध्ये थिंकफेस्ट चा २०१३ चा समारंभ चालू होता. ह्या उत्सवाचे आयोजन करणाऱ्या तेहेलका पत्राचा मुख्य संपादक तरुण तेजपाल ह्यानं हॉटेलच्या लिफ्टमध्ये एका तरुण महिला वार्ताहराशी लैंगिक गैरवर्तन केलं. ती एक मुकाट्यानं ऐकून घेणारी स्त्री नव्हती. त्या धीट महिलेने मासिकाच्या व्यवस्थापकीय संपादिकेला, शोमा चौधरीला ई-मेलवर ही हकीकत कळवली. ही बातमी ट्विटरवर पोहोचली आणि सामाजिक माध्यमांवर वाऱ्यासारखी पसरली. फेसबुक आणि ट्विटरनी बराच गवगवा केला आणि हा एकदम फार ज्वलंत विषय झाला. सर्व मुख्य वाहिन्यांनी आपल्या रोजच्या महत्त्वाच्या प्रक्षेपणात तिथे गोव्यात जे काही घडले त्यावरच्या चर्चेला प्राधान्य दिलं.

सर्वप्रथम अर्णबच्या न्यूज अवरमधल्या न्यायालयात तेजपाल स्वतः हजर नसताना त्याच्यावर खटला भरला गेला आणि लगेच तो दोषीही ठरवला गेला. चर्चेत सहभागी झालेल्या कुणीही अर्णबशी सहमत न होता निःपक्षपणे थोडा जरी वेगळा आवाज केला तर अर्णब त्याला लगेच फाडून खात असे आणि त्या व्यक्तीच्या डोळ्यात अश्रू आणत असे. कुणी वेड्यासारखं 'कायद्याप्रमाणे जे व्हायचं ते होऊ द्या,' असं म्हटलं की त्याला लगेच माघार घेईपर्यंत जोरदार शाब्दिक मार दिला जाई. तेजपालच्या बचावासाठी जे कुणी असतील त्यांना अर्णबने काही बोलण्याचा प्रश्नच नव्हता कारण, अर्णबच्या चर्चागटात असा स्वतःचाच विनाश

करून घेण्याइतके कुणी वेडे नव्हते.

संपूर्ण आठवडाभर तेजपालच वाहिन्यांवर झळकत होता, अर्थात हेरगिरी प्रकरण विस्मृतीत जाण्यासाठी आणि मोदी गटाच्या जखमा भरून तंदुरुस्त व्हायला एवढा वेळ पुरेसा होता. तेजपाल प्रकरणाशी काही देणं घेणं नसणारा आणि हेरगिरी प्रकरण निश्चयाने धरून ठेवणारा एकमेव माणूस म्हणजे एन.डी.टीव्ही.चा सूत्रधार श्रीनिवासन जैन हाच होता.

१८

सिंडिकेटचा घोळ

डिसेंबर २०१३

रकबगंज रोडवरील काँग्रेसच्या निवडणूक कार्यालयाच्या मुख्य इमारतीच्या खाली दहा मीटर खोलीवर काँग्रेसचा गुप्त-विवर कक्ष होता. ह्या कक्षाची रचना अणुबाँब हल्ल्यापासूनही सुरक्षित अशाप्रकारे केली होती. चीन किंवा पाकिस्ताननं अणुबॉम्ब टाकला आणि सगळी दिल्ली बेचिराख करून टाकली तरी काँग्रेस आणि पक्षाचे नेते यांना सुरक्षित आसरा म्हणून हा कक्ष तयार केला होता. अशा हल्ल्यानंतर काँग्रेसचे नेते पुनः एकत्र येऊ शकत होते आणि अशा एकतर्फी आक्रमणाचा निषेध करण्यासाठी असहकार चळवळ उभारू शकत होते. संयुक्त पुरोगामी दलाच्या पहिल्या सरकारच्या काळात हा खंदक खोदण्यात आला होता. असं म्हणतात की तिथून १० जनपथपर्यंत एक भुयारी

मार्गही होता.

काँग्रेसच्या निवडणुकीतील भवितव्याचं प्रतिबिंब दाखवणारं हे भूमिगत ठिकाण, ८ डिसेंबरच्या अत्यंत थंडगार रात्री बोलावलेल्या तातडीच्या बैठकीला साजेसंच होतं. काँग्रेसला राजस्थान आणि दिल्लीतून सत्तेतून बाहेर काढलं गेलं होतं आणि मध्यप्रदेश व छत्तीसगडमध्ये विद्यमान भाजप सरकार उलथून पाडण्यास काँग्रेस अपयशी ठरली होती. काँग्रेसने १९७७ च्या आणीबाणीनंतर राजस्थानमध्ये केवळ ७७ जागा मिळवल्या होत्या; पण, आता तर त्यापेक्षाही अतिशय खराब कामगिरी झाली होती. दिल्लीमध्ये तर काँग्रेसला दहाचा आकडाही पार करता आला नाही.

काही केंद्रीय मंत्री, गांधी घराण्याचे एकनिष्ठ सेवक, भाकडकथा रचणारे काँग्रेसजन, काही राज्यांचे मुख्यमंत्री आणि काही किरकोळ कार्यकर्ते ह्यांच्या एका शंकास्पद कंपूला सिंडिकेट असं नाव पडलं होतं. त्या दिवशी सकाळी सिंडिकेटचे सभासद त्या कुबट गुप्त कक्षामध्ये हळू हळू दाखल होऊ लागले. असं म्हणतात की गांधी घराणं सिंडिकेटच्या माध्यमातून काँग्रेसवर वर्चस्व ठेवत होते. पण असेही असू शकेल की सिंडिकेट गांधी घराण्याच्या माध्यमातून पक्षावर नियंत्रण ठेवत होती.

सिंडिकेटला अधिकृत अस्तित्व नव्हतं. तिचे सभासद वर्षातून एकदा किंवा आणीबाणीच्या प्रसंगी भेटत असत.

सिंडिकेटच्या कामाविषयी कुणाला फारसे काही ठाऊक नव्हतं. बैठकीतील ठराव आणि निर्णय कधीच कागदोपत्री आले नाहीत, चर्चेचा कधीच अहवाल तयार केला जात नसे आणि कुठलीही बातमी फुटत नसे. सिंडिकेटचे सदस्य एखाद्या धर्मगुरूसारख्या पोषाखात सभेला येत असत - ढगळ, जमिनीवर लोळणारे मातकट रंगाचे लांब झगे, तपकिरी टोपी आणि चेहरा लपवण्यासाठी संपूर्ण कापडी मुखवटा! अशा लपलेल्या अवतारात ते आपली मते मोकळेपणाने मांडू शकत होते. कुणी कितीही धर्मभ्रष्ट विधान केलं तरी ते कोणी केलं, हे सांगता येत नसे आणि म्हणून सिंडिकेटच्या अधिकृत हाय कमांडला तोंड द्यावे लागत नसे.

सर्व सभासद आपापल्या जागेवर बसले. सभेचे अध्यक्षपद दरवर्षी बदलत असे.

आत्ताचे नियुक्त अध्यक्ष गंभीर आवाजात बोलू लागले, 'सभ्य स्त्री-पुरुषहो, आज आपल्यावर जो आघात झाला आहे त्याचं शब्दात वर्णन करणं कठीण आहे. पण, आपण तरी सकारात्मक गोष्टींकडे पाहू या. आपण मोदींचा अश्वमेध किमान दिल्लीत तरी रोखला आहे.'

एक सदस्य उद्गारला, 'आपण?'

'हो, स्नूपगेट किंवा हेरगिरी प्रकरणाला आपण दिलेल्या भरघोस प्रसिद्धीमुळे मोदींच्या लोकप्रियतेत ०.००५ % घट झाली. शिवाय 'आप' पक्षाने विद्यमान सरकारविरोधी मते फोडण्याचं चांगलं काम केलं.'

चष्मा घातलेल्या एका सभासदानं मध्येच म्हटलं, 'अहो तुम्ही, जरा गप बसा! विद्यमान विरोधी मते १०० % असली तर आपल्याला काय फायदा? छे, मीसुद्धा दिल्लीच्या निवडणुकीत आप पक्षाला मत दिलं. आपण सगळे इतके बुडत चाललो आहोत!'

बाकीचे सगळे त्याच्याकडे अविश्वासाने बघतच राहिले. मग, आणखी एक हात वर गेला. अजून एकजण लाजत म्हणाला, 'वा, मीसुद्धा दिलं.' त्यानंतर आणखी एक, मग अजून एक हात वर गेले. थोड्याच वेळात दहा हात वर गेले आणि त्यांनी अरविंद केजरीवालच्या गगनभेदी भरारीबद्दल चर्चा सुरू केली.

अध्यक्षांनी हताश स्वरात हस्तक्षेप करत म्हटलं, 'लोकहो, मूळ मुद्यापासून दूर जाऊ नका. आपण इथे आपला पक्ष कसा वाचवायचा यावर चर्चा करण्याकरता जमलो आहोत, केजरीवालच्या उज्वल भवितव्याबद्दल नाही. आज सकाळी राहुल गांधी म्हणाले त्याप्रमाणे आता आमूलाग्र परिवर्तनाची वेळ आली आहे. मला वाटतं की भविष्य साफ दिसतं आहे. आता आपल्याला कदाचित राहुल गांधी किंवा पूर्ण घराण्याचाच त्याग करावा लागेल.'

सगळ्यांनी एकदमच उसासा टाकला. १९६९ नंतर पक्षाच्या इतिहासात कुठल्याही मंचावर इतकी धर्मभ्रष्ट कल्पना कोणी मांडली नव्हती.

'गांधी घराण्याचा त्याग करून पक्षात निवडणुका घ्यायच्या? वेड लागलं आहे का? मग सिंडिकेटचं काय होईल?' एका सदस्यानं विचारलं.

'नाही, नाही, मला पक्षांतर्गत लोकशाही आणायची असं काही म्हणायचं नव्हतं.' अध्यक्षांनी घाई घाईनं सावरायचा प्रयत्न केला, 'मला म्हणायचं होतं की राहुलच्या ऐवजी पक्षाचा चेहरा म्हणून दुसऱ्या कुणाचा विचार करता येईल. असं पहा की हा माणूस आता फार नुकसानकारक होऊ लागला आहे. संगणकातील किडा असलेल्या एका तरुण सहकाऱ्यानं मला सांगितलं की मोदींच्या प्रत्येक भाषणामुळे भाजपला १०००० अतिरिक्त मते मिळत असतील तर राहुलच्या प्रत्येक सभेमुळे काँग्रेस २०००० मते गमावते. अशाच प्रकारे ते प्रचार करत राहिले तर काँग्रेसला लोकसभा निवडणुकीत दहा जागाही मिळणे अवघड होईल.'

एक पुरुषी आवाज आला, 'हे काही खरं नाही, अध्यक्षमहाराज. मी तुम्हाला सांगतो; जिथे जिथे राहुल गेले तिथे त्यांना अफाट प्रतिसाद मिळाला. जिथे केवळ छिद्रान्वेषी, भाकडकथा रचणारे लोकच असतात अशा कोंदट वातावरणात राहुलनी स्वच्छ हवेचा झोत निर्माण केला आहे.'

अध्यक्ष गुरगुरले, 'श्रीयुत झा, एकदम गप्प बसा बघू. मला वाटतं तुम्हाला सिंडिकेटमध्ये घेणं ही एक चूकच झाली. ह्या अफलातून मंचाच्या सदस्यत्वा- मागची मूळ कल्पना ही आहे की प्रत्येकाला आपल्या मनातलं स्पष्ट बोलता यावं. तेव्हा इथेही भाड्याचे तट्टू म्हणून वागणं थांबवा, साहेब! आणि तुमची ओळख जाहीर केली म्हणून सॉरी बरं का !'

झा साहेबांनी आपल्या मुखवट्याआडून अन्य सदस्यांकडे बघितलं. त्यांनीही प्रोत्साहनार्थ मान डोलावली. आणि मग झा रडू लागले. 'अरे देवा, इथं असं पुढे हे सगळं चालू ठेवणं मला अशक्य आहे. त्या मतिमंद माणसाचा बचाव करण्याचं श्रेयशून्य काम मी कशाला अंगावर घेतलं?' ते मुसमुसू लागले. शेजारच्या सभासदानं त्यांच्या खांद्यावर हात टाकून समजूत घालण्याचा प्रयत्न केला, 'उगी, उगी! सगळं ठीक होईल, बाबा, आम्हाला तुमचं दुःख कळतं !'

झा तसेच हुंदके देत होते पण चर्चा चालूच होती. 'पण राहुल नाही तर मग कोण? नेहरू-गांधींपैकी कुणी उच्चपदी नसले तर आपल्याला चालणार नाही. सगळा पक्ष कोसळून पडेल.' अर्धवट केंब्रिज थाटाचे उच्चार काढत एकजण आपलं मत व्यक्त करत होता.

अध्यक्षांनी त्याची चूक दाखवत म्हटलं, 'हे बघा, मी राहुल गांधी सोडून इतर पर्याय असं म्हटलं होतं, नेहरू-गांधी घराणं सोडून असं म्हणालो नाही. जर राहुल म्हणजे पक्षाचा सत्यानाश असं वाटत असेल तर मग त्यांच्या खानदानातला कुणी शोधायला काय हरकत आहे?'

ह्या क्षणी एक महिला सभासद तरसासारखी खिदळू लागली. 'हो, हो, हो हो! म्हणजे तुम्हाला वरूण गांधी म्हणायचं आहे, हो ना? वा, काय सुंदर कल्पना आहे! हा, हा, हा, हा !' ती खो खो हसतच सुटली.

तिच्या ह्या वक्तव्याने काहीजण पुनः हादरले. अध्यक्षांना परत हस्तक्षेप करावा लागला. 'नाही, नाही, रेणुका, वरूण गांधी नक्कीच नाही. त्याला निवडणं म्हणजे निश्चित नुकसानच... ' ते पुटपुटले आणि स्वतःलाच नावे ठेवू लागले.

सर्व सदस्य अध्यक्षांकडे बघू लागले.

कुणीतरी विचारलं, 'सिब्बल, तुम्ही ह्या वर्षी अध्यक्ष आहात का?'

सिब्ब्लने आपला मुखवटा उतरवला आणि ओशाळून हसत म्हणाले, 'मला वाटतं की अशी लपवाछपवी पुढे चालू ठेवण्यात अर्थ नाही. आपण आवाजात कितीही चढउतार केले तरी हावभावातून आपण स्वतःची ओळख दाखवतोच.'

सगळ्यांनी मुखवटे दूर करायला सुरुवात केली आणि एकेक ओळखीचे चेहरे समोर येऊ लागले. केवळ एकाच व्यक्तीने मुखवटा काढायला नकार दिला.. 'नाही, मी माझी ओळख अजिबात दाख़वणार नाही. तो सिंडिकेटचा नियमभंग होईल.' त्यांनी सर्वांना आता ठाऊक झालेल्या खास इंग्लिश उच्चारात घोषणा केली.

'ठीक आहे, मणी, आता घोड्यावरून उतरा खाली. सगळ्यांना ठाऊक आहे ह्या मुखवट्यामागे कोण आहे!' सिब्बलने टोला लगावला.

मणिशंकर अय्यरनी आपल्या चेहऱ्यावरचा उद्वेग दाखवत मुखवटा काढला, नाक वर करून ते म्हणाले, 'आणि जे कोणी लपूनछपून ह्या सभेचा वृत्तांत लिहीत असतील त्यांना मुद्दाम नोंद करण्यासाठी सांगतो की मी राहुल गांधींविरुद्ध एक चकार शब्दही काढलेला नाही.' असं बजावून मणी विचारपूर्वक म्हणाले, 'ह्यातून मला माझा आवडता विषय म्हणजे 'पंचायत राज'ची आठवण झाली. खरंतर

राजीव गांधींनी विकेंद्रीकरणाचा पाया घातला होता...'

सिब्बलनी मणिशंकर अय्यरचं नंतर येऊ घातलेलं लांबलचक भाषण मध्येच थांबवलं, 'धन्यवाद, मणी, एवढं पुरे! आता मुख्य विषयाकडे वळू. जर आपण वरूण गांधींना बुक्का लावला तर आपण कदाचित भाजपची दुय्यम टीम होऊ... नाही नाही, बजरंग दलाची दुय्यम टीम होऊ! ते तर फारच भयंकर होईल. प्रियंकाचंही नाव घेता येत नाही कारण तो वद्रा का कोण आहे ना! नाही, मी जेव्हा नेहरू-गांधी घराणं म्हणतो तेव्हा कुटुंबातली कोणी तरी वरच्या स्तरावरची व्यक्ती असं मला म्हणायचं असतं. उदा; विनय नेहरू, जवाहरलाल नेहरूंचा चुलत नातू वगैरे. तो चाळिशीतला एक ग़ोड माणूस आहे; जाहिरात कंपनीत मोठा अधिकारी आहे, कॉर्पोरेट नोकरी आहे, १००% काश्मिरी पंडित; विवाहित आहे आणि काही मुलेही आहेत! त्याच्या गालावर खळीसुद्धा आहे.'

मणिशंकर अय्यर गरजू लागले. 'छे छे, अजिबात नाही. मी हा मूर्खप्रस्ताव पूर्णपणे नाकारतो आहे. आधीच राजीव गांधींच्या नावाने आपल्याकडे कितीतरी योजना, पूल, बागा, रस्ते, कालवे आणि विद्यापीठे आहेत. आता ह्या सगळ्या गोष्टींना ते कोण... विनय नेहरू.. त्यांच्या वडलांचं नाव द्यायचं म्हणजे किमान दहा वर्षं लागतील. नंतर आपल्या एकनिष्ठ मतदारांना पटवायला वीस वर्षं लागतील की त्यांना मिळणारं मोफत अन्न, घरं, आणि स्वस्त दरात वीज ही इंदिराजी किंवा राजीवजींची कृपा नव्हे तर विनय नेहरू नावाच्या माणसाची मेहेरनजर आहे. नाही सर, नेहरू अजिबात चालणार नाही, तिथे गांधीच हवेत आणि हो, महात्मा गांधींचे वंशजही चालणार नाहीत. म्हणजे नेहरू-गांधीच हवेत. दुसऱ्या शब्दात आपल्यापुढे अन्य पर्याय नाही, प्रियंका गांधींची मुले मोठी होत नाहीत तोपर्यंत राहुल गांधींनाच चिकटून रहावं लागेल.'

जमलेल्या लोकात होकाराची कुजबूज सुरू झाली. रेणुका मध्येच बोलू लागल्या, 'हो, मणीचं बरोबर आहे. दुसरी गोष्ट म्हणजे मी राहुल गांधींची चमचेगिरी करण्यात किती तरी वर्षं घालवली आहेत. पुनः त्या विनयसाठी हे सर्व पहिल्यापासून सुरू करायचं म्हणजे किती अवघड!'

माकननी रेणुकाला दुजोरा दिला, 'मी रेणुकाशी सहमत आहे. ह्या सर्व प्रक्रियेतून

पुनः जाण्यात मलाही रस नाही. शिवाय, गेली दहा वर्षं आमूलाग्र बदल घडवण्याचा फक्त निष्फळ प्रयत्नच करत असलेल्या राहुलला सोडून आमूलाग्र बदल खरंच प्रत्यक्षात आणणारा माणूस आपल्याला हवा आहे का? आपल्याला अजिबात कल्पना नसलेल्या राक्षसापेक्षा माहितीचा राक्षस बरा नाही का?'

सिंडिकेटचे बाकीचे सदस्य एकमुखाने म्हणाले, 'हो, अजिबात कल्पना नसलेल्या राक्षसापेक्षा माहितीचा राक्षसच बरा!'

वैतागलेल्या सिब्बलनी विचारलं, 'पण मग निवडणुकीतल्या आपल्या घसरत्या विश्वासार्हतेचं काय?'

अहमद पटेल म्हणाले, 'उगीच फार खिन्न होऊ नका. एक गोष्ट लक्षात ठेवा, अजून हेरगिरी प्रकरणाचे गुपित क्रमांक २, ३ आणि ४ आपल्या हातात आहेत.' क्षणभर थांबून ते पुढे म्हणाले, 'आणि अगदी मोक्याच्या क्षणी मोदींची सर्व प्रचार मोहीम धुळीस मिळवणारी एक शक्ती आपल्याकडे आहे. म्हणजे इंद्रदेवाने कर्णाला दिलेल्या अंतिम शस्त्रासारखी! ती एकदाच वापरता येते पण हमखास उपयोगास येते!'

अहमदच्या शब्दांनी सगळ्या जमलेल्या लोकांचा उत्साह परत आला. एक केंद्रीय मंत्री म्हणाले, 'हेरगिरी प्रकरण आणि 'आप' पक्षाचा उदय ह्या गोष्टी आपल्यासाठी चांगल्या आहेत. आपले महत्त्वही कायम राहील आणि विधानसभा त्रिशंकू झाली तर आपण पडद्यामागून सूत्रं हलवू शकू. ह्या सर्व प्रक्रियेत त्यांनी आपल्याला शून्यावर आणलं तरी काय झालं? शहरी जनतेनं आपल्याला तसंही मोडीत काढलं आहे.'

सर्वजण हसू लागले.

सिब्बल म्हणाले, 'तर मी समजतो की आमचा राहुल बाबावर पूर्ण विश्वास आहे आणि आपण २०१४ साठी त्यांना पंतप्रधानपदाचे दावेदार ठरवले आहे अशा घोषणेचा पुनरुच्चार करून ही बैठक संपवता येईल.'

सर्वांनी एकदम म्हटलं, हो, हो, हो! त्यानंतर घोषणा झाल्या, 'देशकी आंधी... राहुल गांधी!'

आता सिब्बलचंही मनपरिवर्तन झाल्यासारखं दिसत होतं. मिस्किलपणे ते म्हणाले, 'नाही नाही, आवाजात दम नव्हता. लोकहो, पुनः घोषणा द्या... राहुल लाओ...'

सिंडिकेट सभासद गरजले, 'देश बचाओ.'

पुनः एकदा, 'राहुल लाओ.'

'देश बचाओ.'

सगळेजण मोठमोठ्याने हसू लागले आणि अशाप्रकारे सिंडिकेटची एक अत्यंत अर्थगर्भ बैठक समाप्त झाली.

फटकेबाजीची षटके

मला असं वाटतं की हा सामना शेवटच्या क्षणापर्यंत रंगेल.

– रवि शास्त्री

१९

वृत्तप्रसारण क्षेत्राची योजना

फेब्रुवारी २०१४

ग्रेटर कैलाश दिल्लीमधील एन.डी.टीव्ही.च्या अत्याधुनिक कार्यालयात बरीच धामधूम चालू होती. रात्रीच्या जेवणाची वेळ टळून बराच काळ गेला होता पण ह्या ऑफिसमध्ये बरीच गर्दी दिसत होती. कुणाही वार्ताहराला घरी जावंसं वाटत नव्हतं. गुजराथमधून अनेक बातम्या आणि अहवाल हळूहळू येत होते, बहुतेक बातम्या अलीकडच्या हेरगिरी प्रकरणाबाबत होत्या आणि बाकीच्या २००२ च्या दंगलीबाबत होत्या. प्रत्यक्ष घटना-स्थळाच्या वृत्ताबरोबर प्रक्षेपणाच्या मुख्य वेळी दाखवण्यासाठी बातम्यांना अनेक फोटोंची जोडही देण्यात आली होती. त्याच वेळी दुसरा एका गट एन.डी.टी.व्ही. डॉट कॉमसाठी येणाऱ्या माहितीचे दीर्घ लेखांमध्ये रूपांतर करत होता. त्यासाठी त्यांनी एन.डी.टी.व्ही.च्या 'मोदींना जबरदस्त झटका' ह्या

शीर्षकाखाली तयार केलेले आराखडे आपल्या सर्व लेखकांना मुक्तपणे वाटले होते. 'मोदींवर आघात आणि मोदींची पीछेहाट' हा सिक्स सिग्मा प्रमाणित कार्यक्रम एन.डी.टी.व्ही.चं भूषण ठरला होता आणि सर्व भारतीय वृत्तसंस्थांना त्याचा हेवा वाटत होता.

टेबलावरचा एक पत्रकार अचानक उठून उभा राहिला, 'स्नूपगेट किंवा हेरगिरी प्रकरणावर वासू सरांनी न थांबता सतत पंचवीस दिवस काम करून प्रकाशझोत कायम ठेवला आहे! हा एक नवीन विक्रम आहे!'

हॉलमध्ये टाळ्यांचा उत्स्फूर्त कडकडाट झाला. बरखा दत्त कोपऱ्यातल्या आपल्या खोलीतून बाहेर आली आणि तिनं सर्व उत्साहित वार्ताहरांशी हस्तांदोलन केलं.

ती कौतुकानं उदगारली, 'बस, असंच चालू ठेवा, जनहो, असंच चालू ठेवा!'

अचानक शांत वातावरणात किंकाळ्या फुटल्याचा आवाज झाला, काही महिला भीतीने ओरडत इतस्ततः धावू लागल्या. बरखानं कशामुळे त्या घाबरल्या याचा शोध घेतला. दारात एक गबाळा माणूस उभा होता, त्याचे बूट फाटले होते, कपडे खराब झाले होते, त्याच्या लांब दाढीला वाळलेली पाने आणि कागदाचे कपटे चिकटले होते. तंद्रीत असल्यासारखा तो स्वतःशीच पुटपुटत आत आला.

बरखा किंचाळली, 'कुणी ह्या भिकाऱ्याला आत सोडलं? रखवालदार...'

आजूबाजूला माजलेल्या गोंधळाकडे लक्ष नसलेला तो दाढीवाला हळूहळू पुढे आला, त्याचे डोळे भुताटकी झाल्यासारखे भिरभिरत होते. तोंडातून शब्द फुटत होते... '२००२; स्नूपगेट, अमित शहा... पाठलाग... सिंघल..., २००२, दंगली... हेरगिरी...' सतत बडबड चालूच होती.

तो अगदी काही फुटांवर आला तेव्हा ओळख पटून बरखाचे डोळे विस्फारले.

बरखा अविश्वासानं म्हणाली, 'वासू? अरे देवा. हे काय झालं तुला?'

श्रीनिवासन जैनची मान हळू हळू बरखाकडे वळली. काही सेकंद त्यानं बरखाच्या नजरेला नजर दिली पण लगेचच त्याचे डोळे वर गेले आणि तो जमिनीवर आडवा पडला.

***

आसामजवळच्या एका शांत भागात, सकाळी सात वाजता गावातल्या अरुंद रस्त्यावरून जोराचा वारा सुटू लागला. एका लहानशा आगळ्या वेगळ्या कुटीमध्ये पत्रकारितेतील मोठ्या व्यक्ती, भारतीय गणराज्यातील एकमेव नामवंत न्यायकर्ता, ज्यूरी आणि फाशी देणारा थोर पुरूष, सर्व देशाची विवेकबुद्धी जागृत ठेवणारा असा महापुरुष म्हणजे अर्णब गोस्वामी झोपेतून जागा झाला. तो अंथरुणातून उठला, त्यानं आपल्या खोलीत टांगलेल्या 'द नेशन' असं मोठ्या अक्षरात लिहिलेल्या भारताच्या मोठ्या नकाशाला प्रणाम केला आणि स्वदेशी देशभक्तीचा निदर्शक असा पायजमा घालून तो बाहेरच्या पडवीत आला.

दाराच्या जाळीवर बोटे चाळवत तो कुटीच्या दाराशी उभा असताना, नेहमीचा दूधवाला सायकलवरून हळूहळू तिथं आला. त्यानं सायकल दरवाजापाशी लडखडत उभी केली आणि कडीवर अडकवलेल्या भांड्यात अर्धा लिटर दूध ओतलं.

'हे घ्या साहेब, गाईचं दूध, एकदम ताजं दूध!'

अर्णबनं भांड्याकडे एकच कटाक्ष टाकला आणि दूधवाल्याकडे अशा नजरेनं पाहिलं की लाखो भारतीयांना येऊ घातलेल्या झंझावाताची कल्पना आली पण त्या बिचाऱ्या दूधवाल्याला मात्र समजलं नाही.

अर्णबनं विचारलं, 'हे तर फक्त अर्धा लिटर दूध आहे; बाकीचं कुठे आहे?'

दूधवाला निर्विकारपणे म्हणाला 'साहेब, आज इतकंच आहे.'

अर्णब गुरगुरला, 'हो, खरंच?' त्यानं खिशात हात घातला, एक कागद बाहेर काढला आणि दूधवाल्यासमोर नाचवला,

'माझ्याकडे मागच्या महिन्याचं दुधाचं बिल आहे आणि तू पूर्ण महिन्यासाठी रोज एक लिटरप्रमाणे हिशेब करून बिल लावलं आहे.' अर्णबचा आवाज चढू लागला, 'तू मला फसवू पाहतोस का?'

'साहेब, आपण हे नंतर बघायचं का; मला अजून तीस लोकांकडे दूध टाकायचं आहे.'

'श्री. दूधवाले, तुम्ही माझा प्रश्न टाळण्याचा प्रयत्न करत आहात का?' लाल झालेल्या चेहऱ्यानं अर्णब गरजला.

अचानक झालेल्या हल्ल्यामुळे दूधवाला दचकून मागे सरकला, सोनेरी माशासारखं त्याचं तोंड उघडझाप करू लागलं.

तो अडखळत म्हणू लागला, 'अं... म्हणजे मी...'

एव्हाना, दाराजवळ काही लोक जमा झाले होते. काही शेजारी, त्या भागातला पोस्टमन, पेपरवाला आणि इतर काहीजण काय चाललं आहे हे निरखून बघत होते.

'श्री. दूधवाले, आमची चित्रवाहिनी कुणालाही अवघड प्रश्न विचारायला घाबरत नाही. इतर पत्रकार विचारत नसतील पण मी तुम्हाला थेट विचारणार आहे. मी आता चर्चेला सुरुवात करतो आणि अन्य सभासदांना इथं बोलावतो. श्रीमती बारुआंनी हात वर केला आहे. बोला, श्रीमती बारुआ!' दूधवाल्याच्या मागे उभ्या असलेल्या शेजारी महिलेकडे अर्णबनं बोट दाखवलं.

'अर्णब, तुम्ही हा प्रश्न काढला म्हणून मला बरं वाटलं. ह्या दूधवाल्यानं असं पहिल्यांदाच केलं नाही. मी महिनाभर ओरडते आहे पण माझा आवाज कुणाच्या कानातच शिरत नाही. अशा घोर फसवणुकीबाबत आपण करायचं तरी काय?'

'अगदी बरोबर! मी श्रीमती बारुआंशी सहमत आहे. श्री. दूधवाले, यावर तुमचं काय उत्तर आहे?'

'साहेब, आज गाईनं एवढंच दूध दिलं. मी काय...'

तुच्छतेनं अर्णबनं मध्येच फटकारलं, 'बस, बस! श्री. दूधवाले, तुम्ही तुमचा दोष गाईवर ढकलू पाहत आहात?'

'नाही, मला म्हणायचं होतं गाईनं इतकंच दूध दिलं आणि हा विषय इथंच...'

'श्री. दूधवाले, हा विषय इथं संपणार नाही.'

पेपरवाल्यानं हात वर केला.

तो म्हणाला, 'साहेब, आता मलाही काही सांगायचं आहे.'

'श्री. पेपरवाले, बोला, तुम्ही बोला. आपल्याकडे दोन मिनिटे आहेत आणि मग मी

श्री. पोस्टमन आणि दुसरे मान्यवर शेजारी ह्यांच्याकडे जाणार आहे.'

'साहेब, दोन मुद्दे पटकन सांगतो. पहिली गोष्ट, हा माणूस स्थानिक काँग्रेस पक्षाचा कार्यकर्ताही आहे म्हणून तो इतका भ्रष्ट्, अकार्यक्षम वगैरे आहे हे लक्षात येऊ शकेल.

अर्णब गरजू लागला, 'ह्यात राजकारण आणू नका. नाही, श्री पेपरवाले, मी ह्या चर्चेत राजकारण आणू देणार नाही. ही गोष्ट काँग्रेस भाजप किंवा आप पक्षाशी संबंधित नाही. देशातल्या प्रत्येक नागरिकाला शुद्ध दुधाचा एक ग्लास मिळणे हा प्रत्येकाचा मूलभूत हक्क आहे. आणि श्री दूधवाले ह्यांच्यासारखे लोक देशातील नागरिकांना ह्या हक्कापासून पारखे करत आहेत. म्हणून हा देश माफीची मागणी करत आहे, द नेशन डिमांड्स...'

अर्णबच्या मागून एक आवाज आला, 'झालं का तुमचं?'अर्णब झटकन मागे वळला, त्याची पत्नी दारात गाल फुगवून उभी होती. अर्णबनं ओशाळवाणं स्मित केलं. ही संधी साधून दूधवाल्यानं सायकल वळवली आणि तो तिथून सटकला. बाकीच्या लोकांनी एक सुस्कारा सोडला आणि तेही आल्या मार्गानं परत गेले.

सौ. गोस्वामी घरात शिरल्या, पाठोपाठ अर्णबही दबकत आत आला. सौ. गोस्वामींनी तोफ डागली, 'एक आठवडा! मला वाटलं की मी तुम्हाला आठवडाभर स्टुडिओपासून दूर ठेवीन. मला वाटलं, निदान इथे तुमच्या गावी, सगळ्या धामधुमीपासून दूर, तुम्हाला माझ्यासाठी वेळ मिळेल. पण तुम्ही ! इथंही तुम्ही तोच गोंधळ चालू ठेवला!'

त्या अचानक थांबल्या आणि पुढे म्हणाल्या, 'तुम्हाला एक सांगू? मला वाटतं, मी फार सहन केलं.' त्यांनी आपला मानस घोषित करत आपले कपडे बॅगमध्ये भरायला सुरुवात केली.

हादरलेल्या अवस्थेत अर्णब म्हणाला, 'हे बघ प्रिये, घाईघाईनं असं काही करू नको. तुला ठाऊक आहे की हे माझं कामच आहे. द नेशन वाँट्स...'

सौ. गोस्वामी एकदम अर्णबवर चालून गेल्या, त्यांनी अर्णबच्या चेहऱ्याजवळ आपला चेहरा नेला आणि अत्यंत त्वेषानं अर्णबच्या डोळ्याला डोळा दिला.

त्यांनी धमकीवजा आवाजात पतीला आव्हान दिलं, 'यापुढे एकदाही 'द नेशन' असे शब्द उच्चारले तर...'

अर्णबने आवंढा गिळला. त्याच्या कपाळावरून घामाची धार लागली.

तो पुटपुटला, 'सॉरी.'

आणि दोन तास हे नाटक चालू राहिलं— जगातल्या अत्यंत ताकदवान नेत्यांकडून उत्तरे मागून ती मिळवणारा हा माणूस आपल्या सहचरीला तिच्या निर्णयाचा पुनर्विचार करण्यासाठी विनवत होता आणि सतत त्याला नकारच मिळत होता. दोन तासांनी, जेव्हा सर्वश्रेष्ठ पुंगवदेखील आपल्या सहचरीच्या कृपेवर राबणारा सेवक असतो हे पक्कं सिद्ध झालं तेव्हाच सौ. गोस्वामींनी आपल्या अटी जाहीर केल्या.

तुम्हाला काम करायचंच असेल तर तीन अटी आहेत: पहिली अट: न्यूज अवर कार्यक्रमात भाजप आणि काँग्रेसचे काही लोक एकमेकांवर आरडाओरडा करत आहेत आणि तुम्ही त्यांच्यापेक्षाही आवाज वाढवता आहात अशी लढाई मला पुनः पहायची नाही. दुसरी अट: हेरगिरी प्रकरण आणि २००२... ह्या गोष्टी पूर्णपणे बाद! मला पुनः ह्या विषयांवर चर्चा नको. आणि शेवटी मला जर पुनः संजय झा तुमच्या पॅनेलवर दिसले तर त्या दिवसाचा न्यूज अवर कार्यक्रम संपायच्या आत तुम्हाला माझ्या वकिलांकडून निरोप येईल. समजलं?'

अर्णबनं लगेच मान डोलावली. सौ. गोस्वामींनी त्याच्याकडे काही क्षण रोखून बघितलं आणि मागे वळून त्या आपल्या खोलीकडे निघाल्या.

'अशी भांडाभांडी आणि चर्चा केली नाही तर मग मी काय करायचं?' अर्णब खिन्न होऊन कुरबुरला, पण, सौ. गोस्वामींनी धाडकन दार बंद करून घेतलं.

***

२००० किलोमीटर दूर तिकडे देशाच्या राजधानीत राहुल कन्वलनं आपल्या मुठी

वळवल्या, दातओठ खाल्ले आणि श्वास रोखून धरला,

'मंत्रिमहोदय, तुम्ही असे कसे सर्रास नियमांचे उल्लंघन करता? सर, ह्याबाबत सरकारी धोरण अगदी स्पष्ट आहे. अधिकाराच्या नावाखाली तुम्ही निर्लज्जपणे नियमांचा भंग केला. हे अजिबात चालणार नाही!' राहुल किंचाळत होता. मग नाक फुगवून आणि डोळ्यात आग ओकत तो गरजला, 'हा देश हे कधीच सहन करणार नाही.!'

त्यानं हीच नजर काही सेकंद तशीच ठेवली आणि तो पत्नीकडे वळला. त्यानं मोठ्या अपेक्षेनं विचारलं, 'कसं काय बोललो मी?'

सौ. कन्वलनं हात पसरून म्हटलं, 'ओह बेबी! किती गोड होतं तुझं बोलणं' चिवचिवत त्या पुढे म्हणाल्या; 'तू किती छान आणि गोऽड दिसत होतास!'

राहुलनं आश्चर्यानं म्हटलं, 'गोड? गोड होतं माझं बोलणं? मी इथं भयंकर चिडून आणि श्वास रोखून त्वेषानं बोलत होतो आणि तू त्याला 'गोऽड' म्हणतेस?'

थोडं शांत होऊन एका मिनिटानं तो म्हणाला, 'कदाचित तुला संदर्भ कळला नसेल. गोष्ट अशी आहे– एका मंत्र्यानं आपले अधिकार वापरून एका संशयास्पद संस्थेला एक प्रकल्प करायला दिला. त्यातून देशाला खूप नुकसान झालं. म्हणून मी मुख्य प्रक्षेपणाच्या काळात त्याला प्रश्न विचारत होतो. आता तुला संदर्भ कळला असेल. मग माझ्या एकूण आविर्भावाबद्दल तुझा अभिप्राय आता बदलेल ना?'

काही सेकंद विचार करून खळखळत हसून त्या उदगारल्या, 'नाही, मी तुला असंच गोड, पपी डॉगसारखं गोऽडच म्हणणार.'

राहुल कन्वल त्यांच्याकडे क्षणभर बघत राहिला आणि निराशेनं हॉलमधल्या सोफ्यावर कोसळला. 'तो अर्णब कसं काय करतो कोण जाणे, पण, मला हे भयंकर चिडणं जमतच नाही यार!' कपाळ चोळीत तो कुरबुरला, 'मी रागवायचा प्रयत्न करतो तेव्हा मला लोक 'गोड' म्हणतात. मला प्रचंड धक्का बसल्याचं दाखवायचं असतं तेव्हा मला गाडीच्या उजेडात सापडलेलं हरीण म्हणतात. मी अगदी धमकी देण्याचा आवेश आणतो तेव्हा लोक माझा चेहरा पाहून हसू लागतात. मला

कुणाची हुर्यो उडवता येत नाही, मला आक्रमक होता येत नाही. मी मग्रूर दिसत नाही. छे, मला साधी मिशीपण ठेवता येत नाही!'

सौ. कन्वलनी पतीच्या गळ्यात हात टाकले, 'पण, बेबी, तू त्या अर्णबची नक्कल कशाला करतोस? तू तुझी वेगळी शैली का निर्माण करत नाहीस?'

जमिनीकडे नजर लावून राहुल पुटपुटला, 'लोक हल्ली असा आरडाओरडाच पसंत करतात.'

'कदाचित तुझ्या बलस्थानांशी सुसंगत असे विषय आणि असं लढाईचं मैदान तू निवडू शकशील. कदाचित नुसताच हल्लागुल्ला करण्यापेक्षा ज्यात विश्लेषणात्मक चर्चा आणि विचारपूर्वक सूत्रचालनाची गरज आहे असे विषय तू निवडू शकशील.'

राहुल कन्वल पत्नीच्या बोलण्यावर विचार करत बराच वेळ बसून राहिला.

***

'मी श्रीनिवासन जैन यांना शोधतो आहे. काल त्यांना ह्या इस्पितळात दाखल केलं आहे.' राजदीप सरदेसाई राम मनोहर लोहिया इस्पितळाच्या स्वागत कक्षात चौकशी करत होते.

'सर, एक मिनिट थांबा हं.'

राजदीप टेबलावर बोटे फिरवत असताना सागरिका घोष मात्र जोरजोरात स्वतःला वारा घालत होती.

ती म्हणाली, 'बाप रे, किती गरम होतं इथे!' तिनं स्वागतिकेला विचारलं, 'इथल्या आवारात पोहण्याचा तलाव आहे का?' गोंधळलेल्या चेहऱ्यानं स्वागतिका उत्तरली, 'मॅडम, अं... हे इस्पितळ आहे.'

सागरिकानं उसासा टाकला. काही क्षण गेल्यावर तिनं एक लहान आरसा बाहेर काढला आणि ओठावर भडक लिपस्टिकचा हलकासा थर दिला. राजदीपनी काही सेकंद तिच्याकडे पाहिलं, कोटाच्या खिशात हात घातला, ओल्ड मंकची बाटली

बाहेर काढली अणि बाटलीतूनच एक मोठासा घोट घेतला.

स्वागतिका म्हणाली, 'तिसरा मजला खोली नंबर ३११.'

राजदीप म्हणाले, 'धन्यवाद.' ते लिफ्टच्या दिशेने जाऊ लागले.

राजदीपच्या हातातल्या बाटलीकडे निर्देश करत स्वागतिका म्हणाली, 'सर, तुम्ही ती वस्तू वर घेऊन जाऊ शकत नाही.' राजदीप गुरगुरले, पण तरी बाटली तिच्या हवाली करून ते गंभीर मुद्रेने खोलीकडे जाऊ लागले.

खोली नंबर ३११ वृत्तमाध्यमातील नामवंत पत्रकारांनी खच्चून भरली होती. राजदीपनं मान डोलावून अनेकांकडे पाहून स्मित केलं, अर्णब गोस्वामींकडे एक दीर्घ कटाक्ष टाकला आणि बरखा दत्तच्या शेजारची जागा पकडली.

त्यांनी पाठीवर पडलेल्या जैनकडे बघून विचारलं, 'कसे काय आहेत ते?' नर्सनं ठिबकणाऱ्या ग्लुकोजची नळी ठीक केली आणि जैनचं तापमान बघितलं.

बरखा म्हणाली, 'हो,ते बरं व्हायच्या मार्गावर आहेत. डॉक्टर म्हणतात की, अतिशय थकवा आणि कामामुळे आलेला ताण दिसतो आहे.'

अचानक जैन जोरात थरथरू लागले. इकडे तिकडे स्वैरपणे हात फिरवीत ते किंचाळले, '२००२ ! स्नूपगेट !' बरखा आणि एका नर्सनं त्यांना हाताला धरून खाली बसवलं आणि शांत केलं.

त्यांची पुटपुट चालूच होती, 'स्नूपगेट... २००२... रस्त्यावर हाहाःकार...' असं बोलतानाच चक्कर येऊन ते झोपी गेले.

एक निःश्वास टाकून बरखा म्हणाली, 'ते काल रात्रीपासून असेच आहेत. त्याच त्याच जुन्या गोष्टींचा सतत मागोवा करत राहिल्यानं त्यांना त्रास झाला आहे. आणि खरं तर मलाही जाणवतं आहे, किती दिवस आपण तेच ते २००२, स्नूपगेट, नेहमीचे घोटाळे, नेहमीची भयाण भाषणे उगाळत बसणार?'

इतर संपादकांनी बरखाच्या डोळ्याकडे पाहिलं आणि एकमेकांनाही नजर दिली. सगळ्यांच्या डोक्यात वेग़ळाच प्रकाश पडला. एक एकजण बोलू लागला; सध्याच्या वृत्तप्रसारणाबाबत आपापल्या अनुभवांचं कथन करू लागला आणि

स्वतःच्या व्यक्तिगत जीवनावर पडणाऱ्या ताणतणावाविषयी सांगू लागला. श्रीनिवासन जैनना गुजराथ आठवलं की झटका बसायचा. त्यांना शांत करायला लागणारा वेळ सोडला तर सर्वजण तासभर बोलत होते. बोलणं संपल्यावर सर्वजणांचं एकमत झालं. निवडणूक-पूर्व काळात पत्रकारितेमध्ये कमालीचा बदल व्हायला पाहिजे असं समस्तांचं एकमत होतं. भारतीय निवडणुकांच्या वृत्तनिवेदनात नवीन हवेची गरज होती.

नंतरच्या आठवड्यात भारतीय वृत्त पत्रकारितेतील अग्रगण्य श्रेष्ठींनी गटागटातून विचारमंथन केलं आणि कल्पनांचं आदानप्रदान केलं. शेवटी, व्यवहार्यता, शक्यता आणि लोकांत सनसनाटी निर्माण करण्याची क्षमता ह्या गोष्टींचा विचार केल्यावर एक नवीन कल्पना पुढे आली. पंतप्रधानपदाच्या दोन संभाव्य दावेदारांमध्ये समोरासमोर खुली चर्चा घडवणे आणि ह्या निकषांवर तुलना करण्यासाठी मतदारांना संधी देणे.

आणि महत्त्वाचं म्हणजे हा सामना टी.व्ही.वर अतिशय गाजला पाहिजे!

आता फक्त ह्या उमेदवारांना अशा सामन्यासाठी तयार करणे बाकी होते!

***

व्ही. एस. संपत म्हणजे मुख्य निवडणूक आयुक्तांनी भुवई उंचावून प्रश्न केला, 'टेलिव्हिजनवर खुला वादविवाद, हं ?'

नेहमीच्या शैलीने बरखा म्हणाली, 'हो सर, जगातली सर्वात मोठी लोकशाही असूनही आपले पंतप्रधानपदाचे दोन दावेदार देशाच्या समस्यांवर समोरासमोर वाद विवादासाठी उभे रहात नाहीत. ही एक अत्यंत लाजिरवाणी गोष्ट आहे. शिवाय, ह्या सगळ्या निवडणुकांच्या प्रचारात तोच तोचपणा आणि कंटाळवाणेपणा आला आहे असं तुम्हाला वाटत नाही का? ह्या देशातल्या जनतेला निवडणुकीच्या महिन्यात आणखी काही तरी चांगलं द्यायला नको का?'

संपतनी टेबलावरच्या मंडळींवर नजर टाकली. त्यांच्या डावीकडे राहुल गांधींच्या नेतृत्वाखाली काँग्रेसचे अन्य नेते होते. उजवीकडे भाजपच्या गोटात अग्रभागी नरेंद्र मोदी होते. टेबलाच्या दुसऱ्या टोकाला मोदींच्या समोर मुख्य प्रसिद्धी माध्यमांचे अनेक संपादक उत्सुकतेने पुढे वाकून ऐकत होते.

संपतनी खांदे उडवत म्हटलं, 'असं आहे, त्यांचं बरोबर आहे.' मोदींकडे वळून ते म्हणाले, 'मला तुमची सुरुवातीची काही भाषणं आवडली आणि त्यातले मार्मिक मुद्देही. पण आता तुमचे 'शाहजादा' वरचे विनोद संपून पुनः जुन्या विनोदांकडे वळलेले दिसता. मोदींनी आश्चर्यानं म्हटलं, 'हे काही खरं नाही. मी नियमितपणे शाहजाद्यावरचे विनोद भाषणात पेरण्याची दक्षता घेत असतो.'

सरळ बसत ते म्हणाले, 'खरं तर आतासुद्धा मी तसा एक विनोद सांगू शकतो. हे बघा! शाहजाद्यांच्या विचारांचे मोती आणि उडत्या तबकड्यांमधे काय साम्य आहे?' मोदी नाट्यमय थाटात काही क्षण थांबले आणि म्हणाले, 'दोन्ही गोष्टी ऐकिवात आहेत.'

संपत आणि भाजपचे नेते हसत सुटले. राजनाथसिंग हसता हसता हात टेकून जमिनीवर खाली कोसळले आणि टेबलाच्या खाली पोट गेलेल्या नितीन गडकरींच्या हसण्यामुळे सगळं टेबल हेलकावे खाऊ लागलं. उलट पक्षी काँग्रेसचे नेते आतून पेटले होते आणि दात ओठ खात बसले. राहुल मात्र शून्यपणे मोदींकडे बघत राहिले.

हास्याचा शेवटचा स्फोट होऊन गेल्यावर आणि हॉलमध्ये शांतता पसरल्यावर, राहुल गांधींच्या चेहऱ्यावर विनोद समजल्याचा भाव आला आणि ते एकदम खिदळू लागले आणि मिनिटभर हसू दाबत राहिले. भाजपचे नेते त्यांच्याकडे चकित होऊन बघतच राहिले.

मोठ्याने हसत ते मोदींना म्हणाले, 'चांगला विनोद होता, मोदीजी.' एक सेकंदभर काँग्रेसचे इतर नेते एकमेकांकडे गोंधळून पहात बसले पण लगेच तेही मोठमोठ्याने हसू लागले. भाजपच्या नेत्यांच्या हसण्याचा काही क्षणापूर्वीचा विक्रम आपण मोडला ह्याची खात्री झाल्यावरच ते खिदळायचे थांबले.

सर्व नेते शांत झाल्यावर संपतनी राहुल आणि मोदींकडे बघून मान हलवली आणि विचारलं, 'मग, काय वाटतं? तुम्ही दोघं अशा वादविवादाला तयार आहात, समोरासमोर विवाद!'

मोदी उडी मारून जागेवरून उठले, त्यांनी कुस्तीगीरासारखा शड्डू ठोकला आणि म्हणाले, 'हो. कधीही आणि कुठेही मी तयार आहे!'

संपत राहुलकडे वळले, 'आणि राहुल, तुम्ही चर्चेला तयार आहात का?'

तोंडाचा किंचित आ वासून राहुलनी शून्य नजरेनं बघितलं. मग त्यांच्या चेहऱ्यावरचा भाव बदलला, त्यांची मुद्रा विजयी होऊ लागली आणि ते आपल्या शेवटच्या निर्वाणीच्या पर्यायाकडे वळून म्हणाले,

'हाच प्रश्न मी तुम्हाला विचारतो. तुम्ही वादविवादाला तयार आहात का?'

(२०)

तिसऱ्या आघाडीचं स्वप्न

फेब्रुवारी २०१४

सर्वसाधारण निवडणुकांना दोन महिनेही उरले नव्हते. अखिल भारतीय संप्रदायवादविरोधी परिषदेसाठी ही अत्यंत योग्य वेळ होती. भारतातील तिसऱ्या राजकीय शक्तींच्या महाबलींचे हे एकत्र प्रदर्शन असल्यामुळे, करात यांनी ही सर्व उच्चस्तरीय परिषदांची जननी आहे असं म्हटलं होतं. त्यांची नजर त्या हॉलमध्ये सर्वत्र भिरभिरली तेव्हा परिषदेची भव्यता आपल्या कीर्तीला साजेशीच आहे हे त्यांच्या लक्षात आलं. परिषदेच्या लांबलचक टेबलावर प्रादेशिक महानेत्यांची मोठीच उपस्थिती होती: लालू, मुलायम, मायावती, नितीश, करुणानिधि, जगन रेड्डी, जयललिता, देवे गौडा आणि योगेंद्र यादव.

ही बैठक एक आठवडा आधी होणार होती पण, करात यांच्या कार्यालयाने ज्या मूर्ख जाहिरात कंपनीला बॅनर छापण्याचं काम दिलं होतं तिनं 'कम्यूनालिस्ट' न लिहिता अखिल भारतीय कम्युनिस्टविरोधी परिषद असं चुकीचं छापलं होतं. कडाक्याच्या भांडणानंतर आणि दोनदा अतिरिक्त भुर्दंडाबद्दल घासाघीस झाल्यावर बॅनरची दुरुस्ती करण्यात आली आणि नंतरच परिषदेला मुहूर्त लागला.

दुसरा खटकणारा मुद्दा होता परिषदेच्या ठिकाणाचा. जेव्हा करातनी लखनौमधील मुलायम ह्यांचा प्रशस्त बंगला सुचवला तेव्हा मायावतींनी त्याला साफ नकार दिला. चेन्नईमधलं पंचतारांकित हॉटेल म्हटलं तर उत्तर भारतातले लोक दक्षिणेत यायला तयार नव्हते. कोलकात्याचा विचार केला तर ममता बॅनर्जींनी ही परिषद माओवाद्यांचं कारस्थान असल्याचा दावा केला आणि ह्या सर्वांना आत टाकावं असा सल्ला दिला. भुवनेश्वरमधलं पटनाईकांचं कार्यालय कुणालाच पसंत नव्हतं कारण कुणालाच ओडिशामध्ये जायचं नव्हतं.

करातनी ह्या प्रश्नावर बराच वेळ खोल विचार केला, सर्वांना पटेल असं ठिकाण शोधण्याकरता बरंच डोकं खाजवलं; शेवटी एक दिवस मुलायमनी अगदी बरोब्बर ठिकाण शोधलं ते म्हणजे अर्थात सी.बी.आय.चं कार्यालय. मुलायम, मायावती आणि द्रमुकच्या अनेक नेत्यांसाठी ते दिल्लीतलं दुसरं घरच होतं. सी.बी.आय.चे संचालक ह्या परिषदेसाठी त्यांच्या इमारतीचा तळघरातला चौकशी विभाग द्यायला एका पायावर तयार होते.

हातात गरम गरम मसाला चहाचा ट्रे समोर धरून रणजित सिन्हा हसत हसत विचारू लागले, 'प्रकाश सर, थोडा चहा घेणार?'

करात आनंदाने म्हणाले, 'धन्यवाद.' सिन्हा तिथे जमलेल्या नेत्यांना चहा वाटत होते आणि करात त्यांच्याकडे बघत आतापर्यंत काय काय झालं यावर विचार करत होते.

त्यांनी ममता बॅनर्जींशी थेट संपर्क करून डावा गट आणि तृणमूल काँग्रेसमध्ये समझौता घडवण्याचा केलेला प्रयत्न पूर्णपणे फसला असला तरी इतर नेत्यांनी परिषदेला हजर राहण्याचं कबूल केलं होतं त्यामुळे करातना आश्चर्य आणि

आनंदही वाटला. सुरुवातीला नितीश, करात यांच्या प्रयत्नांकडे तुच्छतेने पहात होते पण आता मात्र ह्या संकल्पनेचा उत्साहाने पुरस्कार करत होते. डॉ. जयललितांनीही करुणानिधींची उपस्थिती असूनही परिषदेत भाग घ्यायचं मान्य केलं होतं कारण एका अंतर्गत सर्वेक्षणानुसार त्यांचा पक्ष तामिळनाडूतल्या सर्व लोकसभेच्या जागा हमखास जिंकणार होता. त्यामुळेच, लोकसभा त्रिशंकू झाली तर जयललिता पंतप्रधानपदाच्या मुख्य दावेदार ठरत होत्या. अर्थात जोवर करुणानिधींच्या शेजारी बसावं लागत नव्हतं तोवर त्यांचा काही आक्षेप नव्हता.

मुलायम आणि मायावती येणार हे तर नक्कीच होतं. अशा सभांना त्यांनी कधीच हजेरी चुकवली नव्हती. सरकारी गुप्तहेरांच्या मध्यस्थीचा वापर करून संयुक्त पुरोगामी दलाच्या सरकारशी चर्चा चालू असताना इतर सर्व नेत्यांशी हस्तांदोलन करण्याने राजकीय लाभ होतो हे सर्वांना ठाऊक होते. दुधात साखर म्हणजे डॉ. योगेंद्र यादव हे आप पक्षाकडून खास आमंत्रित म्हणून हजर होते. डॉ. यादवनी सुरुवातीलाच स्पष्ट सांगितलं होतं की सर्व प्रचलित पक्षांशी त्यांना काही देणं घेणं नव्हतं कारण त्यांच्या दृष्टीने सर्व पक्ष भ्रष्ट होते आणि म्हणून आप पक्षाचे केवळ निरीक्षक ह्या नात्याने ते इथं आले होते. योगेंद्र यादव जरा त्रासदायकच प्रकरण होते पण करातनी तो त्रास सहन करायचं ठरवलं. एक पर्यायी व्यवस्था निर्माण करण्याच्या महान हेतूसाठी थोडाफार त्याग करावाच लागतो !

करातनी सगळं अवघड काम आधीच पूर्ण केलेलं होतं. आता निवडणुकीच्या आधी तिसऱ्या आघाडीची स्थापना करण्यासाठी न्यूनतम आर्थिक कार्यक्रम निश्चित करणे, एवढंच बाकी होतं.

करातनी प्रत्येक नेत्याने केलेल्या मागण्यांची यादी नीट पाहिली:

✳ बिहारला खास दर्जा: उत्तर प्रदेश, तामिळनाडू आणि ओडिशाला खास दर्जा दिला तर बिहारला अत्युच्च दर्जा द्यावा... जनता दल युनायटेड.

✳ लोकसभेत आणि सर्व सरकारी कागदपत्रात इंग्रजी वापरायला बंदी... समाजवादी पक्ष

✳ सनरायझर्स हैद्राबाद सोडून श्रीलंकेच्या खेळाडूंना आय पी एलमध्ये खेळायला बंदी... द्रमुक

* ह्या पक्षांच्या नेत्यांची सी.बी.आय.मधील सर्व विद्यमान प्रकरणे बरखास्त. स.पा.; ब.स.प.; वाय.एस.आर. काँग्रेस, द्रमुक आणि अण्णा द्रमुक.
* लखनौमध्ये मायावतींचा भव्य पुतळाः बसप
* तेलंगण आणि सीमांध्र पुनः एकत्रीकरण– वाय.एस.आर. काँग्रेस
* देशभर दोन रुपयात इडली योजनेची अंमलबजावणी... अण्णा द्रमुक
* बिजू जनता दल पक्षाचे सरकार असलेले ओडिशा हे एक अधिकृत राज्य आहे ह्याला किमान एकदा तरी मान्यता... बिजू जनता दल
* 'आप' पक्ष सर्व इतर राजकीय पक्षांपेक्षा वेग़ळा आहे हे मान्य करणे... आप
* सांप्रदायिक शक्तींना दूर ठेवण... सर्व सहभागी पक्ष
* गरीब जनतेस अनुकूल धोरणांचा पाठपुरावा... सर्व पक्ष

ह्या सर्व मागण्या तशा रास्तच होत्या, समान आणि कमालीचा न्यूनतम आर्थिक कार्यक्रमही सहजसाध्य होईल असं वाटत होतं.

करातनी मार्क्सला उद्देशून एक प्रार्थना केली, दीर्घ श्वास घेतला आणि गंभीर आवाजात बोलायला सुरुवात केली, 'डिअर कॉम्रेडस्, वुइ हॅव असेम्बल्ड हिअर फॉर अ हिस्टॉरिक...'

मुलायमनी तुसड्या आवाजात सुनावलं, 'हिंदी मे बात करो, भैया.'

लालूंनी दुजोरा दिला, 'ये करातवा अंग्रेजी बाबू क्यू बनत है जब हिंदी हमारा राष्ट्रभाषा है ! एक तनिक हिंदी मे बोलो.' मायावतींनी देखील ह्या दोन यादव सुपुत्रांच्या आवाजी विरोधात सूर मिळवला.

करुणानिधी आणि जयललिता इथे मात्र पटकन एकत्र आले. करुणानिधी गुरगुरले, 'अप्पा, नो हिंदी! जर आमच्यावर हिंदी लादलं तर आम्ही निघून जाऊ. एक तर तामिळ नाही तर इंग्लिश!'

जगन रेड्डींनी जोड दिली, 'किंवा तेलगू.'

प्रकाश करातना ह्या प्रसंगाची अपेक्षा होती. मागेही किती तरी चर्चांमध्ये, असे गुंतागुंतीचे प्रश्न सोडवताना हिंदी की इंग्लिशचा वापर करावा ह्या विषयावरून खंड पडला होता. पण ह्या वेळी ते तयारी करून आले होते.

करात म्हणाले, 'आपल्या उत्तर भारतीय सहकाऱ्यांसाठी मी माझ्या कम्युनिस्ट इंग्रजीचं हिंदीमध्ये यांत्रिक भाषांतर करण्याची सोय केली आहे, म्हणजे लोकसभेत करतात तसं. तेव्हा, उत्तर प्रदेश आणि बिहारमधल्या बंधूंनो, उगीच चिडू नका.'

थोडी फार कुरबूर झाली पण ह्या सूचनेचा स्वीकार झाला. लालू, नितीश, मुलायम आणि मायावती ह्यांनी कानाला हेडफोन लावले. करातनी कपाळावरचा घाम पुसला. परिषदेत जवळ जवळ येऊ घातलेला दुर्धर प्रसंग टळला.

ते पुढे बोलू लागले, 'मित्रांनो, संयुक्त पुरोगामी आघाडीच्या गरीब-विरोधी, नव-उदारमतवादी धोरणांमुळे देशातील जनता गेली नऊ वर्षे दुःख भोगत आहे. दर पाच मुलांमागे एक मूल भूकबळी झालं आहे, तरुण वर्गात बेरोजगारी आणि निराशा पसरली आहे. आणि त्यात भर म्हणजे जातीयवादी शक्ती आपले कुटिल हेतू साध्य करण्यासाठी ह्या परिस्थितीचा फायदा घेत आहेत...'

जगन रेड्डींनी त्यांना थांबवत म्हटलं, 'बॉस, आम्हाला हे पुराण नको; मूळ विषयाकडे जाऊ या, चालेल?'

'अं... ठीक आहे. मग चर्चेसाठी आता एकच विषय उरला आहे: प्रस्तावित तिसऱ्या आघाडीचा पंतप्रधानपदाचा उमेदवार कोण?'

जयललिता लगेच उद्‌गारल्या, 'साहजिकपणे, मलाच पंतप्रधानपदाचा दावेदार म्हणून घोषित करायला पाहिजे. आता निश्चितपणे भारतात तामिळनाडूची व्यक्तीच पंतप्रधान व्हायला हवी. तामिळनाडूनं भारताला किती गोष्टी दिल्या-नोबेल पारितोषिक विजेते, जागतिक बुद्धिबळ विजेता, ते कोलावरीचं गाणं आणि आता लुंगी डान्स. शिवाय अनेक शास्त्रज्ञ, नागरी सेवेतील अगणित अधिकारी आणि अर्थात रजनीकांत!'

जगन मध्येच म्हणाले, 'अम्मा, लाइट थीसको! मी सीमांध्रमधल्या सर्व जागा पटकवणार आहे. पंतप्रधानपदासाठी जर कुणाचं नाव सुचवायचं असेल तर ते फक्त माझंच!'

जयललिता उत्तरल्या, 'पोडा डै! तुमच्या राज्याचा आधीच एक होऊन गेला, हो ना? आणि कर्नाटकाच्या वतीनं काही काळ त्या देवेगौडांनाही संधी मिळाली

होती. आता तामिळनाडूला हा सन्मान देण्याची वेळ निश्चितपणे आली आहे.'

आपलं नाव ऐकताच एका कोपऱ्यात घोरत असलेल्या देवेगौडांनी डोळे अर्धेच उघडले आणि झोपेतच पुटपुटले, 'एह? एऽनू ?' लगेचच ते पुनः झोपी गेले आणि घोरू लागले.

नितीश म्हणाले, 'तुम्ही सगळे चुकीचं बोलत आहात. पंतप्रधान हे एक विशेष महत्वाचं पद आहे आणि त्यासाठी एखाद्या खास राज्यालाच हा मान द्यायला पाहिजे. बिहार राज्य जमिनीने वेढलेले आहे, दुष्काळ नसतो तेव्हा तिथं पुरांचं थैमान असतं आणि बिहारची ४०% जनता दारिद्र्य रेषेखाली जगते आहे.'

लालू गरजले, 'नितीशवाचं बोलणं बरोबर आहे. पंतप्रधानपदाचा उमेदवार बिहारचाच असला पाहिजे आणि तोही यादव घराण्याचा! दुसऱ्या शब्दात सांगायचं तर मीच...'

रागानं लालबुंद झालेले नितीश म्हणाले, 'भक, भक! मला असं म्हणायचं नव्हतं.'

आप पक्षाचे मानद प्रतिनिधी योगेंद्र यादवनी अखेर आपलं मौन मोडत म्हटलं, 'बस झालं.' सगळ्या लोकांत एकदम शांतता झाली. मग, अगदी सौम्य आणि स्वर्गीय स्वरात कान उघाडणी करत योगेंद्र म्हणाले, 'आपण इतक्या खालच्या थराला आलो आहोत का? पंतप्रधान कोण होणार ह्याबद्दल अशी क्षुद्र भांडणं ! आपण इथे सर्व राजकीय प्रणाली शुद्ध करण्याच्या हेतूनं जमलो आहोत की अत्यंत हीन राजकारण खेळण्यासाठी?'

बाकीच्या नेत्यांना किंचित शरम वाटू लागली. शाळेतले शिक्षक उनाड मुलांना रागावतात तसंच काही वेळ चालू होतं.

करात मध्येच बोलले, 'हो, हो! योगेंद्रजी, आपण खऱ्या साम्यवादी नेत्याप्रमाणे बोललात. आज कष्टकरी वर्गानं भांडवलवाद्यांविरुद्ध एकत्र व्हायची नितांत गरज आहे.'

योगेंद्र यादवनी शांतपणे उत्तर दिलं, 'डाव्या पक्षांचं अर्थशास्त्र तिसऱ्या आघाडीतील बाकीच्या पक्षांच्या राजकारणाइतकं वाईट नाही. आप पक्षाचा प्रामाणिक, स्वच्छ प्रशासनावर विश्वास आहे, डाव्या लोकांच्या बेभरवशी बडबडीवर नाही. आपण

समाजाच्या प्रश्नांवर उत्तरे शोधण्यावर भर दिला पाहिजे, निरुपयोगी तात्त्विक घोषणाबाजीच्या आड लपून चालणार नाही.'

करात त्यांच्या फटकारण्यामुळे एकदम चमकले. हा यादव माणूस जरा जास्तच बोचायला लागला होता.

लालूंनी आपली जादू चालवून त्यांच्याच गोत्राच्या ह्या माणसाशी जुळवून घ्यायचा प्रयत्न केला, 'योगेंद्रवा, क्या बढिया इस्पीच दिया! एक तनिक आर.जे. डी. और आप का गटबंधन हो जाये तो नितीशवा और मोदी दोनो को हम झाडू से साफ कर दूंगा.'

योगेंद्र यादवना हे बोलणं लागलं असावं, 'लालूजी, तुम्ही माझ्याशी असं कसं बोलू शकता? माझं आडनावही यादव आहे म्हणून तुम्हाला वाटतं की मी तुमच्या राजकारणाशी सहमत आहे? तुम्ही अशा संकुचित विचारातून बाहेर पडून अधिक उदार मनोवृत्ती दाखवायला हवी. आप पक्ष जातीय आणि सांप्रदायिक राजकारणाच्या पलीकडे जाऊन विचार करतो. आम्हाला देशातील मुख्य राजकीय पक्षांपासून दूर, सारख्याच अंतरावर रहायचं आहे. तुम्ही सर्वजण भ्रष्ट आणि घातक प्रवृत्तीचे आहात.'

लालू आणि बाकीचे सगळे नेतेही एकदम अवाक झाले. आता टेबलावर बरीच तक्रारवजा कुजबूज सुरू झाली. बाकीचे नेते जागेवरच चुळबूळ करू लागले आणि योगेंद्र यादवकडे क्रुद्ध नजरेने पाहू लागले. हे जरा अतीच होत होतं.

करात उभे राहिले. त्यांनी खूपच सहन केलं होतं. 'हे पहा, तुम्ही कशाला इतकं ढोंग करता? काँग्रेस आणि भाजपदेखील इतके त्रास देत नाहीत.'

योगेंद्र यादव किंचित वरमले पण लगेच आपलं भान सांभाळत म्हणाले, 'श्री. करात, तुम्हाला अर्थातच थोडा विषाद वाटण्याचा अधिकार आहे. पण, आपले मतभेद व्यक्त करताना सभ्यतेची अपेक्षा करण्यात काही चूक आहे का?'

ह्या क्षणी नितीश ओरडून बोलू लागले, 'छे, मी आता ह्या माणसाची भाषणबाजी आणखी ऐकू शकत नाही.' ते एकदम उठले आणि त्यांनी योगेंद्र यादवच्या चेहऱ्यावर एक मोठी थप्पड मारली. सगळे लोक टाळ्या वाजवू लागले.

योगेंद्र यादव क्षणभर स्तंभित झाले. मग त्यांनी आपला साधुत्वाचा आणि चांगुलपणाचा मुखवटा उतरवला, खानदान आणि अनैतिक संबधांशी संबंधित अशा शिव्यांची लाखोली वाहिली. ती ऐकून विराट कोहलीलाही लाज वाटली असती कदाचित.

पण दुर्दैवानं एव्हाना यादव वंशाचे अन्य लोकही ह्या लढाईत सामिल झाले. लालू गुरगुरले, 'बहुत लेक्चरवा हो गया! हम को पॉलिटिक्स सिखाता है? ये ले, और एक घुस्सा!' असं म्हणून लालूनं एक जोरदार गुद्दा मारला, मुलायमनी योगेंद्रचे हात मागे बांधून ठेवले होते. उजवीकडून मायावतींनी भुतानं झपाटल्याप्रमाणे हल्ला चढवला आणि आपल्या पर्सने त्या अगतिक निवडणूक-तज्ञाला बदडू लागल्या. दुसरीकडून जगन रेड्डी किंचाळून योगेंद्रची दाढी ओढू लागले. करुणानिधींनी आपल्या गॉगलवरचं एक बटण फिरवलं आणि तो चष्मा लालभडक होऊन यादवच्या पृष्ठभागावर काही अनामिक उष्ण किरणांचा थेट मारा करू लागला. थोड्याच वेळात ह्या घृणास्पद माणसाचा समाचार घ्यायला नितीश कुमार, नवीन पटनाईक आणि देवेगौडाही जवळ आले. जयललितांनी योगेंद्र यादवना जमीनदोस्त केलं आणि त्या यादव यांच्या अंगावरच बसल्या तेव्हाच हा सर्व गोंधळ थांबला.

मग ॲव्हेंजर चित्रपटातल्या विजयी संगीताच्या तालावर तिसऱ्या आघाडीच्या नेत्यांनी एक वर्तुळ तयार केलं. करातनी प्रत्येकाच्या डोळ्यात निरखून पाहिलं. सांप्रदायिक, नव-उदारमतवादी आणि स्वघोषित नैतिक शिक्षणाचे पाठ देणाऱ्या ह्या अत्यंत त्रासदायक शक्तींना दूर ठेवण्याची ज्वलंत कळकळ आणि पोलादी निश्चय प्रत्येकाच्या डोळ्यात दिसत असल्याची करातनी खात्री केली. योगेंद्र यादव आणि त्यांच्या ढोंगी, स्वघोषित सदाचरणाचा विरोध करताना त्यांना एक समान हेतू, समान उद्दिष्ट जाणवू लागलं. करातनी दात ओठ चावले आणि एक हात पुढे केला. नितीशनी मान डोलावली आणि आपला हात करातच्या हातावर ठेवला. नंतर सर्वांनी एकावर एक हात ठेवले आणि सगळे हात हवेत उंच करून गर्जना केली. किती तरी वर्षांनी प्रथमच तिसऱ्या आघाडीच्या आवाजानं एक संपूर्ण रात्र दुमदुमत राहिली.

(२१)

युद्धाची सुरुवात

मार्च २०१४

फिरोजशहा कोटला मैदानावर रविवारी संध्याकाळी
आठ वाजता प्रचंड जनसमुदायासमोर हा सामना
रंगणार होता. त्यामुळे तिथं आय.पी. एल.सारखं
वातावरण तयार झालं होतं. अमेरिकेतल्या राष्ट्राध्यक्ष
निवडणुकीत उमेदवारांमध्ये जसा जाहीर वादविवाद
असतो त्याची भारतीय आवृत्ती तयार करताना,
स्थानिक टीव्ही कार्यक्रमांशी सुसंगतता असावी
म्हणून ह्या सामन्यातून वादविवाद गाळला गेला
होता. त्याऐवजी स्पर्धेतले दोन उमेदवार चार
फेऱ्यातून आपला दावा सिद्ध करणार होते; एक
प्रश्नोत्तर स्पर्धा, एक व्यक्तिमत्त्व स्पर्धा, एक
'जनतेशी जवळीक' स्पर्धा आणि शेवटी सादरीकरण
फेरी ज्यात दोघेही देशाला उद्देशून दोन मिनिटे
बोलणार होते.

तज्ज्ञांच्या मते देशाची निम्मी लोकसंख्या म्हणजे जवळ जवळ साठ कोटी लोक हा सामना पाहणार होते. याचा अर्थ २०११ मध्ये भारत व श्रीलंका यातील वर्ल्ड कपच्या अंतिम सामन्यापेक्षाही जास्त असा जागतिक प्रेक्षक वर्ग ह्या सामन्याला लाभणार होता. प्रमुख टी.व्ही. वाहिन्या अत्यंत कल्पक जाहिरातींसाठी वेळ राखून ठेवण्याकरता रात्रंदिवस काम करत होत्या आणि अनेक कंपन्यांशी जाहिरातीचे करार करत होत्या. ह्या दशकातील एका अपूर्व टी.व्ही. कार्यक्रमात, मुख्य प्रक्षेपणकाळात जाहिरात करण्यासाठी अनेक नामवंत कंपन्या एकमेकांवर कुरघोडी करत होत्या आणि जाहिरातींसाठी प्रचंड दर द्यायला कबूल झाल्या होत्या.

मधल्या काळात तिसऱ्या आघाडीच्या नेत्यांनी एक पत्रकार परिषद घेतली आणि आपण राहुल विरुद्ध मोदी सामन्यावर बहिष्कार टाकत असल्याचं आणि त्याऐवजी तिसऱ्या आघाडीत स्वतःची वेगळी वादविवाद स्पर्धा भरवणार असल्याचं जाहीर केलं.

नितीश कुमार, मुलायमसिंग यादव, करुणानिधी आणि अन्य नेत्यांच्या उपस्थितीत प्रकाश करात ह्यांनी म्हटलं, 'भारतातील जनता कॉंग्रेस आणि भाजपच्या भ्रष्ट आणि जातीयवादी राजकारणाला कंटाळली आहे. देश एका व्यवहार्य पर्यायाच्या शोधात आहे आणि आम्हीच तो देऊ शकू. रविवारी त्याच वेळी आम्ही आमचा वादविवाद सामना जवाहरलाल स्टेडियमवर भरवणार आहोत. तिथे आम्ही पंतप्रधानपदासाठी तिसऱ्या आघाडीचा उमेदवार कोण हे ठरवणार आहोत. आम्हाला जनतेच्या प्रतिसादाची खात्री आहे आणि त्यावरून भाजप आणि कॉंग्रेस शेवटची घटका मोजत आहेत हे त्या पक्षांच्या लक्षात येईलच!' करातनी मोठ्या आवेशात आपलं भाषण संपवलं.

***

चर्चेच्या दिवशी १० जनपथमध्ये खूपच हालचाली दिसत होत्या. हिरवळीवर अनेक नेते लहान गटातून पुस्तकात डोकावत होते, अनेकजण तक्ते बघत होते,

संगणकात डोळे खुपसून बसले होते. चर्चेत कशी कशी वळणे येऊ शकतील आणि काय डावपेच लढवायचे याबद्दल ते आपसात बोलत होते. तिथल्या सेवकांना क्षणाचीही उसंत मिळत नव्हती कारण सतत चहा आणि लेमोनेडची मागणी होत होती.

बंगल्यातल्या दिवाणखान्यात राहुल गांधी भगवान विष्णूसारखे सोफ्यावर पहुडले होते. काँग्रेसचे काही मोठे नेते सोफ्याच्या मागे उभे होते, काही नेते हातात पुस्तके किंवा टॅबलेट धरून पुढे जमिनीवर बसले होते. सगळे लोक आपल्या तरुण नेत्याला सामन्यातील आव्हान पेलण्यासाठी सज्ज करत होते.

अजय माकननी चष्मा सावरत सुचवलं, 'राहुलबाबा, एका साध्या प्रश्नापासून सुरुवात करू या. भारताचे राष्ट्रपिता कोण?'

सचिन पायलट राहुलच्या ओठांपाशी द्राक्षांचा घड नाचवत होते, त्यातलं एक द्राक्ष तोंडानं उचलून राहुल गांधी पुटपुटले, 'अं...,   राजीव गांधी...'

माकन घाबरत म्हणाले, 'अं. म्हणजे मला हे उत्तर अपेक्षित नव्हतं...'

राहुल गरजले, 'म्हणजे माझं चुकलं असं तुम्हाला म्हणायचंय?'

अजय माकन घाईघाईनं उत्तरले, 'नाही, नाही, अर्थातच नाही. मला म्हणायचं आहे की तुमचं उत्तर... वेगळं आहे.'

दारातून हे सगळं पहात असलेल्या अहमद पटेलांनी एक दीर्घ निःश्वास टाकला आणि ते आपल्या बॉसला भेटायला निघाले.

सोनियाजींच्या खोलीचं दार उघडून ते आत गेले आणि म्हणाले, 'मॅडम, मला वाटत नाही की राहुलबाबांची तयारी ठीक चालली आहे.'

सोनियाजींनी वर पाहिलं, हातातल्या काळ्या रंगाच्या सीडी. केसवर बोटे चाळवताना   त्यांच्या चेहऱ्यावर एक गमतीशीर हसू उमटलं, अहमदनी काळजीयुक्त स्वरात विचारलं 'ही तीच सीडी...?' सोनियाजी हसून म्हणाल्या, 'हो,' 'मॅडम, मला वाटतं की ह्या सीडीची नक्कल प्रत काढता येत नाही, हे तुम्हाला ठाऊक असेलच? आपल्याकडे फक्त एकच प्रत आहे.'

सोनियाजींनी त्यांची चिंता दूर केली आणि समोर येऊन बसायची खूण केली. 'माझी योजना अशी आहे; पहिल्या तीन फेऱ्या आपण ठरल्याप्रमाणे होऊ द्यायच्या. मग शेवटच्या फेरीत, बहुसंख्य प्रेक्षक टीव्ही पहात असताना, राहुलला देशाला उद्देशून दोन मिनिटांचा संदेश द्यायचा आहे तेव्हा आपण ही सी डी चालू करायची.'

अहमद आनंदानं आपलेच हात चोळू लागले, 'मॅडम, छान कल्पना आहे.'

सोनियाजी म्हणाल्या, 'आणि सर्वात महत्वाची गोष्ट काय आहे हे माहीत आहे? आपल्याला राहुलला दोन मिनिटांच्या सादरीकरणासाठी तयार करायची आवश्यकता उरली नाही.'

'मॅडम, काय अफाट बुद्धी आहे तुमची!'

दोघेही उत्साहभराने हसू लागले.

***

तिकडे काही किलोमीटर अंतरावर भाजपच्या मुख्य कार्यालयात अरुण जेटली आणि यशवंत सिन्हा बैठकीच्या एका प्रचंड हॉलमध्ये थकून भागून एका कोचावर पडले होते.

जेटली धापा टाकत म्हणाले, 'छे! मी थकलो बुवा! हे फारच कठीण आहे.'

सिन्हांनी सहमती दाखवत चेहरा पुसत म्हटलं, 'हो ना! मी इतकी मेहनत केल्याचं मला कधी आठवत नाही.'

पुनः श्वास नेहमीसारखा होईपर्यंत दोघेही शांतपणे बसून राहिले.

जेटलींनी विचारलं, 'आणखी एक चालेल?'

सिन्हांनी मिस्किलपणे बघत म्हटलं, 'होऊन जाऊ दे यार!'

दोघेही टेबल टेनिसच्या टेबलाकडे परत आले आणि त्यांनी आपली टेबल

टेनिसची मॅरॅथॉन मॅच परत सुरू केली. त्यांचे काही सहकारी त्यांना प्रोत्साहन देत होते आणि बाकीचे गप्पा मारत कँटीनमध्ये बसले होते. इतर काही नेते दुसऱ्या कोपऱ्यात नवीन पी.एस. ४ ह्या इलेक्ट्रॉनिक खेळाच्या स्टेशनवर खेळत होते आणि नियंत्रक कन्सोल आपल्याकडे असावं म्हणून आपसात झगडत होते. नितीन गडकरी स्वयंपाकघरात फ्रिजपाशी खुडबूड करत होते.

इमारतीच्या दुसऱ्या भागात दारावर 'कृपया व्यत्यय आणू नये' अशी पाटी लावून नरेंद्र मोदींनी कृतनिश्चयीवृत्तीने स्वतःला अभ्यासिकेत कोंडून घेतलं होतं. टेबलावर दोन्ही बाजूला पुस्तकांची चवड होती. बहुतेक सारी त्यांना कठीण वाटणारी इतिहासाची पुस्तकं होती. त्यात अनेक प्रकारची पुस्तकं होती: बशमचं 'द वंडर दॅट वॉज इंडिया', किंवा इतिहासाचं लोकप्रिय पुस्तक-विल्यम दालरिंपलचं 'द लास्ट मुघल' अथवा खास विषयावरील पीटर जॅकसनचं 'द दिल्ली सलतनत: अ पॉलिटिकल अँड मिलिटरी हिस्टरी' वगैरे.

मोदींना आपण इतिहास उद्धृत करू शकत नाही, फक्त इतिहास निर्माणच करू शकतो हा गैरसमज दूर करायचा होता. दर दहा मिनिटांने मोदी डावीकडच्या गठ्ठ्यातून दोन पुस्तकं काढत होते, दोन्ही जवळ ठेवून दोन्हींची पानं एकाच वेळी उलटून पहात होते, एका सेकंदात त्यातला मजकूर आत्मसात करत होते आणि लगेच ती पुस्तकं उजव्या बाजूच्या चवडीवर ठेवत होते.

ते काही तास सतत अभ्यास करत होते, फक्त मधून मधून आपलं तापलेलं मस्तक प्राणिक पद्धतीने ध्यान करून शांत करत होते. ते पाणी प्यायचंही टाळत होते म्हणजे उगीच बाथरूममध्ये वेळ वाया जायला नको! अशा रीतीने ते काही मिनिटे वाचवून तयारीला अधिक वेळ देऊ शकले असते.

संध्याकाळी सात वाजता मोदींनी शेवटचं पुस्तक बाजूला ठेवलं. तो गंगेच्या खोऱ्यातील ख्रिस्तपूर्व १२०० ते ६०० ह्या काळातील 'पेंटेड ग्रे वेअर' वरील एक मोठा ग्रंथ होता. हा ग्रंथ पूर्ण करून त्यांनी एक दीर्घ श्वास घेतला, हळू हळू त्यांनी श्वास सोडला आणि ते उठून उभे राहिले. ते आता सामन्यासाठी तयार होते.

***

ह्या सर्व धामधुमीच्या आणि गडबडीच्या वातावरणापासून दूर डॉक्टर सिंग पंतप्रधान कार्यालयात आलिशान एकांतवासात समोरच्या भिंतीकडे टक लावून बघत बसले होते. पंतप्रधान कार्यालयातील सर्व कर्मचारी दिवसाचं काम संपवून निघून गेले होते. काहीजणांना कोटला मैदानात चांगली जागा पकडायची होती. काहींना गर्दीची रहदारी टाळून लवकर घरी जाऊन, टीव्हीवरचा सामना तत्क्षणी बघायची उत्सुकता होती.

बेसूर शिटी वाजवत चहावाला त्यांच्या केबिनमध्ये आला आणि त्यानं चहाचा कप टेबलावर आदळला. डॉ. सिंग जागचे हलले नाहीत. त्या मुलानं डॉ. सिंगच्या चेहऱ्यासमोरनं हात फिरवला, हळूच चहाचा एक घोट स्वतःच घेतला. त्यानं डॉ. सिंगची काही प्रतिक्रिया दिसते का म्हणून बघितलं पण काहीच दिसली नाही.

चहावाल्यानं आपले ओठ पुसले. डॉ. सिंगना तो थोडा वेळ निरखत होता. मग, हळूच टेबलावर हात पसरून त्यानं डॉ. सिंगच्या डाव्या बाजूला पडलेला स्टेपलर उचलला आणि तो खिशात टाकला. एक एक करून त्यानं टेबलावरच्या अनेक वस्तू उचलल्या आणि खिशात टाकल्या. पेनचा स्टँड, पंचिंग मशीन, रिकामी फाइल, आणि डॉ. सिंगच्या उजव्या हातातलं पेनसुद्धा!

क्षणभर डॉ. सिंगची नजर त्या चहावाल्याकडे गेली. तो मुलगा हळूच हसला, दाराकडे सरकला आणि निघून गेला. डॉ. सिंगचे डोळे भिंतीवरच्या त्या विशिष्ट बिंदूवर पुनः स्थिर झाले.

घड्याळात आठचे ठोके पडले. दूरवर कुठून तरी मोठा आरडाओरडा ऐकू आला.

(२२)

प्रत्यक्ष सामना

~

मार्च २०१४

त्या महान सामन्याच्या दिवशी दिल्लीतले सर्व रस्ते फिरोजशहा कोटला मैदानाच्या दिशेने जात होते. स्टेडियमच्या भोवतालचा सर्व प्रदेश अनेक प्रकारच्या आणि आकाराच्या वाहनांनी भरून गेला होता; मैदानाकडे येणाऱ्या सर्व रस्त्यांवर वाहनेच वाहने होती आणि काही किलोमीटरपर्यंत रहदारी तुंबली होती. प्रत्येक क्षणाला, अडकलेल्या, चिडलेल्या प्रवाशात हाणामारी सुरू व्हायची आणि त्यात कधी कधी हॉकी स्टिक किंवा पिस्तुलाचाही वापर होई. त्यात भर म्हणजे तीनच मिनिटं जोरात पाऊस पडला आणि सगळे रस्ते घाण आणि चिखलाने भरून गेले. विमानाने दिल्लीला येणाऱ्या लोकांना इंदिरा गांधी आंतरराष्ट्रीय विमानतळातल्या पाणीच पाणी झालेल्या टर्मिनल क्र. ३ मधून कसे बसे

बाहेर पडावे लागत होते.

स्टेडियमच्या पॅव्हिलियनच्या बाजूला सहा फूट उंच अतिभव्य मंच उभारला होता. म्हणजे, लाँग ऑफ सीमारेषेपासून लाँग ऑन सीमारेषेपर्यंत हे स्टेज पसरलं होतं. स्टेजच्या डाव्या टोकाला सीमारेषेच्या पलीकडे काँग्रेसचा विभाग होता. त्याच्या मध्यभागी एक प्रशस्त सोफा ठेवला होता आणि त्यावर सोनिया गांधी आणि राहुल गांधी राजेशाही थाटात बसले होते. सोफ्याच्या बाजूला एकीकडे सचिन पायलट तर दुसरीकडे ज्योतिरादित्य शिंदे उभे होते आणि मोरपिसांच्या मोठ्या पंख्याने त्या दोघांना वारा घालत होते. अहमद पटेल सोनियांच्या डाव्या बाजूला सोफ्याच्या मागे उभे होते. काँग्रेस विभागातल्या इतर खुर्च्यांवर मनीष तिवारी, सुशीलकुमार शिंदे, दिग्विजयसिंग आणि मणिशंकर अय्यर बसले होते.

भाजपचा विभाग स्टेजच्या उजवीकडे लगेचच होता. तिथे नरेंद्र मोदी, राजनाथसिंह, अरुण जेटली, नितीन गडकरी आणि अन्य महत्त्वाचे नेते बसले होते. गडकरींच्या समोर सामोशांचं मोठं, भरलेलं ताट सोडलं तर त्या विभागात आणखी कुठलीच विशेष वस्तू किंवा साहित्य नव्हतं. पक्षाचे ज्येष्ठ नेते लालकृष्ण अडवाणी मात्र दिसले नाहीत. त्यांचं पोट बिघडल्यामुळे ते स्टेडियमवर येऊ शकले नाहीत. मार्गदर्शक गुरू नसल्यामुळे सुषमा स्वराजही आल्या नाहीत. भाजपच्या विभागाच्या कडेला अमित शहा दुर्बिणीतून प्रेक्षकांकडे बघत उभे होते.

सगळं मैदान खचाखच भरलं होतं. बरेच लोक मधल्या जागेत उभे होते, इमारतींच्या छपरावरून बघत होते. मैदानातली किंवा बाहेरची प्रत्येक मोक्याची जागा गच्च भरली होती. मंचाच्या उजव्या बाजूला भाजपच्या विभागामागे भगव्या रंगाचा सागरच लोटला होता. मैदानातील निरनिराळ्या स्टँडमध्ये प्रत्येक वयाचे स्त्री पुरुष आणि मुलं भगवे टी शर्ट, भगवे कुडते, भगवी पगडी आणि काही जण तर भगवी हेल्मेट घालून आलेले दिसत होते. काहींनी मोदींचा मुखवटा घातला होता तर काहीजण भगवे झेंडे मिरवीत होते, काहीजणांकडे दोन्ही गोष्टी होत्या.

काँग्रेसच्या विभागाच्यामागे, स्टेजच्या डाव्या बाजूचे स्टँड काँग्रेसच्या हजारो कार्यकर्त्यांनी गच्च भरले होते. साध्या पोलिसापासून दिल्लीच्या कमिशनरपर्यंत सर्व

स्तरावरील शेकडो पोलीस, अंगरक्षक, ब्लॅक कॅट कमांडो तिथं हजर होते. खेडूतांचा एक मोठा गट जवळच असलेल्या खाद्य पदार्थांच्या स्टॉलकडे आशेने बघत होता. मैदानाच्या दुसऱ्या बाजूला काँग्रेस आणि भाजपच्या जथ्यापासून सारख्याच अंतरावर, तरुणांचे अनेक गट आप पक्षाच्या पांढऱ्या टोप्या घालून उभे होते. बाकीचं सर्व मैदान ह्यातल्या कशाशीच काही देणं घेणं नसणाऱ्या लोकांनी भरलं होतं.

स्टेजला काटकोन करून एक मोठा पडदा उभारला होता. स्टेजवर जे जे काही घडेल ते मोठं करून पडद्यावर दिसत होतं. मागे व्हिडिओ एडिटिंग करणारा एक गट लहानशा नियंत्रण कक्षातून प्रक्षेपणाचं व्यवस्थापन करत होता. मैदानाच्या बाहेरही एक प्रचंड पडदा लावला होता. नजरदेखील पोहोचत नव्हती एवढ्या अमाप गर्दीला टीव्हीवर मंचावरील सर्व प्रसंग दिसू शकत होते.

एवढ्यात, आपल्या खास ठेवणीच्या कपड्यात क्रिकेट सामन्यांचं धावतं वर्णन करणारी एक नामवंत व्यक्ती दोन्ही पडद्यावर अवतरली.

स्टेजच्या उजव्या टोकापासून काही फूट अंतरावर बांधलेल्या दोरांच्या पलिकडे रवि शास्त्री आपल्या शानदार आवाजात पुकारत होते, 'नमस्तेऽ दिल्ली! इथलं एकूण वातावरण अतिशय भारलेलं आहे, कानठळ्या बसतील इतका प्रचंड आवाज होतो आहे आणि लाखो लोक उठून उभे आहेत! आपल्याला इथं एक कमालीचा सामना पहायला मिळणार आहे!'

✳✳✳

कोटला मैदानाच्या दक्षिणेला सात किलोमीटर दूर अंतरावर, भारताच्या तिसऱ्या आघाडीचे सर्वोच्च नेते जवाहरलाल स्टेडियमच्या बाहेर उभे होते. देशातील दोन मोठ्या पक्षांच्या भ्रष्ट, घराणेशाहीवादी आणि जातीय राजकारणाला एक व्यवहार्य पर्याय देण्याचं आश्वासन घेऊन ते सगळे स्टेडियममध्ये शिरतील तेव्हा गच्च भरलेल्या मैदानातील लाखो लोक प्रचंड टाळ्यांनी त्यांचं स्वागत करतील, अशा

प्रतीक्षेत हे सर्व नेते तिथे उभे होते.

सर्वांनी दीर्घ श्वास घेतला. प्रत्येकानं दुसऱ्याशी हात मिळवले आणि ताठ मानेनं ते मैदानात प्रवेश करू लागले.

हात वर करून सगळ्यांनी एकच आवाज केला, 'होऽ, होऽ, होऽ !'

भयाण शांततेत त्यांचं स्वागत झालं. उत्तरेकडील कक्षात थोडे कावळे बसले होते. मंचावर ह्या सर्व नेत्यांचे मोठमोठे पुठ्ठ्याचे प्रचंड कटआउट होते त्यासमोर काही भटकी कुत्री झोपली होती. ते सोडले तर मैदान पूर्ण रिकामं होतं.

मार्क्सवादी कम्युनिस्ट पक्षाचा एकमेव समर्थक तिसऱ्या आघाडीचा बॅनर घेऊन उभा होता.

करात ओरडून म्हणाले, 'मित्रा, कोलकात्यातले आपले सगळे लोक कुठे आहेत ?'

'सर, आज दिल्ली हावडा राजधानी एक्सप्रेस चार तास लेट आहे.'

'मग कोलकाता मेलचं काय झालं ? एक गट कालच दिल्लीला पोहोचणार होता ना ?'

'अं..., ते सगळे फिरोज शहा कोटलाला गेले आहेत. असं म्हणतात की नमो विरुद्ध राहुल सामना हा वर्षातला सगळ्यात मनोरंजक कार्यक्रम आहे. राजकारण, बॉलीवूड आणि क्रिकेटचं मेंदू गुंगवून टाकणारं तुफान मिश्रण !' हातातला बॅनर करातच्या पायाशी टाकत तो म्हणाला, 'तिथे जायच्या आधी मला हे तुम्हाला द्यायचं होतं.' आणि तोही निघून गेला.

करात पळत सुटलेल्या त्या कार्यकर्त्याकडे पहात ओरडून म्हणाले, 'अरे, अरे, थांब इथे !'

तिथे एक चमत्कारिक शांतता पसरली आणि सगळे नेते एकमेकांकडे पाहू लागले.

'अं..., जागा वाटपावर चर्चा करण्यासाठी आज रात्री मी सोनियाजींना भेटणार होतो. मला वाटतं मी आता कोटला मैदानाकडेच गेलो तर बरं होईल.' मुलायम म्हणाले.

नितीश म्हणाले, 'मलाही त्यांना भेटायचं होतं. मी तुम्हाला लिफ्ट देऊ का?'

पटनाईक उद्‌गारले, 'खरं तर मलाही कोटलाला जायचं आहे.'

करुणानिधि म्हणाले, 'थंबी, मी पण येणार.'

एक एक करून सगळे परत फिरले आणि बाहेरच्या रस्त्याला लागले.

करात मोठ्या आवाजात म्हणत होते, 'अरे अरे थांबा... आपण अजूनही ही सभा करू शकू.'

रिकाम्या मैदानात त्यांचे शब्द घुमू लागले.

***

रवि शास्त्री म्हणत होता, 'आता स्टेजवर आपल्याबरोबर येत आहेत दिल्लीचे माजी मुख्य मंत्री अरविंद केजरीवाल! तेव्हा, अरविंद, आपल्याकडून चार शब्द...'

ढगळ हाफ शर्ट, विटलेल्या रंगाची विजार आणि आम आदमीची टोपी घातलेल्या अरविंदनी शास्त्रीच्या हातातून माइक हिसकावून घेतला. 'मेरा नाम अरविंद केजरीवाल है. गेली दोन वर्षं आम्ही अण्णाजींच्या नेतृत्वाखाली भ्रष्टाचाराविरुद्ध लढलो. लाखो लोक रस्त्यावर उतरले. शेवटी आम्हाला काय हवं होतं? कुणी भ्रष्टाचार केला तर त्याला तुरुंगात जावं लागेल असा एक भ्रष्टाचारविरोधी सशक्त कायदा आम्हाला हवा होता. पण सरकारनं आमचं ऐकलं नाही. आम्ही पाया पडलो, विनंत्या केल्या पण काही उपयोग झाला नाही. मग आमच्या लक्षात आलं की ही सर्व व्यवस्था आतूनच बदलायला पाहिजे. ह्या देशाच सगळं राजकारण बदलायला हवं. राजनीती बदलनी होगी. ह्या देशात एकच व्यक्ती आहे की जी राष्ट्राला विनाशापासून वाचवू शकेल. आणि ती व्यक्ती म्हणजे तुम्ही : आम आदमी! 'केजरीवाल कॅमेऱ्याकडे बोट दाखवत म्हणाले. नंतर काँग्रेस आणि भाजप विभागांकडे निर्देश करून ते बोलू लागले,' आजच्या सामन्यातले दोन्ही पक्ष पूर्णपणे भ्रष्ट आहेत. दोनो चोर है ! हे लोक आपल्याला लुटत आहेत. तेव्हा

झाडूलाच मत द्या. !'

भाजप आणि काँग्रेसचे नेते मनातून भडकले होते पण उघडपणे काही करू शकत नव्हते. केजरीवालनं झाडू हवेत फिरवला; आम आदमीच्या कार्यकर्त्यांकडून जयघोष झाला; त्यांच्याकडे नजर टाकून, आले त्याच वेगाने केजरीवाल निघून गेले.

शास्त्री म्हणाला,' धन्यवाद, अरविंद ! लोकहो हे होते अरविंद केजरीवाल, बिनधास्त कार्यकर्ता असावा तर अरविंदसारखाच! ते इथे चमकले, झळकले आणि दोन्ही पक्षांची त्यांनी लक्तरे फाडली. पण आता, सभ्य स्त्री-पुरुषहो, मुख्य कार्यक्रमाला सुरुवात करू या.'

कार्यक्रम सुरू होणार म्हणून आणि शास्त्रीचं चऱ्हाट संपलं म्हणून लोक आनंदाने जल्लोश करू लागले. स्टेडियममधल्या संवादकानं सूत्रं हातात घेतली. 'पहिल्या फेरीत दोन्ही उमेदवारांच्या सामान्य ज्ञानाची चाचणी होईल. प्रत्येक उमेदवाराला श्री अमिताभ बच्चन कौन बनेगा करोडपती प्रमाणे तीन प्रश्न विचारतील. आपण मोदीजींपासून सुरुवात करू.'

'स्टेजवरचे मोठे दिवे मंद झाले, केबीसीचं सुरुवातीचं संगीत कोटलाच्या मैदानात घुमू लागलं. हळू हळू स्टेजवरचे दिवे उजळू लागले आणि बॉलीवुडच्या शहेनशहाची उंचीपुरी मूर्ती केबीसीच्या हॉट सीटची आठवण करून देणाऱ्या स्थितीत मोदींबरोबर मंचावर आसनस्थ दिसू लागली. प्रेक्षक आनंदाने बेभान झाले.'

अमिताभ बोलू लागले, 'नमस्कार, नमस्कार, नमस्कार! कौन बनेगा करोडपतीमध्ये तुमचं स्वागत ! आज आपल्याबरोबर हॉट सीटवर आहेत श्री नरेंद्र मोदी. मी पटकन खेळाचे नियम सांगतो. मी प्रत्येक खेळाडूला तीन प्रश्न विचारीन. प्रत्येक प्रश्नाची किंमत आहे १०००० मते, ३२०००० मते आणि एक कोटी मते. तुम्हाला ठाऊकच आहे की इथे तीन जीवनदायिनी आहेत. जनमताचा कौल, तळ्यात मळ्यात आणि मित्राला फोन! म्हणजे सोपा खेळ आणि सोपे नियम! तर खेळाला सुरुवात करू या?'

लोकांनी मोठ्या आवाजात अनुमोदन दिलं.

'ठीक आहे. तर मग, मोदीजी, आपल्यासाठी पहिला प्रश्न, १०००० मतांसाठी.' वजनदार आवाजात अमिताभ बोलू लागले आणि केबीसीच्या प्रश्नाआधी असतं तसं संगीत सुरू झालं. 'मोदीजी, पहिला अल्पसंख्यांक आयोग भारतात केव्हा मंज़ूर झाला?' अ: १९८९ ब: १९९० क: १९९१ ड: १९९२.

प्रश्नानंतर एक सेकंद शांतता होती आणि काँग्रेसचे लोक मोठ्याने हसू लागले.

'बिचारा हिंदू राष्ट्रवादी! पहिल्याच प्रश्नाला गारद झाला!' सोनिया गांधींना टाळी देत अहमद पटेल खिदळले. सुरुवातीलाच धक्का बसल्यामुळे भाजपचे नेते व्यथित दिसू लागले आणि आपल्या नशिबाला दोष देऊ लागले.

मोदी मात्र निश्चिंत होते. त्यांनी उत्तर दिलं, 'उत्तर आहे – ड १९९२.'

अहमद पटेलांचा जबडा उघडला गेला. सोनियाजींनी विचारलं, 'काऽय? हे उत्तर बरोबर आहे?'

अमिताभ उत्साहात म्हणाले, 'सही जवाब!' भाजपच्या गोटातून जोरात टाळ्या सुरू झाल्या. भगव्या कपड्यातले अनेकजण त्यात आपोआप सामील झाले. बाकीचे लोक गोंधळून बघत राहिले.

सोनियाजी पुटपुटल्या, 'मला तर खरंच वाटत नाही.'

बिग बीनी म्हटलं, छान छान, मोदीजी! तुम्ही १०००० मते जिंकली आहेत. आता आपण दुसऱ्या प्रश्नाकडे वळू. ३२०००० मतांसाठी हा पुढचा प्रश्न: जम्मू शहर कुठल्या नदीच्या काठावर वसले आहे? पर्याय आहेत, अ: सतलज ब: तावी क: तापी ड: झेलम.'

अगदी क्षणभरच मोदींच्या चेहऱ्यावर चिंतेची छाया पसरली. पण लगेचच त्यांचा चेहरा पूर्ववत करारी दिसू लागला. अमिताभनी प्रश्न विचारल्यानंतरच्या पाच सेकंदात मोदींनी परिस्थितीचं पूर्ण आकलन केलं. सामन्याच्या आधी त्यांनी संपूर्ण इतिहास आत्मसात केला होता पण इतिहासाचा चुलत भाऊ भूगोल याकडे त्यांचं अनवधानानं दुर्लक्ष झालं होतं.

उगीचच अंदाजाने काहीही ठोकणं बरोबर नव्हतं. ते अमिताभकडे स्थिर नजरेने बघत म्हणाले, 'मला तळ्यात मळ्यात जीवनदायिनी वापरायची आहे.'

बिग बीनी आज्ञा केली, 'संगणक महाशय, कृपया दोन चुकीचे पर्याय पुसून टाका.' संगणकानं प्रतिसाद दिला आणि शेवटचे दोन पर्याय गायब झाले. पडद्यावर फक्त सतलज आणि तावी हेच पर्याय उरले.

मोदींनी पडद्यावर एक सेकंद पाहिलं आणि म्हणाले,' मला दुसरी जीवनदायिनी हवी आहे.'

'जनमताचा कौल की मित्राला फोन ?'

'ह्यातलं काहीच नाही. मला एका शत्रूला फोन करायचा आहे. दचकलेले अमिताभ काही बोलण्याच्या आतच मोदीजी संगणकावर वाकले आणि म्हणाले, 'कॉम्प्यूटरजी, लगेच बिहारचे मुख्यमंत्री नितीशकुमारना फोन लावा.'

फोन वाजला आणि प्रेक्षकातून नितीशकुमारनी उत्तर दिलं 'कौन ससुरा इस वक्त...'

मोदी उत्तरले, 'हॅलो, नितीशजी. मी मोदी बोलतो आहे. मला आवडत नाही पण मला भूगोलाच्या एका प्रश्नावर तुमची मदत हवी आहे. तुम्ही कृपया मला मदत कराल का ?'

एका सेकंदानंतर नितीश म्हणाले, 'हं, मी ऐकतो आहे.'

'धन्यवाद. प्रश्न असा आहे. जम्मू शहर कोणत्या नदीच्या काठावर आहे ? सतलज की तावी ?'

आता या वेळी उत्तराला थोडा जास्त वेळ लागला. कानावर फोन धरून, भुवया आक्रसून, प्रेक्षक गॅलरीत बसलेल्या नितीशकुमारच्या डोक्यात विचारचक्र सुरू झालं. कुणालाच त्यांच्यापेक्षा इतिहास आणि भूगोलाचं जास्त ज्ञान नव्हतं. आताच ते सिद्ध करायची वेळ होती आणि प्रतिस्पर्ध्यावर मात करण्याची संधी होती.

नितीश आमविश्वासपूर्वक म्हणाले, 'क : सतलज.'

‘नक्की!’

‘१०० %’

मोदी म्हणाले, ‘ठीक आहे.’ त्यांनी फोन खाली ठेवला. त्यांनी अमिताभकडे बघितलं आणि म्हणाले, ‘तावी को लॉक किया जाय.’

अमिताभ चकित झाले. ‘पण नितीशजी तर सतलजवर ठाम होते. तुम्हाला नक्की विरुद्ध जायचं आहे?’

‘हो, मला खात्री आहे.’

अमिताभनी मोदींकडे एक क्षण निरखून पाहिलं आणि हळूहळू ते संगणकाकडे वळून म्हणाले, ‘कॉँप्यूटरजी, कृपया तावी हे उत्तर नक्की करा.’ आणि ते उद्‌गारले, ‘वा! हे बरोबर उत्तर आहे. अभिनंदन मोदीजी, तुम्ही ३२०००० मते जिंकली आहेत!’

भाजपचे समर्थक उड्या मारू लागले आणि भगव्या पाठिराख्यांनी ‘मोदी, मोदी’चा गजर सुरू केला. थोड्याच वेळात पूर्ण मैदानात हा गजर पसरला.

आता ह्या फेरीमध्ये, १०० % यश आणि मोदी यात फक्त एका प्रश्नाचं अंतर होतं आणि राहुल जास्तीत जास्त त्यांची बरोबरीच करू शकत होते. कॉँग्रेसच्या गोटात आणि प्रेक्षकात नितीशच्या चेहऱ्यावर मात्र उदासीनता होती. मागे स्टेजवर अमिताभ पुनः आपल्या कामाला लागले.

‘मोदीजी, तुम्ही आतापर्यंत छान उत्तरे दिली आहेत. आता एक कोटी मते आणि तुमच्यात फक्त एकच प्रश्न बाकी आहे.. तयार ?’

मोदींनी मान डोलावली.

बिग बीनी संगणकावर नजर टाकत म्हटलं, ‘ठीक आहे, हा पहा पुढचा प्रश्न! बीजगणितातल्या एका समीकरणात : २ क्ष - ४००० = ४. तर ‘क्ष’ची किंमत किती? पर्याय आहेत, अ: २००० ब: २००१ क: २००२ ड: २००३.’

ह्या आकड्यांची ओळख असल्याप्रमाणे मोदीजी एक सेकंद सुखावले. पण कुशाग्र बुद्धीनं त्यांनी पटकन उत्तर काढलं आणि त्यांचा चेहरा अचानक

काळवंडला. ते अमिताभकडे मोठे डोळे करून बघत राहिले. मग, एक शब्दही न उच्चारता, ते उभे राहिले आणि मंचावरून निघून गेले. बिग बी नी पुन: हॉट सीटवर यायची विनंती केली तरी ती अव्हेरून मोदी बाहेर पडले. भाजपच्या गोटात जेटलींनी कपाळावर हात मारून घेतला, राजनाथनी हातात चेहरा लपवला. बाकीचे लोक, मोदी जवळ येऊन आपल्या जागेवर बसत होते तिकडे बघत राहिले. काँग्रेसच्या गटानं मात्र सुटकेचा मोठा निःश्वास टाकला. प्रेक्षकातील नितीशकुमारनी हवेतच एक ठोसा मारला आणि म्हणाले 'येस! हेच ते!'

✳✳✳

ह्या प्रसंगाचं प्रसारण करणाऱ्या वृत्त वाहिन्यांमध्ये एखाद्या उन्मत्त वळूपुढे लाल झेंडा फडकवला तर निर्माण होईल अशी परिस्थिती दिसत होती.

एन.डी.टीव्ही.वरील एक सूत्रधार किंचाळत होता, 'मोदी अजूनही २००२ च्या प्रश्नांना उत्तरे देत नाहीत ! देशाला खरोखरच हा माणूस पुढचा पंतप्रधान म्हणून हवा आहे का?'

एकदम उत्तेजित झालेले राजदीप सरदेसाई म्हणत होते, 'भाजपसमोर आता हाच यक्ष प्रश्न आहे की मोदींनी २००२ बाबतच्या प्रश्नांना उत्तर द्यायला दिलेला नकार, निवडणुकीत त्यांच्या अपयशाचं कारण ठरेल का?'

पुढची काही मिनिटे अशीच गरमागरम चर्चा चालू होती. तेवढ्यात, स्टेजवर चालू असलेल्या प्रसंगाच्या चित्रीकरणाची वेळ झाली. तिथे राहुल गांधी अमिताभबरोबर केबीसीची आपली फेरी सुरू करण्यासाठी हॉट सीटवर आधीच स्थानापन्न झाले होते.

✳✳✳

घोगऱ्या आवाजात अमिताभ बोलले, 'राहुलजी, १०००० मतांसाठी हा तुमचा पहिला प्रश्न: संगणकाचा शोध कुणी लावला? पर्याय आहेत, अ: राजीव गांधी

नवलाईच्या निवडणुका / २१९

ब: चार्लस बेबेज क: बाबा रामदेव ड: सॅम पित्रोडा.'

राहुल संगणकाच्या पडद्याकडे टक लावून बघत राहिले. अमिताभ दिलदारपणे हसत होते, राहुलनी दोन बोटांनी कपाळ पुसलं. काही सेकंद गेले, राहुल गप्पच होते. एका मिनिटानंतर अमिताभ जागेवर अस्वस्थ दिसू लागले, वेळ गेला तशी त्यांच्या डोळ्यातली बेचैनी जाणवत होती.

'राहुलजी, काय वाटतं तुम्हाला?'

राहुलनी क्षणभर बिग बीकडे पाहिलं आणि पुनः पडद्याकडे बघून म्हणाले, 'म्हणजे डॅडी किंवा सॅम काका ह्यातलं एक उत्तर आहे. मला डॅडीच वाटतात पण खात्री नाही.'

अमिताभ पुढे वाकून म्हणाले, 'हं, एका गोष्टीची आठवण करून देतो. तुमच्याकडे तीन जीवनदायिनी आहेत, जनमताचा कौल, तळ्यात मळ्यात आणि मित्राला फोन! तुम्ही...'

राहुलच्या चेहऱ्यावर सुटकेचा आनंद दिसू लागला, निःश्वास टाकत ते उद्गारले, 'जनमताचा कौल !'

प्रेक्षकानी उत्तराचं बटण दाबल्यावर काही नाट्यमय क्षण गेले. मग, बिग बीनी म्हटलं, 'चार्लस बॅबेज हे बरोबर उत्तर आहे ! अभिनंदन राहुलजी! तुम्ही पहिला पडाव पार केला आहे.'

कॉंग्रेसचे नेते उठून आपल्या लाडक्या नेत्याला टाळ्या वाजवू लागले. मागच्या प्रेक्षकांनीही सौम्यपणे प्रतिसाद दिला.

'फार छान राहुलजी. आता आपण ३२०००० मतांच्या पुढच्या प्रश्नाकडे वळू. तुम्ही तयार आहात? आणि हा घ्या पुढचा प्रश्न: खालीलपैकी कोण भाजपचे एक राजकीय नेते आहेत? पर्याय आहेत अ: एल.के.अडवाणी ब: कमला नेहरू क: एम.जी.रामचंद्रन ड: एन.टी. रामाराव.'

राहुलच्या भुवया खोल चिंतन केल्यामुळे पुनः आकसल्या आणि मग ते म्हणाले, 'मी तळ्यात मळ्यात जीवनदायिनी घेतो.'

त्यावर पर्याय क आणि ड गायब झाले, पडद्यावर एल.के. अडवाणी आणि कमला नेहरू ही उत्तरं राहिली. राहुल पुनः चिंताग्रस्त झाले.

चेहऱ्यावर दर्दी स्मित आणून अमिताभ म्हणाले, 'तुम्हाला ही दोन्ही उत्तरं अपेक्षित नव्हती ना?' राहुलनी खिन्नपणे मान हलवली.

'ठीक आहे, तुमच्याकडे अजून एक जीवनदायिनी आहे...'

राहुलनी सुस्कारा सोडला, 'बरं झालं, मला मित्राला फोन करायचा आहे.'

काँग्रेसच्या गोटात सोनियाजी आणि अन्य नेते आपल्या खुर्चीच्या टोकाकडे सरकत होते, चेहऱ्यावरचा ताणतणाव स्पष्ट दिसत होता. सोनियाजी नखं चावत होत्या. राहुल सावधपणे आपली जीवन दायिनी वापरून खरोखर एका हुशार व्यक्तीला फोन करील अशी त्यांना सतत आशा वाटत होती.

'अरेच्चा, मला पुनः जमलं! मी पुनः तुमच्या हृदयाची तार छेडली...'

मोठ्यानं वाजणारा, ह्या अर्थाच्या इंग्रजी गाण्याचा रिंगटोन कुणाचा म्हणून सोनियाजींनी लगेच वळून पाहिलं. दिग्विजयसिंग आपला फोन बाहेर काढताना दिसले.

डिग्गी आनंदाने उदगारले, 'हलो, राहुल बाबा!' सोनियाजींचे डोळे फिरले आणि त्या सोफ्यावर कोसळल्या.

डिग्गी म्हणाले, 'तुम्ही मला फोन केलात हा माझा फारच मोठा सन्मान आहे...'

'हो, मला ठाऊक आहे डिग्गीकाका. पण माझ्याकडे फक्त तीस सेकंद आहेत.'

डिग्गी परत बोलू लागले, 'मला तुम्हाला सांगायचं आहे: मी तुम्हाला ह्या मोठ्या पडद्यावर बघतो आहे आणि तुम्ही अगदी मस्त दिसत आहात! शिवाय तुमचं इतकं छान चाललं आहे...'

बिग बीनी इशारा दिला, 'फक्त पंधरा सेकंद उरले.'

अगतिक आवाजात राहुल म्हणाले, 'ऐका ना डिग्गीकाका, मला इथं एका प्रश्नासाठी तुमची मदत...'

पण डिग्गींचं चालूच होतं, 'तुम्ही हा सामना जिंकणार याबद्दल माझ्या मनात बिलकुल शंका नाही. आणि ह्या देशाची जनता...'

'शेवटचे पाच सेकंद उरले: पाच चार तीन दोन एक...'

राहुल ओरडले, 'गप्प बसा डिग्गीकाका आणि माझं ऐका! यापैकी कोण...'

'वेळ संपली.'

राहुल खलास झाले. पण दिग्विजय मात्र स्वतःवर अतिशय खूष होते. मोबाइल फोन खिशात टाकत ते इतर नेत्यांकडे वळले आणि वल्गना करू लागले, 'राहुलनी मित्राला फोन फेरीसाठी बाकीच्यांना सोडून मलाच फोन केला.'

तिकडे स्टेजवर राहुलनी हात वर केले आणि ते म्हणाले, 'मला जर विचारपूर्वक एक अंदाज करायचा असेल तर मी कमला नेहरू हे उत्तर देईन. कारण त्यांच्या नावातच भाजपचं चिन्ह आहे. पण ३२०००० मतांसाठी हे उत्तर फार सोपं वाटतं! म्हणून मी एल.के. अडवाणी म्हणीन.'

'लॉक किया जाय?'

'हो'

'नक्की!'

'हो'

'पक्का?'

राहुलनी वैतागून अमिताभकडे पाहिलं.

बिग बी घाईनं म्हणाले, 'आणि हे उत्तर बरोबर आहे! अभिनंदन राहुल! तुम्ही ३२०००० मते जिंकली आहेत.'

काँग्रेसच्या नेत्यांनी जडपणे निःश्वास सोडला. अहमदनी सोनियाजींच्या चेहऱ्यावर पाण्याचे काही थेंब शिंपडले आणि थोडंसं कण्हत त्या भानावर आल्या. त्या राहुलला शोधत होत्या. अजून राहुल हॉट सीटवर आहेत असं दिसल्यावर त्या क्षीणपणे हसल्या. भाजप गोटात बरीच शांतता होती कारण बुद्धिमत्ता आणि ज्ञान

ह्या बाबतीत राहुलनी मोदींवर मात केली तर केवढा अनर्थ होईल ह्याची त्यांना कल्पना होती.

अमिताभ म्हणाले, 'आपण आता शेवटच्या टप्प्यावर आहोत. ह्या प्रश्नाचं उत्तर बरोबर दिलं तर तुम्ही ही फेरी जिंकाल! तेव्हा, राहुलजी. एक कोटी मतांसाठी हा तुमचा शेवटचा प्रश्न: हे सुप्रसिद्ध वचन कुणाचं? प्रत्येक रुपयातले फक्त पंधरा पैसेच गरीब लोकांपर्यंत पोहोचतात.' तुमचे पर्याय आहेत...

राहुल मध्येच म्हणाले, 'त्याची गरज नाही... मीच म्हटलं होतं हे वाक्य!'

अमिताभ घुटमळले, 'तुम्हाला पर्याय कुठले ते पहायचं नाही का? कदाचित...'

राहुल आत्मविश्वासानं हसत म्हणाले, 'मला खात्री आहे. राहुल गांधी हेच उत्तर लॉक करा.'

क्षणभर त्या स्पर्धकाकडे बघत अमिताभनी खांदे उडवत म्हटलं, 'ठीक आहे, काँप्यूटरजी, राहुल गांधी ह्या उत्तरावर शिक्का मारा.'

बराच वेळ गेला मधूनच केबीसीचं संगीत वाजत होतं. काँग्रेसचे नेते तोंडावर हात धरून अत्यंत चिंताग्रस्त अवस्थेत आपल्या कक्षाबाहेर आले. त्यांचं त्राणच गेलं होतं. भाजपचा गटही तितक्याच तणावात होता. सर्व स्टेडियमनं श्वास रोखून धरला. बिग बींनी गंभीर मुद्रेनं राहुलकडे पाहिलं आणि ते म्हणाले, 'सॉरी, पण राहुल गांधी' हे उत्तर चुकीचं आहे, 'राजीव गांधी' हे बरोबर उत्तर आहे!'

काँग्रेसचे समर्थक दुःखानं व्याकुळ झाले; त्यांचे नेते डोक्यावर हात धरून जमिनीवर कोसळले. भाजपच्या नेत्यांनी सुटलो म्हणून एकमेकांना मिठी मारली आणि कपाळावरचा घाम पुसला. राहुल स्वतः मात्र निर्विकार होते. खांदे उडवत ते आपल्या जागी परतले. अशा प्रकारे पहिली फेरी संपली आणि कॅमेरा रवि शास्त्रीकडे वळला.

शास्त्री म्हणाला, 'काय सुंदर सामना रंगला! अमिताभनी स्पर्धकांवर जोरात हल्ला केला पण दोघांनीही नैसर्गिक खेळ केला, आपल्या पायांचा छान वापर केला आणि फक्त चौकारच मारले!'

रवि शास्त्री सावधपणे म्हणाला, 'ह्या टप्प्यावर तिन्ही प्रकारे निकाल लागू शकतो.' लोकांनी तक्रारवजा आरडाओरडा केला.

***

हेडलाइन्स स्टुडिओमध्ये राहुल कन्वल बोलत होते, 'रवि शास्त्रींनी अगदी बरोबर सांगितलं. ह्या क्षणी हा सामना कुठेही झुकू शकतो... भाजप, तिसरी आघाडी आणि जरा कमी संधी असलेली संयुक्त पुरोगामी आघाडी! मी आमच्या तज्ज्ञ गटाला आमंत्रित करतो...'

सर्व टीव्ही वाहिन्या पुनः आपल्या चर्चासत्राकडे आणि जाहिरातींकडे वळल्या. स्टेडियममध्ये प्रेक्षक पाय मोकळे करायला आणि काहीतरी खाण्यासाठी उठले. काँग्रेसच्या भागात दूर एका कोपऱ्यात सोनियाजी आणि अहमदमध्ये बारीक आवाजात संवाद चालू होता. बॉस बोलत असताना अहमद जोरात मान डोलवत होते. मागे एक अंगरक्षक घेऊन अहमद पटेल मोठ्या पडद्यामागील नियंत्रण कक्षाकडे निघाले; त्यांनी हातात ती काळ्या रंगाची गुप्त सीडी केस अगदी घट्ट धरून ठेवली होती.

(२३)

प्रत्यक्ष सामना अंक दुसरा

मार्च २०१४

मोठ्या पडद्यावर रवि शास्त्री पुनः अवतरला, त्याच्याभोवती अनेक तरूण गंभीर मुद्रा करून जमले होते

त्यानं सुरू केलं, 'हं, तर, सभ्य स्त्री–पुरुषहो, क्षणभर विश्रांती एखाद्या बंदुकीच्या गोळीसारखी आली आणि गेली. आता आपण दुसऱ्या फेरीसाठी तयार आहोत. मला वाटतं आहे की...'

तो हे वाक्य पूर्ण करत होता तेवढ्यात 'शास्त्री मुर्दाबाद, शास्त्री मुर्दाबाद'च्या घोषणांमुळे स्टेडियममध्ये दुसरा कुठलाही आवाज ऐकू येईनासा झाला. एक संपूर्ण मिनिटभर आरडाओरडा चालू होता. शेवटी संवादकानं लोकांना शांत बसायची विनंती केली. शांतता झाली तरच तो पुढच्या फेरीबद्दल सांगू शकला असता.

लोक गप्प झाल्यावर त्यानं म्हटलं, 'धन्यवाद'. जगातल्या सर्वात मोठया लोकशाहीसाठी उत्तम व्यक्तिमत्त्व असलेलाच नेता हवा. चर्चेची दुसरी फेरी ह्याच उद्देशानं तयार केली आहे. प्रत्येक उमेदवाराला त्याच्या इच्छेप्रमाणे आपले व्यक्तिमत्त्व व्यवस्थित प्रदर्शित करण्याकरता पाच मिनिटे दिली जातील. आपण राहुल पासून सुरुवात करू. 'राहुलजी, आमच्या शुभेच्छा!'

स्टेजवरचे दिवे मंद झाले आणि स्टेडियममध्ये उत्सुकता वाढू लागली. मंचावर प्रखर दिवे पेटले. सर्वांचे डोळे स्टेजकडे लागले. स्टेजवर मध्यभागी उभ्या असलेल्या, पांढरा शुभ्र कुडता पायजमा घातलेल्या एका तरूण व्यक्तीवर प्रकाशझोत पडला. क्षणभर, राहुल जरा बावरले. स्टेजची भीती कमी झाली तशी त्यांची नजर भिरभिरू लागली. मग स्वतःला सावरून, त्यांनी दीर्घ श्वास घेतला आणि ते एकदम स्तब्ध झाले. कॅमेरा त्यांच्यावर आल्यावर त्यांनी आपली खास ओळख असलेलं स्मित हळू हळू चेहऱ्यावर आणलं. स्टेडियममध्ये सर्वांनी निःश्वास टाकला. त्यांचं हसणं इतकं शांत आणि प्रसन्न होतं आणि गालावरची खळी इतकी गोड होती की मोठ्या पडद्यावर नजर लावलेल्या अनेक महिला एकदम मूर्च्छित झाल्या.

भाजपच्या गोटात बसलेले राजनाथसिंग ओरडून म्हणाले, 'काय, चाललंय काय? तो माणूस काय करतो आहे?'

जेटलींनी खांदे उडवत म्हटलं, 'त्यानं स्वतःच्या व्यक्तिमत्त्वाचा सर्वात चांगला पैलू दाखवला आहे. आता तो आणखी काय दाखवतो ते बघू!'

राहुल स्टेजवरून आत गेले आणि काँग्रेसच्या विभागात आले. तिथं त्यांचं जोरात स्वागत केलं गेलं. सचिन पायलट आणि ज्योतिरादित्य शिंदेंनी राहुलना खांद्यावर उचललं आणि तिथल्या तिथे एक विजयी फेरी मारली.

जेटली म्हणाले, 'अं..., मला वाटतं त्याचं सगळं सादरीकरण झालं आहे. मोदीभाई, आता तुमची पाळी.'

मोदी पारंपारिक गुजराथी वेषभूषेत मंचावर आले: रंगीबेरंगी घागरा, कफनी, पायजमा, डोक्यावर पगडी, बांधणीचा दुपट्टा! दोन्ही हातात दांड्या घेऊन फाल्गुनी

पाठकच्या 'आज गरबामा धूम मची जाय'च्या तालावर ते नाचतच आले. मोदी स्टेजवर अगदी व्यवस्थित गोल करून नाचू लागले. थक्क झालेल्या प्रेक्षकांनीही ताल धरला आणि भाजपच्या नेत्यांनी एकमेकांवर डोकी आपटली.

लोकांचा उत्साह शिगेला पोहोचला तसे मोदी एका पडद्यामागे गेले आणि दुसऱ्याच सेकंदाला गडद रंगाच्या कडक सूटमध्ये बाहेर आले. सर्व स्टेडियममधून 'ऊफ, ओह' चे सूर उमटले. संगीताचे सूरही बदलले. मोदींनी संथ पावले उचलत अमरीश पुरीच्या परदेस मधल्या 'ये मेरा इंडिया' गाण्यानुसार ओठ हलवत ताल धरला.

लंडन देखा, पेरिस देखा और देखा जापान
मायकेल देखा, एल्व्हिस देखा सब देखा मेरी जान
सारे जग मे कभी नही है दूसरा हिंदुस्तान
दूसरा हिंदुस्तान, दूसरा हिंदुस्तान !

यापुढची ओळ अंतःकरणापासून म्हणताना मोदींच्या डोळ्यात अश्रू आले.

'ये दुनिया एक दुल्हन, दुल्हन के माथेकी बिंदिया
ये मेरा इंडिया, आय लव्ह इंडिया'

मोदी मनापासून गाण्याच्या ओळीनुसार ओठ हलवत होते आणि देशभक्तीच्या ह्या भावुक अविष्कारामुळे भारून गेलेले लोक गाण्याच्या तालावर पावले टाकत होते. अचानक स्टेजवरचे दिवे विझले.

कुठून तरी सिंहाची गर्जना ऐकू आली आणि स्टेज परत उजळू लागलं. पांढऱ्या शुभ्र वेषात भगवी पगडी घातलेल्या मोदींच्या त्रिमितियुक्त शंभर प्रतिमा स्टेजवर झळकू लागल्या. मध्ये थोडी जागा सोडली तर दोन्ही बाजूला दोन रांगात हे त्रिमिती अवतार ओळीने उभे होते. रोहित शेट्टींच्या सिंघमचं शीर्षकगीत वाजू लागलं आणि

प्रेक्षक मंत्रमुग्ध होउन बघत राहिले. सर्व आभासी मोदी पायाशी असलेले ढोल बडवीत गाण्याला ताल देऊ लागले. मधल्या रिकाम्या जागेच्या टोकाला काळ्या वेषात, एव्हिएटरची स्टाइल घेऊन खरेखुरे मोदी उभे होते. योग्य मूड तयार करण्यासाठी त्यांनी थोडा वेळ ढोल वाजू दिले आणि मग ते मधल्या जागेतून गात गात पुढे आले

'मन भवर उठे, तन सिहर उठे, जब खबर उठे के...
आवे... सिंघम!'

मोदी मंचावर पुढे येऊन थिरकू लागले. ते एक सेकंद थांबले आणि त्यांनी अजय देवगणप्रमाणे सिंघममधली सुप्रसिद्ध पोझ घेतली: डावा हात जमिनीला समांतर पुढे केलेला, उजवा हात सरळ वर आणि दोन्ही हाताची पाचही बोटे पंजासारखी उघडलेली !

'ना अगर चले, ना मगर चले, बस केहर चले
जब आवे... सिंघम!'

लगेचच त्यांच्या मागे शंभर आभासी मोदी एका चौकानात आले आणि त्यांनी खऱ्या मोदींनी केली होती तशी सिंघमची पोज घेतली. नंतर ढोलाच्या तालावर सर्व मोदींनी आपल्या हाताच्या पंजांची उघडझाप केली आणि सर्व भगवी सेना बेहोशपणे नाचू लागली.

मोदींनी शेवटी पुढे वाकून दोन्ही हात जमिनीला टेकवून सिंहासारखी पोज घेतली आणि मान वळवून जोराची डरकाळी फोडली. सभोवतालचा पाच किलोमीटरचा परिसर हादरून गेला.

***

'मोदींनी आज आपलं आक्रमक रूप दाखवलं आहे असं दिसतंय. पण राम, आज त्यांनी असा ताल धरायला नको होता, असं तुलाही वाटतं का?' राजदीप म्हणाले.

हिंदूचे संपादक एन्. राम म्हणाले, 'नक्कीच राजदीप ! २००२ बाबत मोदींना माफ करण्यासाठी कारण शोधत असलेल्या अनेक अल्पसंख्यांक लोकांच्या दृष्टीनं आजचा हा सिंहाचा अवतार योग्य नव्हता.'

सागरिका घोषही संकोचयुक्त स्वरात म्हणाली, 'पण राहुल गांधींचं हसणं किती गोऽड होतं ना! भारतासारख्या वैविध्यपूर्ण देशाला मोदींच्या संकुचित आक्रमतेपेक्षा राहुलची निरागस मोहकता कदाचित जास्त आवश्यक आहे.'

कॅमेरा कोटलाच्या गाई चरतात त्या भागाकडे वळला. कॅमेरा रवि शास्त्रीवर जवळून फिरू लागला. इतक्या जवळून की शास्त्रीचा चेहरा आणि मिशीनेच टीव्हीचा सगळा पडदा व्यापला !

शास्त्रीनं आवाज केला, 'अं, अ...' निरखून पाहिलं तर दिसलं की शास्त्रीला खुर्चीवर बांधून त्याचं तोंड बंद केलं होतं, तो सुटायची धडपड करत होता. थोड्या वेळानं कॅमेरा डावीकडे वळला. तिथं अनेक तरुण आणि लहान मुलं कॅमेऱ्यासमोर यायची धडपड करत होते.

तिथला शॉट संपत आला होता तेव्हा सर्व तरुण 'आम्हाला हेच पाहिजे होतं' असं ओरडत होते. कॅमेरा परत आय बी एन स्टुडिओकडे गेला.

सरदेसाईंनी मखलाशी केली, 'काही तांत्रिक कारणांमुळे आता आपण शास्त्रींशी संपर्क करू शकत नाही. पण आता पुढची फेरी चालू होत आहे तेव्हा, आपण प्रत्यक्ष मैदानात जाऊ.'

***

संवादक म्हणत होता, 'लोकशाहीत आपल्या मतदारसंघाशी जवळीक साधण्याची क्षमता हेच खऱ्या नेत्याचं लक्षण आहे. ह्या फेरीमध्ये आपण पंतप्रधानपदाच्या

दोन्ही उमेदवारातली हीच क्षमता पाहणार आहोत. जो जास्त सक्षम असेल तोच ही फेरी जिंकेल !'

लोकांनी उत्साहानं टाळ्या वाजवल्या पण भगव्या रंगानं भरलेल्या विभागातून जास्तीत जास्त आवाज आला. भाजपच्या नेत्यांनी एकमेकांना टाळ्या दिल्या, खांदे वर नेले आणि कॉलर ताठ केली. त्यांना ठाऊक होतं की सामन्याच्या आधीची दोघांचीही भाषणे पाहिली तर ह्या बाबतीत राहुल मोदींवर स्वप्नातही मात करू शकणार नाही. पलिकडून काँग्रेसचे नेते भाजपच्या लोकांचा उत्साह कुतुहलानं पहात होते.

प्रथम मोदींची वेळ आली. ते उठले, त्यांनी आपला कुडता सारखा केला आणि आपल्या अनन्य शैलीत सगळ्या जमावावर एक नजर टाकली.

ते उद्गारले, 'हर तरफ मुंडी ही मुंडी, मुंडी ही मुंडी! इतनी धूप मे आप आये; आप के प्यार को मेरा सलाम!'

लोकांनी मोठ्या आवाजात प्रतिसाद दिला. मोदींनी पाण्याचा एक घोट घेतला.

ते गरजले, 'भाईयों और बहनों' नंतरची तीस मिनिटे त्यांनी ८०००० लोकांच्या जमावाला अत्त्यंत जोरदार भाषणात गुंगवून टाकलं. त्यात शाहजादा, मौनी मनमोहन सिंग, रॉबर्ट वद्रावरचे विनोद होते. त्याचबरोबर त्यांनी विद्यमान सरकारच्या अनेक घोटाळ्यांचा परामर्श घेतला.

दहाच सेकंदानंतर जमावातील भगव्या विभागानं, मोदी, मोदी'चा गजर सुरू केला. दुसऱ्या मिनिटाला आप पक्षाच्या जथ्यातले अनेकजण तिथं घुसले. योगेंद्र यादव, कुमार विश्वास आणि अन्य आप नेते भाजपला प्रोत्साहन देणाऱ्या लोकात मिसळले आणि त्यांना पटवू लागले की 'गुजराथमध्ये सगळं काही छान छान आहे असं अजिबात नाही ! आपण भाजप आणि काँग्रेसला सारखंच दूर ठेवलं पाहिजे.' तिसऱ्या मिनिटाला काँग्रेसचा जमाव आणि त्यांचे काही नेतेसुद्धा ह्या जल्लोशात सामील झाले. मोदींचं भाषण संपल्यावरही घोषणा चालूच राहिल्या. मोदी विजयी मुद्रेनं कॉंग्रेसच्या गोटाकडे बघत मूठ वर करून उभे होते. काँग्रेसच्या दोन नेत्यांनी नकळत मोदींचा जयघोष सुरू केला, त्यांना ब्लॅक कॅट कमांडोंनी बाजूला नेलं.

गजर आणि जयघोष कमी झाल्यावर मोदी आपल्या गोटाकडे गेले आणि राहुल हातात कागदांचा गठ्ठा सांभाळत अडखळत स्टेजवर आले. त्यांची वाटच पहात असल्याप्रमाणे प्रेक्षक जागेवरून उठून खाद्यपदार्थांच्या स्टॉलकडे आणि प्रसाधनगृहाक़डे जाऊ लागले. शीला दीक्षित यांच्या नेतृत्वाखाली काँग्रेसचा एक गट उभा राहिला आणि लोकांनी आपल्या जागेवर जाऊन राहुल गांधींचं भाषण ऐकावं म्हणून विनंती करू लागला.

राहुलनी बाह्या वर केल्या आणि सुरुवात केली, 'सभ्य स्त्री-पुरुषहो, सुरुवातीलाच मी सांगू इच्छितो की वानखेडे स्टेडियममध्ये उभं राहून भाषण करणं हा मी एक सन्मान समजतो.'

भाजपचा गट आणि भगव्या रंगातले अनेकजण हसत सुटले.

राजनाथ सिंह ओरडून म्हणाले, 'अबे ढक्कन, ये फिरोज शहा कोटला है!' त्यांच्या सहकाऱ्यात पुनः हशा पिकला.

राहुल बरळू लागले, '१९४७ मध्ये भारताला हिंसाचारामुळे स्वातंत्र्य मिळालं नाही तर ते जनतेच्या आवाजामुळे मिळालं. सगळे म्हणत होते की असं होऊच शकत नाही आणि जर ब्रिटिशांना हुसकून लावायचं असेल तर आपल्याला रक्तपात करावाच लागेल. पण काँग्रेस पक्षानं साफ नकार दिला; आम्ही हिंसेचा वापर करणार नाही... '

राजनाथनी जांभई दिली, 'पक रहा है यार! मै जरा बाथरूम जाके आता हूं.' असं म्हणून ते उठले. पाऊल टाकताच ते अचानक थबकले आणि त्यांनी कान टवकारले. संपूर्ण मैदानात हळू हळू एक आवाज घुमू लागला होता.

'ऐका, हे काय चालू आहे?'

तो आवाज मोठा होऊ लागला आणि आता स्पष्ट ऐकू येत होता. 'राऽहुल, राऽहुल, राऽहुल !' लोक ओरडत होते.

राजनाथचे डोळे जवळ जवळ बाहेरच आले. आ वासून ते अरुण जेटलींकडे वळले. त्यांनाही मोठा धक्का बसला असावा. भाजपच्या गोटात एकदम शांतता पसरली. नितीन गडकरींचा सामोसाही घशात अडकला. नकळत त्यांनी काँग्रेसच्या

जमावाकडे पाहिलं. ते सगळे भाजपकडे बोटे दाखवून हसत होते. काय चाललं आहे हे शोधण्याचा प्रयत्न करत भाजपचे नेते एकमेकांकडे असहाय्य नजरेनं बघू लागले. तेवढ्यात पक्षाच्या एका कार्यकर्त्यानं मोठ्या पडद्याकडे बोट दाखवलं आणि तो किंचाळला, 'ते पहा!'

टीव्हीच्या मोठ्या पडद्यावर राहुल द्रविडचा हसतमुख चेहरा दिसत होता. ती प्रतिमा पुसली गेली आणि कसोटी सामन्याचा शुभ्र पोषाख घातलेल्या द्रविडची प्रतिमा समोर आली. भाजपचे नेते निःशब्द होऊन बघत असताना द्रविडनं पुढच्या पायावर मस्त, बचावात्मक फटका मारला. लोक गरजू लागले, 'राऽहुल, राऽहुल, राऽहुल!' पडदा पुनः कोरा झाला आणि भारत विरुद्ध ऑस्ट्रेलिया २००१च्या कोलकाता कसोटी सामन्यात एकदम सही स्क्वेअर कट आणि ड्राइव्ह मारणाऱ्या राहुल द्रविडच्या प्रतिमा झळकू लागल्या. प्रत्येक फटक्यानंतर लोक बेभान होऊ लागले. मोदींचा जसा जयघोष झाला तसाच राहुलचा मोठमोठ्याने गजर होऊ लागला.

भगव्या वस्त्रातल्या जमावातला एकजण ओरडला, 'कुणीतरी टीव्हीवाल्याला पैसे चारले असावेत!'

काँग्रेसच्या दिशेने मुठी वळवत अजून एक किंचाळला, 'पक्का चोर सिक्युलर टीव्ही वाला!'

मोदींनी रविशंकर प्रसादना खूण केली आणि त्यांच्या कानात काही तरी कुजबूज केली. लगेचच प्रसाद भाजपच्या गोटामागे पहिल्या रांगेत बसलेल्या काही तरूण पक्ष कार्यकर्त्यांकडे गेले. ते सगळे लोक प्रसादभोवती जमा झाले आणि कामाला लागले.

काही क्षणातच चार कार्यकर्ते सचिन तेंडुलकरचं मोठं पोस्टर घेऊन मैदानाच्या कडेने प्रेक्षकांना सामोरे जाऊन पळू लागले. आणि थोड्याच वेळात 'राहुल राहुल' चा गजर बंद होऊन सर्वांना परिचित असा 'सऽचिन, सऽऽचिन! टप टप टप!'चा घोष होऊ लागला.

भाजपच्या गोटानं सुटकेचा निःश्वास टाकला आणि ही फेरी इथेच संपली.

***

टाइम्स नाऊच्या न्यूज रूममध्ये अर्णब गोस्वामी म्हणत होता, ‘हं, लोकांनी मोदींना खूपच प्रतिसाद दिलेला दिसतोय. श्री. झा, काँग्रेस जरा घाबरली असेल का?’

संजय झा म्हणाले, ‘अजिबात नाही, अर्णब! प्रत्येक सभेत मोदींच्या नावाचा गजर करायला मोदींनी रा. स्व. संघाच्या काही मूलतत्ववाद्यांना पैसे चारले आहेत. आणि काहीही झालं तरी असलं मतांमध्ये काहीही बदलणार नाही.’

‘असं ! ह्या फेरीमध्ये राहुलच्या कामगिरीबाबत तुम्हाला काय वाटतं ?’

‘राहुलची कामगिरी असामान्य झाली आणि लोकांचं प्रेम तर उघडच दिसलं. राहुल फक्त उभा राहिला आणि लोक त्याचं नाव घेत बेभान झाले. तुम्ही ऐकलं असेलच. म्हणजे राहुलच्या नेतृत्वाखाली काँग्रेस परत सत्तेवर येणार ह्याचंच हे स्पष्ट निदर्शक आहे.’

अगदी वैतागून अर्णब म्हणाला, ‘श्री. संजय झा, हा सगळा गजर राहुल द्रविडसाठी होता !’

‘अर्णब, उगीच खोलात शिरण्यात अर्थ नाही.’

अर्णब गोस्वामी रागावलेल्या संजय झाकडे काही वेळ बघत राहिला आणि म्हणाला, ‘आणि आता आपण शेवटच्या फेरीसाठी पुनः फिरोजशहा कोटला मैदानावर जाऊ.’

***

संवादकानं घसा खाकरला आणि दिवसातल्या अखेरच्या घोषणेसाठी तो सज्ज झाला. ‘सभ्य स्त्री-पुरुषहो, प्रत्येक उमेदवार दोन मिनिटांचं व्हीडिओ किंवा पॉवर पॉइंट सादरीकरण देईल आणि आपल्यालाच का मत द्यावं हे देशातील मतदारांना स्पष्ट करून सांगील.’

प्रथम राहुल गांधी!

सोनिया गांधींच्या पाठीतून एक कळ गेली. लोकांचा आवाज दुरून येत असल्याचा

भास झाला. आता ती वेळ आली होती. निर्वाणीचा क्षण येऊन ठेपला होता. त्यांनी थंडपणे आपला फोन बाहेर काढला. लगेचच त्यांनी अहमदला 'दहा सेकंद उरले' असा संदेश टाईप केला आणि 'पाठवा'चं बटण दाबलं. आता फक्त बघायचं आणि प्रार्थना करायची! बाकी काही उरलं नव्हतं.

दहा सेकंदांनी राजकीय परिस्थिती होत्याची नव्हती होणार होती. मोदींच्या पंतप्रधानपदाच्या महत्त्वाकांक्षेला शेवटचा धक्का बसणार होता आणि भाजपची प्रचार मोहीम रुळावरून घसरणार होती. जे काही उघड होणार होतं त्याचा आघात इतका मोठा असेल की मोदींचा बालेकिल्लाही त्यांच्या विरोधात जाईल. मग राहुल तिथे देवदूतासारखा अवतरेल, त्यांच्या जखमी झालेल्या अंतःकरणाला आपल्या निरागस आणि मोहक जादूनं मोहवील, ते सगळे एकदम भार उतरल्यानं कृतज्ञतेचे अश्रू गाळत राहुलला प्रेमातिशयानं मिठी मारतील.

मोठा पडदा परत प्रकाशमान झाला, सोनियाचं लक्ष तिकडे नव्हतं. धडधडत्या हृदयानं लोकांची प्रतिक्रिया निरखून पहात त्या अस्वस्थ चित्तानं प्रेक्षकांकडे बघत उभ्या होत्या.

श्वास रोखून त्या मोजत होत्या, 'तीन... दोन... एक...' त्यांचं हसू प्रत्येक सेकंदाला रुंदावत होतं. 'आणि आत्ता!'

आणि अगदी बरोबर त्याच क्षणाला त्यांच्या समोर हजारो प्रेक्षकांचा जबडा वासला गेला. सोनियाजींनी आनंदानं चीत्कार केला. काहीच मिनिटांनी सगळे प्रेक्षक तोंडावर हात धरून आश्चर्यानं पहात राहिले. ८०००० प्रेक्षकांनी एका आवाजात म्हटलं 'काय हे !'

सोनियाजी ब्रह्मानंदाच्या पलीकडे गेल्या होत्या. शाळेतल्या मुलीप्रमाणे त्यांनी हसत हसत एक गिरकी घेतली. देशातील करोडो लोकांच्या चेहऱ्यावर काय भाव उमटले असतील याची कल्पना करून त्या भान विसरून आनंदातिशयानं कापू लागल्या. आनंद पोटात मावेना तेव्हा त्या कुणी आनंदात सहभागी व्हायला मिळतं का यासाठी इकडे तिकडे बघू लागल्या. त्यांना आपल्या पक्षाचे काही सहकारी थोड्याच अंतरावर उभे असलेले दिसले. त्यांच्याशी बोलायला त्या तोंड उघडणार

एवढ्यात त्यांना दिसलं की काही तरी चुकलं आहे. बाकीचे नेते जागच्या जागी थिजले होते, त्यांची नजर एकदम निस्तेज झाली होती, डोळे फुटून बाहेर येतील की काय असं वाटत होतं. हे बघून सोनियाजी चिंताग्रस्त झाल्या. गोंधळलेल्या मनस्थितीत त्यांनी सर्व नेत्यांची दृष्टी लागली होती त्या मोठ्या पडद्याकडे बघितलं. आणि सोनिया गांधी एकदम किंचाळल्या.

२४

प्रत्यक्ष सामना अंक तिसरा

मार्च २०१४

बॉबी देवलच्या 'गुप्त' सिनेमातल्या एका चित्तथरारक गाण्यावर फिरोजशहा कोटला मैदानातलं वातावरणही हेलकावत होतं. मोठ्या पडद्यावर काँग्रेस सरकारचे अथपासून इतिपर्यंतचे सर्व घोटाळे आणि देशाला त्यातून झालेलं नुकसान यांचं समग्र वर्णन लाल भडक रंगात आणि ७२ च्या फाँटमध्ये झळकत होतं. करोडो भारतीय लोकांना ते पाहून एकामागोमाग हादरे बसत होते.

'सी' म्हणजे कोल किंवा कोळसा घोटाळा: देशाचं नुकसान १८६००० कोटी रुपये (एकूण राष्ट्रीय उत्पन्नाच्या १.८६ %)

'डी' म्हणजे...

हतबुद्ध झालेल्या काँग्रेस नेत्यांच्या घोळक्यातून बंदुकीची गोळी सुटावी तशा सोनिया गांधी वाट

काढत मोठ्या टीव्हीच्या नियंत्रण कक्षाकडे धावल्या. त्या खोलीच्या दाराला आतून कडी होती. पण सोनियाजी जोरात धावत आल्या, त्यांचा खांदा दारावर आदळला आणि दार उघडलं गेलं.

एक शुद्ध हरपलेला अंगरक्षक त्यांच्या पायाशी पडला होता. खोलीच्या दुसऱ्या टोकाला प्रक्षेपण यंत्राच्या शेजारी अर्धवट बेशुद्ध अवस्थेत अहमद पटेल हात पाय बांधलेल्या स्थितीत भिंतीला लागून खाली बसले होते. सोनियाजी पलीकडे गेल्या, त्यांनी प्रक्षेपण यंत्राची वायर खेचून बाहेर काढली आणि अहमदना बांधलेल्या दोऱ्या सोडून त्यांना मोकळं केलं.

अहमदचे खांदे हलवीत सोनियाजींनी विचारलं, 'काय झालं अहमद? मला सांगा नक्की काय झालं?'

अहमदनी काही तरी असंबद्ध बडबडत कसा बसा टेबलाकडे हात केला.

सोनियाजींनी अधीरतेनं विचारलं, 'काय, काय आहे तिकडे?'

अहमद अडखळत बोलले, 'सी... सी.डी.'

सोनियाजी ताठ उभ्या राहिल्या. थरथरत्या हातांनी आणि धडधडत्या हृदयानं त्यांनी सीडीच्या केसला हात लावला आणि ती उघडली. आत सीडीच्या ऐवजी चमकणारं 'व्ही' अक्षर लिहिलेलं एक पांढरं कार्ड होतं.

✳✳✳

नियंत्रण कक्षाच्या बाहेर प्रचंड गोंधळ सुरू झाला होता. मोठा टीव्हीचा पडदा परत कोरा झाला आणि भाजपच्या नेत्यांनी स्टेजवर येऊन यूपीए सरकारच्या बाकीच्या घोटाळ्यांचा तपशील मोठ्या आवाजात कॅमेऱ्याच्या समोरच सांगायला सुरुवात केली. भडकलेल्या जमावानं विद्यमान सरकारच्या विरोधात प्रचंड आरडाओरडा करून त्यांना प्रोत्साहन दिलं. ह्या उघड हल्ल्यामुळे चिडलेले काँग्रेस नेते थोड्याच वेळात शुद्धीवर आले, तेही स्टेजवर चढले आणि आपल्या राजकीय शत्रूंवर तुटून पडले. चालू कॅमेऱ्यासमोर स्टेजवर कसलाच धरबंध नसलेली जोरदार मारामारी

सुरू झाली.

तिकडे प्रेक्षकांमध्ये भाजप आणि काँग्रेस समर्थक एकमेकांकडे सरसावले, आपापले झेंडे आणि बॅनर तलवारीसारखे मिरवत आरडाओरडा करत त्यांनी स्टेजच्या मागच्या मोकळ्या भागात धुमाकूळ घातला. काही मिनिटातच मैदानात प्रचंड अंदाधुंदी माजली. मग बसपचे समर्थक सपाच्या लोकांशी लढू लागले, द्रमुकचे लोक अण्णा द्रमुकच्या शिलेदारांशी झगडू लागले आणि साम्यवादी कॉम्रेड ममताच्या सैनिकांबरोबर दोन हात करू लागले. भयभीत झालेला जमाव इकडेतिकडे पांगू लागला आणि संपूर्ण मैदानात असंख्य लोक सैरावैरा धावू लागले. भरीला काही पोलीस चिडले आणि जे कुणी आडवे येतील त्यांच्यावर लाठीमार करू लागले. 'आप'चे समर्थक मात्र फारसे हलले नाहीत आणि इतर सगळ्यांच्या विरोधात घोषणा देत, भ्रष्ट आणि दुष्ट पक्षाच्या समर्थकांना मैदानाबाहेर हुसकून देण्याची मागणी करू लागले. अखेर लाठी हातात घेतलेले काही पोलीस तिथे आले आणि त्यांनी आपच्या लोकांना पळवून लावलं.

हा सर्व गोंधळ टीव्ही स्टुडिओपर्यंतही पोहोचला होता. सी.एन.एन. आय.बी.एन. स्टुडिओमध्ये मोदींवरील चर्चेचं रूपांतर टेबलावरचं साहित्य फेकून मारण्याच्या स्पर्धेत झालं होतं. त्यात राजदीप सरदेसाई, हिंदूचे संपादक एन राम, इतिहासकार रामचंद्र गुहा, पत्रकार स्वपन दासगुप्ता आणि सिद्धार्थ वरदराजन यांनी सहभाग घेतला. टेबलावरची पुस्तकं, पेन आणि टाचण्या वगैरे साहित्य जोरजोरात उडत होतं. पण ह्या सगळ्या गोंधळाची पर्वा न करता सागरिका घोष ओठांना गर्द हिरव्या लिपस्टिकचा थर देत मध्यभागी शांतपणे बसून होत्या. हेडलाइन्स स्टुडिओमध्ये, सिनेमास्टार किरण खेर, पत्रकार वीर संघवी आणि आशीष खेतान टेबलावर चढून एकमेकांवर हल्ला चढवत होते. राहुल कन्वल केविलवाणा आवाज करत टेबलाखाली लपला होता. टाइम्स नाऊच्या स्टुडिओमध्ये अर्णबनं दोन तज्ज्ञांना जमिनीवर आडवं केलं होतं. एका हातानं संजय झा यांच्या मानेला धरून दुसऱ्या हातानं अर्णब त्यांना फटाफट मारत होता.

✳✳✳

तिकडे कोटला मैदानावर मोठ्या टीव्हीच्या मागे व्यथित झालेल्या सोनियाजींच्या बाजूला उभ्या असलेल्या दिल्लीच्या पोलीस कमिशनरनी परिस्थितीचा ताबा घेतला. मुख्य आयुक्तांनी ओठ घट्ट मिटून चेहरा एकदम करारी केला आणि एका पोलीस शिपायापुढे हात पसरला . त्यानं नम्रतापूर्वक त्यांच्या हातात लाठी दिली. ते ओरडले, 'मूर्खा, हे नकोय मला. दुर्बिण दे.' शिपायाने घाईघाईनं लाठी काढून दुर्बिण पुढे केली. कमिशनरनी ती हिसकावून घेतली आणि सर्व मैदानाचं डावीकडून उजवीकडे हळू हळू निरीक्षण केलं. एकदम उजवीकडे काळ्या पोषाखातली एक लहानशी पण उठून दिसणारी व्यक्ती स्टेडियमच्या पायऱ्यांवरून वर जात होती, त्याचा लांब झगा मागे लोळत होता. त्याच्याकडे बघून आयुक्त ओरडले, 'तो पहा ! पकडा त्याला !'

कमिशनर आणि सहा पोलीस व्ही मॅन च्या मागे धावू लागले.

पोलीस मैदानाच्या मुख्य दारापर्यंत जाईस्तोवर व्ही मॅन केव्हाच वाहनतळातून पसार झाला होता. पोलीस वाहन तळावर जेमतेम पोहोचले एवढ्यात व्ही मॅन आपल्या व्ही मोबाइल गाडीत बसला आणि छू झाला.

***

अरुण जेटलींनी कपिल सिब्बलचे पांढरे शुभ्र केस ओढत त्यांना स्टेजवरून ओढलं तसे सिब्बल 'ओह, ओह' करून कण्हू लागले. जयराम रमेश सिब्बलच्या अंगाखालून आपला हात बाहेर काढायचा व्यर्थ प्रयत्न करत होते. थोड्याच अंतरावर सुशीलकुमार शिंदे आणि राजनाथ सिंह एकमेकांना डोक्यानं ढुशी देत होते. टक्कर झाली की दोघेही मोठ्याने ओरडत होते. दिग्विजय सिंग इकडेतिकडे पळत, 'मला वाचवा, रा स्व संघाचे लोक माझ्या मागे लागले आहेत.' असा ओरडा करत होते. रविशंकर प्रसाद त्यांच्या मागे सगळ्या स्टेजवर धावत होते पण ते काही हाती लागले नाहीत. स्टेजच्या दुसऱ्या टोकाला दोन्ही पक्षांच्या तरुणाईचे म्होरके म्हणजे काँग्रेसचे सचिन पायलट आणि ज्योतिरादित्य शिंदे व भाजपचे अनुराग ठाकूर छोट्यामोठ्या लढाईत गुंतले होते आणि असं दिसत होतं की

अनुराग ठाकूर जरा मारच खात होते. दुसरीकडे शकील अहमद आणि शहानवाझ हुसेनमध्ये स्टेजच्या कडेला बरोबरी चालली होती, दोघेही एकमेकांचे कान ओढत होते.

स्टेजच्या पुढच्या भागात पंतप्रधानपदाचे दोन्ही दावेदार एकमेकांभोवती फिरत अधूनमधून ठोसे लगावल्याचा आविर्भाव करत होते आणि एकमेकांवर विशेषणांची खैरात करत होते.

'पप्पू'

'फेकू'

'शहजादा'

'साहेब'

'आईचं वासरू.'

'फॅसिस्ट'

'अं... पप्पू.'

'हो हो ! पण हे तर आधीच झालं आहे !'

पण कुणीही दुसऱ्याला खरा ठोसा दिला नाही.

ह्या सर्व धामधुमीत शत्रूंना धूळ चारत नितीन गडकरींना मोठंच अवसान आलं होतं. भीमासारखी आरोळी मारत गडकरींनी मनीष तिवारींचे पाय पकडून सरळ हवेत उचललं आणि पुनः पुनः जमिनीवर आपटलं. ते गुरगुरले 'बेकार कुत्ता कही का !' गडकरी दूर गेले आणि तिवारी तसेच जमिनीवर कण्हत पडले.

लढाईचा कधी अंत होईल असं वाटत असताना, मैदानात प्रचंड आवाज होत असूनही वर आकाशात एका हेलिकॉप्टरची घरघर ऐकू आली.

✳✳✳

ती व्ही मोबाइल म्हणजे बॅटमॅनची असते तशी गाडी नव्हती. ही गाडी ताशी ७० कि.मी. वेगानं धावायची. खरं तर टाटा नॅनोचीच काळ्या रंगाची ती एक सुधारित आवृत्ती वाटत होती. पण पोलिसांची व्हॅन तिलाही पकडू शकत नव्हती. पोलिसांची गाडी रडत खडत जेमतेम व्ही मोबाइल गाडीमागे धावत होती.

कमिशनर ओरडले, 'तो इंडिया गेटकडे पळतो आहे. मधला रस्ता घ्या; तिलक मार्गानं वळा!'

पटकन विचार करणाऱ्या आयुक्तांना दिसलं की, व्ही मॅन चौकातल्या सर्कलला वळसा घालून इंडिया गेटकडे जाणार आहे म्हणून त्याला मध्येच पकडता येईल. पण व्ही मॅनला पाठलाग करणाऱ्या पोलिसांपेक्षा तिथल्या रहदारीची जास्त कल्पना होती. तिलक मार्गावर पाच मिनिटे गेल्यावर कमिशनरच्या गाडीपुढे पोलिसांनीच उभे केलेले अडथळे आले. तिथं एका फलकावर लिहिलं होतं, 'हो, आम्ही तुमचा वेग नक्की कमी करतो, पण आम्ही गुन्हेगारांना निसटू देत नाही.'

पोलीस आयुक्तांनी चिडून दिल्ली पोलीस दलालाच दोन-चार शिव्या हासडल्या.

ते इंडिया गेटापर्यंत पोहोचेपर्यंत व्ही मॅन बराच पुढे गेला होता. आयुक्तांच्या सावध ड्रायव्हरनं व्ही मॅनला दूर राजपथावर जाताना पाहिलं नसतं तर हा पाठलाग संपुष्टातच आला असता. अस्सल हरियाणवी भाषेत शत्रूची संभावना करत हार न मानणारे पोलीस वेगाने जाणाऱ्या व्ही मोबाइलचा पाठलाग करू लागले.

अचानक ती गाडी रस्त्यावरून खाली हिरवळीवर गेली आणि काही झुडपांच्या दिशेने वळली. पण वेग कमी करायच्या ऐवजी व्ही मॅननं वेग जास्तच वाढवला आणि तो सरळ एका झाडाकडे गेला. झाडाला गाडी धडकणार एवढ्यात त्या गाडीतून एक काळी सावली झपाट्यानं बाहेर पडली आणि जमिनीवर लोळण घेऊन पटकन उभी राहिली. एक सेकंद मागे वळून बघून व्ही मॅन आपला लांबलचक झगा जमिनीवर लोळवीत झाडांच्या रांगेतून पसार झाला.

ड्रायव्हरनं गाडी थांबवली. त्या झगेवाल्याचा पाठलाग करण्यासाठी पोलीस पटकन दारे उघडून पळू लागले. पण व्ही मॅन झाडातून हिरवळीवर रस्त्यावर पोहोचला आणि साउथ ब्लॉकला फेरी घालू लागला. पोलिसांनी दहा मिनिटे जोरात पाठलाग

केला. पण एकेकाच्या ढेरीच्या आकारानुसार प्रत्येक पोलिसानं प्रयत्न सोडून दिला आणि ते धापा टाकत खाली बसले. पंधरा मिनिटांनंतर एक उंच आणि धट्टाकट्टा हरियाणवी जाट पोलीसच फक्त पाठलाग करत राहिला. तो महिन्यापूर्वीच पोलीस दलात सामील झाला होता.

***

ते हेलिकॉप्टर मैदानावर चकरा मारून जवळ आलं तसं सर्व स्टेडियम शांत झालं. राजकीय नेते, जमलेले लोक, पोलीस, सगळेच जे काही करत होते ते थांबवून आ वासून बघत होते. सगळीकडे शांतता पसरली आणि हेलिकॉप्टर मैदानाच्या मधोमध खाली आलं आणि कोटलाच्या पीचवर हळूच जमिनीवर उतरलं. पूर्ण स्टेडियममध्ये तेवढाच एक आवाज येत होता.

हेलिकॉप्टचं दार उघडलं आणि एक जाडजूड कडक इस्त्रीचा सूट घातलेला माणूस खाली उतरला. एका क्षणात मोदी आणि राहुलसकट स्टेजवरचे सगळे लोक आदराने खाली वाकले. काहीजणांनी साष्टांग नमस्कार घातला. स्टेजच्या बाजूने येऊन सोनियाजींनीही प्रणाम केला. मैदानातील पोलिसांनी एका सुरात टाचा जुळवून सलाम ठोकला.

त्या व्यक्तीनं गॉगल काढला आणि स्टेजवरच्या सर्व लोकांकडे हसत हसत एक नजर टाकली.

तो महान भारतीय उद्योगपती उत्साहात बोलू लागला, 'हॅलो, मुलांनो आणि मुलींनो !'

***

ओम वीर जाट त्या वेगानं सुटलेल्या माणसाच्या मागे पळू लागला, अडथळ्याच्या शर्यतीतल्या स्पर्धकांप्रमाणे झुडपांवरून उड्या मारत पुढे जाऊ लागला. हळूहळू त्याच्यातलं आणि व्ही मॅनमधलं अंतर कमी होऊ लागलं. ओम वीर त्याच्यापासून काही फुटांवर आला आणि त्यानं व्ही मॅनला जमिनीवर पाडण्याच्या

दृष्टीनं सगळी ताकद लावून हात पुढे करून मोठी उडी घेतली. त्याच्या हाताला काही तरी लागलं आणि मजबूत हातांनी त्यानं ते धरून ठेवलं. त्याच क्षणी व्ही मॅन बाजूला वळला, त्यानं त्याची उडी चुकवली आणि तो अंधारात नाहीसा झाला. ओम वीर धाडकन जमिनीवर आपटला.

पण तो हरियानवी जाट पाठलाग करण्याकरता लगेच उभा राहिला. तथापि व्ही मॅन अदृश्य झाला होता. तो थोडा वेळ अनिश्चितपणे तसाच उभा होता. त्याच्या चेहऱ्यावर घाम जमला होता, तो हातातल्या काळ्या वस्त्राच्या तुकड्याकडे बघत होता. पळून गेलेल्या व्ही मॅनचा कुठे सुगावा लागतो का म्हणून तो इकडे तिकडे पाहू लागला. पाच मिनिटांनी त्याला भुयाराचं तोंड वाटणारं जमिनीतलं एक विवर दिसलं. त्यानं दीर्घ श्वास घेतला आणि तो अंग चोरून त्या भुयारात शिरला.

ते भुयार ओलसर होतं, तिथं अंधार होता आणि अनेक प्राणी सरपटत होते. मोबाइल फोनच्या अल्प उजेडात तो अंधारात पुढे सरकला. डोक्यावरची वटवाघळे बाजूला सारीत आणि घसरड्या जागा टाळत तो जात होता. त्याला आपण खोल चाललो आहेत असं जाणवत होतं पण न थांबता तो पुढेच जात राहिला. पंधरा मिनिटानंतर ते भुयार रुंद झालं आणि अचानक एका मोठ्या खुल्या गुहेसारख्या जागेत उघडलं.

ओम वीरनं तिथं पाऊल ठेवलं आणि श्वास घेतला. त्याच्या समोर त्या तळघरातल्या गुहेमध्ये हिंदुस्तान एरॉनॉटिक्सचं तेजस विमान कुठून तरी पडणाऱ्या चंद्र प्रकाशात दिमाखानं चमकत उभं होतं. ह्या सुपर सॉनिक लढाऊ विमानाला गडद काळा रंग दिला होता. भारावून गेलेल्या ओम वीरनं विमानाभोवती चक्कर मारली, त्या विमानाचं रूप मनात साठवून घेतलं. भारतीय बनावटीचं अत्यंत प्रगत असं हे विमान अजून प्रत्यक्षात कार्यान्वित झालं नव्हतं तरी इथं कसं आलं म्हणून तो जाट तरुण चकित झाला. विमानाच्या शेंड्यावर चमकत्या पिवळ्या रंगात ‘व्ही’ अक्षर उठून दिसत होतं आणि त्यामुळेच तो आपल्या विचारातून जागा झाला. ओम वीर विमानापासून थोडा दूर गेला. बाहेर पडायला कुठे मार्ग आहे का हे पहायला त्यानं तिथला इंच न इंच धुंडाळला. काहीच मिनिटांनी त्याला गुहेच्या एक कोपऱ्यात लिफ्ट दिसली.

धडधडत्या हृदयानं तो लिफ्टमध्ये शिरला, दार बंद केलं आणि तळमजल्याचं बटण दाबलं. लिफ्ट सुरू झाली , झटकन वर जाऊ लागली आणि जवळ जवळ एका मिनिटानं कुठे तरी थांबली. दार उघडलं तेव्हा सौम्य पिवळा उजेड असलेला एक भव्य पॅसेज दृष्टीस पडला. जमिनीवर मखमली लाल गालिचा होता. भिंतींवर सुंदर चित्रे आणि नक्षीदार दिवे लावले होते. गोलाकार छतावर सुंदर कलाकुसर दिसत होती. डोक्यावर अतिविशाल झुंबरे दिसत होती. थक्क होऊन तो प्रथम अगदी सावधपणे आणि नंतर मोकळेपणाने फिरू लागला. भीतीची जागा औत्सुक्यानं घेतली होती.

तो काही खोल्यातून फिरू लागला, प्रत्येक हॉल आधीपेक्षा मोठा होता. शेवटी एक मेजवानीचा मोठा हॉल लागला. एका भिंतीला लागून काही टेबलांवर अनेक खाद्यपदार्थ आणि फळे सुंदर पात्रांमध्ये मांडून ठेवली होती. भिंतीच्या दुसऱ्या टोकाला अनेक ज्येष्ठ व्यक्तींची मोठी तैलचित्रे लावली होती. तो पुढे जात असताना त्याला त्यातले राजेंद्र प्रसाद, शंकर दयाळ शर्मा आणि ए.पी.जे. अब्दुल कलाम ओळखू आले. ओम वीर हॉलच्या दुसऱ्या टोकाला आला आणि प्रतिभा पाटील यांच्या चित्रापुढे डोकं खाजवत थबकला. तो हॉल तसा रिकामा होता आणि कुणी त्याला बघेल अशी भीती नव्हती पण तरी तो नेमका कुठे होता हे त्याला कळतच नव्हतं.

अचानक त्याला उत्तर गवसलं आणि त्याचे डोळे विस्फारले.

शीळ घालत तो म्हणाला, 'हत्तेरी भैसकी आँख!'

***

काँग्रेस आणि भाजपचे नेते एकदमच म्हणाले, 'हॅलो, सर !'

महान भारतीय उद्योगपती उद्गारले, 'छान चाललय ना, अं...?' सर्व नेत्यांनी एकमेकांकडे चोरून बघितलं आणि ओशाळून मान खाली घातली.

ते समजूत घातल्याप्रमाणे म्हणाले, 'ठीक आहे. मला ठाऊक आहे की तुम्हा

लोकात मधूनमधून असा खेळ चालतोच! मला तुमच्या फेकू-पप्पू लढाया कळतात आणि कधी कधी मला त्यांची मजाही वाटते!'

सगळ्या पुढाऱ्यांचे चेहरे उजळले.

'पण आता आपसातले फरक विसरून आपल्याला एकत्र मिळून धोरण ठरवायचं आहे. तर मग, तुम्ही सगळे तयार आहात ना?'

सर्व नेते एकदम म्हणाले, 'हो सर!'

'उत्तम! आता मुठी वर करून एक घोषणा करा. सब लोग दोनो मुठ्ठी उपर कर जोर से बोलो...'

भाजपनं 'वंदे मातरम्' सुरू केलं आणि काँग्रेसनं 'जय हिंद'चा गजर सुरू केला त्यामुळे एकच गोंधळ माजला.

ते शांतपणे म्हणाले, 'पुनः एकदा प्रयत्न करू या. सब लोग दोनो मुठ्ठी उपर कर जोर से बोलो...'

पुनः सगळे लोक वेगवेगळे आवाज करू लागले. महान भारतीय उद्योगपतींनी आपलेच ओठ चावले आणि कमरेवर हात धरून त्या सर्व नेत्यांकडे पहात राहिले. सगळे पुनः ओशाळले.

उद्योगपती म्हणाले, 'बरं, दुसरं काही तरी करू या. सब लोग दोनो मुठ्ठी उपर कर जोर से बोलो... कॉर्पोरेट !'

ह्या वेळी सर्व गट एकाच सुरात म्हणाले, 'भारत!'

'पुनः कॉर्पोरेट!'

'भारत!'

'कॉर्पोरेट! कॉर्पोरेट! कॉर्पोरेट!'

'भारत!' 'भारत!' 'भारत!'

एकी आणि लाचारीच्या ह्या आश्चर्यजनक आविष्कारानंतर सर्वसाधारण निवडणुकांचा २०१४ चा प्रचार हंगाम समाप्त झाला.

(२५)

भारतातलं मतदान

एप्रिल २०१४

प्रचाराचा काळ संपला आणि संपूर्ण देशात एक विचित्र शांतता पसरली. सर्व ठिकाणचे लाऊड स्पीकर अचानक बंद झाले आणि कर्णकर्कश आवाज थांबले. काही पुढाऱ्यांना तर अशीही चिंता वाटू लागली की अशा प्रकारच्या उदासीन शांततेमुळे मतदारांना पुनः कदाचित डॉ. मनमोहनसिंग आठवतील. पण निवडणूक आयुक्तांनी ह्या शंका फेटाळून लावल्या. अहमद पटेल आणि अन्य नेत्यांनी मोठ्या प्रेमानं टाइम्स ऑफ इंडियासारख्या पेपरमध्ये लावलेल्या बातम्यांची रोपंदेखील वाळू लागली आणि तिथे नको त्या विषयांवर सर्वेक्षणे छापली जाऊ लागली. शिवाय इतर अनेक सुसह्य विषयांवर बातम्या छापल्या जाऊ लागल्या. वांशिक, सामाजिक आणि आर्थिक वैविध्यानं नटलेल्या भारत देशात,

मानव जातीतील एक पंचमांश व्यक्तींच्या मतांची नोंदणी आणि मोजणी करण्याचं हे अभियान सुरू झालं तेव्हा सारं जग श्वास रोखून काही क्षण थबकलं.

कोहिमातील हिरव्यागार टेकड्यांपासून कच्छच्या वैराण वाळवंटापर्यंत; कन्याकुमारीतील नारळीच्या बागांपासून काश्मीरमधील अपूर्व दऱ्याखोऱ्यांपर्यंत समस्त भारतीयांनी ह्या लोकशाहीच्या जिवंत अविष्कारात सहभाग घेतला.

आणि काय आविष्कार होता हा! जीवनाच्या प्रत्येक क्षेत्रातले नागरिक, उद्योजक, मध्यम वर्ग, कामगार, सुप्रसिद्ध व्यक्ती आणि अनेक बांगलादेशी अत्यंत सोशिकतेने हळू हळू सरकणाऱ्या लाइनमध्ये उभे होते. त्या एका क्षणी सगळे फक्त भारतीय होते, बाकीची ओळख दुय्यम होती. अर्थात सगळं काही सुतासारखं सरळ झालं असं नाही. बिघडणारी मतदान यंत्रे, मतदारांची नावे यादीत नसणे, चुकीच्या केंद्रावर जाणे, छत्तीसगडच्या एका दुर्गम भागात मतदारांच्या यादीत ऐश्वर्या रायचं नाव सापडणे... अनेक प्रकार! एके ठिकाणी तर काही केंद्रावर मतदान यंत्रं पळवून नेण्याच्या बातम्या आल्या. पण ह्या यंत्रात दुसरं काही घालता येत नाही असं कळल्यावर ही यंत्रं परत करण्यात आली.

अर्थात अनेक शारीरिक व्याधी, डोळ्यात मोतीबिंदू, दुखणारे गुडघे आणि वाकलेला देह घेऊन कानानं अधू असलेली जीर्णशीर्ण वयोवृद्ध महिला लडखडत मतदान केंद्रावर येते आणि आपल्या पसंतीच्या उमेदवाराचं बटण दाबते असं पारंपारिक वृत्त छापल्याशिवाय भारतातील निवडणुकांचं वर्णन पूर्ण होऊच शकत नाही.

अखेर, अनेक टप्प्यातून दोन महिन्यांनी हा प्रचंड प्रकल्प समाप्त झाला, मतांची मोजणी झाली आणि काही तासातच सर्व निकाल लागले. एका अनामिक अधिकाऱ्यानं सोळाव्या लोकसभेतील पक्षनिहाय जागांची अंतिम यादी प्रिंटरवर छापली. तो पंतप्रधानांच्या कार्यालयात गेला. तिथे काळजीवाहू पंतप्रधान या नात्यानं डॉ. सिंग फिरत्या खुर्चीत अनेक तक्ते आणि आकडेवारींचा अभ्यास करत बसले होते. डॉ. सिंगनी त्या अहवालाकडे पाहून मान वर केली आणि म्हणाले, 'ठीक है !'

सामन्यानंतरचं समालोचन

सभ्य स्त्री-पुरुषहो, आपण एक अत्यंत सुंदर असा क्रिकेटचा सामना पाहिला. आज १०० षटकं टाकली गेली, ६०० च्यावर धावा झाल्या आणि सरतेशेवटी क्रिकेटच्या खेळाचाच विजय झाला.

– रवि शास्त्री

(२६)

व्ही–मॅन बुरख्यामागचं सत्य

———— ~ ————

बॅनर्जीनं डाव्या हातात ट्रे सांभाळत उजव्या हातानं पडदे बाजूला केले आणि मालकांच्या खोलीत सूर्यप्रकाश येऊ दिला. तिथं विस्तीर्ण पलंगावर पहुडलेल्या एका व्यक्तीवर सूर्याची किरणं पडू लागली.

भारताच्या तेराव्या राष्ट्राध्यक्षांनी आळस देत आपल्या उघड्या देहावर पांघरूण आणखी ओढून घेतलं. बॅनर्जीनं रसगुल्ल्यांची एक मोठी प्लेट आणि वर्तमानपत्र शेजारच्या लहान टेबलावर ठेवलं.

तो म्हणाला, 'व्ही मॅनची बातमी पहिल्या पानावर आणि राष्ट्रपती आठव्या पानावर !'

प्रणब मुखर्जींनी पांघरूण बाजूला केलं आणि पेपर हातात घेतला. उत्सुकतेनं त्यांनी पहिलं पान वाचलं आणि लगेच उठून रसगुल्ल्याची प्लेट एका दमात घशाखाली घातली.

बॅनर्जींनं प्रणबच्या अंगावर खरचटलं होतं त्या जखमा निरखून पाहिल्या. खांद्यावरच्या काळ्या निळ्या झालेल्या त्वचेकडे पाहून तो म्हणाला, 'तुम्हाला त्या भीमानं इथं ठोसा मारला होता का?'

प्रणब म्हणाले, 'तो एक जाट होता.'

'हो?'

'हो, एक तगडा जाट.'

'जर असंच पुढेही लागणार असेल तर आपल्याला ह्या जखमांबाबत काही तरी वेगळं कारण शोधावं लागेल. विचित्र जखमा आणि कुठलाच सार्वजनिक संपर्क नाही अशा परिस्थितीत राष्ट्रपती नेमकं काय करतात याबाबत लोकांच्या मनात संभ्रम उत्पन्न होऊ शकतो.'

***

त्या दुर्दैवी घटनेला एकोणतीस वर्षं झाली पण तो त्रासदायक विचार मनात आला नाही असा एकही दिवस गेला नव्हता. ते दोघे पश्चिम बंगालमधून दिल्लीला विमानानं चालले होते. त्या दिवशी इंदिरा गांधींची दुर्दैवी हत्या झाली होती. त्यांच्या डाव्या हाताला बसलेले राजीव गांधी गहन विचारात गढले होते.

अचानक राजीव त्यांच्याकडे वळून म्हणाले, 'इंदिराजींच्या जागी कोण यावं असं तुम्हाला वाटतं?' क्षणाचाही विचार न करता प्रणब म्हणाले, 'अर्थात सगळ्यात ज्येष्ठ मंत्रीच यायला हवेत.'

ह्या उत्तरामुळे प्रणब यांची राजकीय कारकीर्द दोन दशकांनी मागे पडली. राजीव गांधींनी पंतप्रधानपदाचा भार उचलला आणि प्रणबना तत्परतेनं बाजूला टाकलं. प्रणब बराच काळ नगण्य स्थितीत होते. मध्यंतरी त्यांनी स्वतःच पुढे जायचा प्रयत्नही केला पण ते काही जमलं नाही. राजीव गांधींच्या हत्येनंतर ते पुनः काँग्रेस पक्षात आले. तेव्हा पी.व्ही. नरसिंह राव पंतप्रधान झाले. पण प्रणबना पूर्वीचं

महत्त्व राहिलं नाही. राजीव गांधींची पत्नी सोनिया गांधी यांनी प्रणब मुखर्जींबद्दल आपली नाराजी कधीच लपवली नव्हती आणि २००४ मध्ये डॉ.मनमोहन सिंगना पंतप्रधानपदी निवडून त्यांनी प्रणबजींवरील अविश्वास पूर्णपणे व्यक्त केला. १९८२ मध्ये अर्थमंत्री या नात्यानं त्यांनीच डॉ. सिंगना रिझर्व्ह बँकेचे गव्हर्नर म्हणून नियुक्त केलं होतं आणि त्यांच्याच हाताखाली संपूर्ण दहा वर्षं प्रणबना काम करावं लागलं. प्रणब मुखर्जी हताश होऊन फक्त बघत राहिले.

२०१२ मध्ये गांधी घराण्यानं त्यांना राष्ट्रपतिपदासाठी पाठिंबा देऊन स्वामिनिष्ठेचं बक्षीस द्यायचं ठरवलं. त्यांचं स्वतःचं कुटुंब आणि मित्रपरिवार खूष झाला. सर्व सहकार्यांनी त्यांचं अभिनंदन केलं. सगळेजण त्यांच्या पदोन्नतीमुळे आनंदात होते. पण फक्त त्यांना स्वतःलाच सत्य ठाऊक होतं. राजीवनी जे सुरू केलं त्याचा सोनियाजींनी शेवट केला आणि त्यांच्या महत्त्वाकांक्षेवर अखेरचा हातोडा मारला. एका क्षणात त्यांना नाट्यमय राजकीय पटावरून दूर केलं गेलं, पडद्यामागून सूत्रं हलवण्याच्या आंतरिक आनंदापासून वंचित केलं गेलं आणि एका समृद्ध, प्रतिष्ठित पण जीवघेण्या कंटाळवाण्या जगात भिरकावलं गेलं.

त्यांनी प्रासादतुल्य राष्ट्रपतिभवनात आपलं बस्तान हलवलं. पहिला आठवडा तर आधीच्या राष्ट्रपतींच्या काळात गायब झालेल्या अनेक मौलवान वस्तू पुनः आणून त्यांची मांडणी करण्यात गेला. सगळं स्थिरस्थावर झाल्यावर त्यांनी आपला सर्वोत्तम सफारी सूट चढवला. ते आपल्या भव्य कार्यालयात बसले आणि विधिमंडळातली विधेयके मंजुरीसाठी येतील म्हणून वाट पहात बसले. पण त्यांच्याकडे एकही विधेयक आलं नाही. दिवसामागून दिवस गेले, लोकसभा काही ना कारणासाठी तहकूब होत राहिली. बिचारे प्रणब मुखर्जी भल्या मोठ्या सागवानी टेबलावर बोटं मोडत तसेच बसून राहिले.

त्यांनी कार्यालयातून ग्रंथालयाकडे, तिथून टीव्हीकडे आणि पुनः टेबलाकडे असंख्य चकरा मारल्या. त्यांचा पक्ष एकामागून एक अत्यंत अगम्य व विपरीत चाली खेळत होता आणि खाली खाली बुडत चालला होता. प्रणब नुसते बघत होते. मधून मधून त्यांचा घराण्यावरचा राग उफाळून येई आणि त्यांचा थरकाप होत असे. अशा गोष्टीपासून मन दुसरीकडे वळवावं म्हणून ते राष्ट्रपतिभवनाच्या ३००

खोल्यांपैकी पाच ते दहा खोल्या दर रोज नजरेखाली घालू लागले.

एके दिवशी प्रासादाच्या आग्नेय भागात फेऱ्या मारत असताना पूर्वी न पाहिलेल्या एका खोलीतली जमीन अचानक सरकली. प्रणब त्यातून खाली गेले, एका घसरड्या पाईपमधून ते वेडेवाकडे खोल जाऊ लागले आणि एका ओलसर दमट जागी येऊन धाडकन पडले. त्यांनी स्वतःला सावरलं, आपला सूट साफ केला आणि तळघरातल्या त्या विस्तृत हॉलच्या अंतरंगाकडे औत्सुक्यानं बघू लागले.

त्यांच्या अंतर्मनात अचानक वेगळाच उजेड पडू लागला. डोक्यात एक योजना आकार घेत होती.

***

राष्ट्रपतिभवनाच्या खालच्या अंगाला एका विशाल खोलीत प्रणब मुखर्जी व्ही मॅनच्या पोषाखात बसले होते, व्ही मॅनचा मुखवटा मात्र काढून ठेवला होता. समोरच्या अनेक टीव्हीच्या पडद्यांकडे ते त्रस्त नजरेनं बघत होते.

मागच्या बाजूनं येत बॅनर्जी प्रणबना म्हणाला, 'सर, ती सीडी कुरियरद्वारे पाठवली आहे.'

पडद्यावर अजून एका घोटाळ्याचा तपशील आणि संबंधित मंत्र्याचं नाव झळकत होतं.

बॅनर्जी बोलू लागला, 'हा मंत्री खरं तर स्वच्छ म्हणून ओळखला जायचा. त्याच्या पणजोबांनी स्वातंत्र्यपूर्व काळात बरीच माया जमवली होती. नंतर ते घराणं कायम श्रीमंतीतच वाढलं. त्या कुटुंबाच्या मालकीच्या अनेक कंपन्या आहेत. प्रत्येक कंपनी आपापल्या क्षेत्रात पहिल्या किंवा दुसऱ्या क्रमांकावर आहे. त्याचा आपल्या मतदारसंघातील लोकांशी फारच चांगला संपर्क आहे आणि आतापर्यंत तो एकही निवडणूक हरलेला नाही. 'बॅनर्जींनं टीव्हीकडे बोट दाखवत म्हटलं,' त्यानं असा घोटाळा करण्याचं काही कारण दिसत नाही,'

प्रणबनं भुवया वक्र करत म्हटलं, 'बॅनर्जी, भ्रष्टाचार सापडायला कठीण नसतो. त्याला नेमकं काय हवं आहे हे आपण शोधलं पाहिजे.'

'प्रणबदा, कदाचित ह्या भ्रष्ट राजकीय नेत्याला तुम्ही पूर्णपणे ओळखलं नसावं.' एक भुवई वर करीत प्रणब म्हणाले,

'मग तो देशाची तिजोरी का लुटतो आहे?'

'कारण त्याला त्यात मजा वाटते. काही लोकांना पैसा, निवडणुकीसाठी निधी, सत्ता असं सहज समजेल असं काही नको असतं... काही लोकांना देश जळताना पहायचं असतं.'

ह्यावर विचार करत प्रणब बॅनर्जीकडे बघत होते तेवढ्यात दाराची घंटी वाजली.

बॅनर्जी म्हणाला, 'मी बघतो.'

***

बॅनर्जी जिना उतरून अतिथिकक्षात आला. तिथे चांगल्या देहयष्टीचा एक तरुण सोफ्यावर त्याच्याकडे पाठ करून बसला होता.

बॅनर्जी आलेल्या पाहुण्याच्या समोर बसत म्हणाला, 'हं, मी तुमच्यासाठी काय करू शकतो?'

तो पाहुणा म्हणाला, 'मला राष्ट्रपतींना भेटायचं होतं.'

बॅनर्जी प्रसन्नपणे हसत म्हणाला, 'मी त्यांचा साहाय्यक आहे. मला तुम्ही आपलं काम सांगू शकता.'

ओम वीर जाट थोडा घुटमळला.

सामन्याच्या दिवशी त्याचा पाठलाग वाया गेला होता, व्ही मॅनच्या ड्रेसचा एक तुकडा फक्त हाती लागला होता तेवढंच! घरी आल्यावर रात्री जेवताना ओम वीरनं त्या दिवशी काय काय घडलं यावर विचार केला. त्याच्या लक्षात आलं की

आपल्याकडे एक अतिशय धक्कादायक गुपित आहे. तो लगेच समजून गेला की ही माहिती हुशारीनं वापरली तर आयुष्यभर आपल्याला काम करावं लागणार नाही. किरकोळ भ्रष्टाचार आणि थोडं फार कमिशनमधून खूप कष्टानं आणि त्रास करून घेऊन श्रीमंती प्राप्त करण्याचा सध्याचा मार्ग एक क्षणात सोडून देता येईल. हे कळायला ओम वीरला वेळ लागला नाही. त्यानं ह्या गोष्टीवर बरेच दिवस विचार केला. एके दिवशी त्यानं आपला सर्वात चांगला दिसणारा पोषाख चढवला. तो राष्ट्रपतिभवनात गेला आणि त्यानं थेट राष्ट्रपतींची भेट मागितली.

'अं, काही दिवसांपूर्वी मी एका पळून जाणाऱ्या गुन्हेगाराचा पाठलाग करत राष्ट्रपतिभवनाच्या आजूबाजूला आलो होतो. तिथे मला एक विचित्र वस्तू सापडली.' ओम वीरनं व्ही मॅनच्या ड्रेसचा तो फाटलेला तुकडा बाहेर काढून दाखवला.

बॅनर्जींच्या चेहऱ्यावरचं हसू पुसलं गेलं. त्याची प्रतिक्रिया निरखत ओम वीरनं बॅनर्जीकडे नजर लावली.

तो म्हणाला, 'आता असं म्हणू नका की तुम्हाला हे काय आहे ते ठाऊक नाही !'

ओम वीरनं कुत्सित स्मित केलं. काही वेळ तसाच जाऊ दिला. मग, मान हलवून त्यानं हाताची घडी घातली आणि म्हणाला, 'मला दर वर्षी दहा कोटी रुपये रोख पाहिजेत, राष्ट्रपतींची मुदत संपेपर्यंत !'

बॅनर्जीनं त्या अधिकाऱ्याकडे नीट पाहिलं, त्याला खूप गंमत वाटली. एकाच मिनिटानंतर तो पुढे वाकून म्हणाला,

'आता आपण सरळच बोलू या. तुला वाटतं की भारतीय सेनेचे प्रमुख, कमांडर इन चीफ, देशाचे राष्ट्रपती एक गुप्तहेर आहेत आणि भ्रष्ट नेते आणि अधिकाऱ्यांविरुद्ध पुरावे गोळा करण्याकरता ते रात्र रात्र घालवतात! आणि अशा माणसाला तू ब्लॅकमेल करू इच्छितोस ?' बॅनर्जी हसू लागला.

बॅनर्जींच्या प्रत्येक शब्दानंतर ओम वीरचं उर्मट हसू हळू हळू कमी होऊ लागलं आणि जरा वेळानं पूर्ण नाहीसं झालं. त्याऐवजी त्याच्या चेहऱ्यावर गोंधळल्याचा भाव आणि काळजी दिसू लागली. अचानक, ही कल्पना फारशी चांगली नाही

असं त्याच्या लक्षात आलं. त्यानं सोनेरी माशाप्रमाणे ओठांची उघडझाप केली आणि तो बोलायला शब्द शोधू लागला. बॅनर्जी हसू लागला आणि म्हणाला, 'शुभेच्छा!' बॅनर्जी तिथून निघून गेला. ओम वीर काही वेळ हॉलमध्येच बसून राहिला आणि मग बाहेरच्या दाराकडे गेला.

✱✱✱

राष्ट्रपतिभवनाच्या घुमटावर उभे राहिलेल्या प्रणब मुखर्जींनी त्या माणसाला आपल्या प्रासादापासून दूर जाताना पाहिलं. मग त्यांनी वर बघून वास घेतला. हवेत फारच प्रदूषण होतं. आकाशही धूसर झालं होतं. दिल्लीतलं नेहमीसारखं वातावरण होतं. ते हसू लागले. भ्रष्टाचार निपटण्यासाठी चांगला दिवस होता.

आणि मग, भारतासाठी यथायोग्य आणि ज्याची गरज आहे अशा एका हीरोनं आपला मुखवटा चढवला आणि घुमटावरून उडी घेतली.

२७

हिंदुराष्ट्र समर्थकाचं गुपित

'सर, तुमची गाडी तयार आहे.' नरेंद्र मोदींनी मान डोलावली. सदासर्वदा बरोबर असणाऱ्या त्यांच्या अनुचरानं दाराजवळच्या बॅगा उचलल्या आणि तो शांतपणे बाहेर गेला. गेली बारा वर्षं आपलं घर, ऑफीस, मंदिर आणि सर्व काही असलेल्या त्या निवासातून बाहेर पडताना मोदींनी त्या खोलीवर पुनः नजर टाकली.

असंख्य कागदपत्रांवर जिथे सह्या केल्या होत्या त्या टेबलावर प्रेमाने हात फिरवीत आणि हाताची बोटे चाळवत, ते त्या खोलीतून फिरू लागले. याच ठिकाणी हजारो अधिकारी, नेते, सामान्य स्त्री-पुरुष भेटायला येत असत, इथल्या कपाटात राज्याच्या विकासासाठी त्यांनी सुरू केलेल्या शेकडो प्रकल्पांच्या फायली होत्या.

भिंतीवर लावलेल्या अखंड भारताच्या नकाशावर त्यांची नजर गेली. रा. स्व. संघानं नेहमी काढलेला

प्रश्न समोर होता: भारत, पाकिस्तान, बांगला देश आणि ब्रह्मदेश मिळून ब्रिटिश काळातील अखंड हिंदुस्तानचा, वरच्या बाजूला सिंहावर बसलेल्या दुर्गा मातेचं चित्र असलेला नकाशा ! तिबेट, अफगाणिस्तान आणि मध्य आशियातील काही भूक्षेत्रांचाही काही भाग भगव्या रंगात दाखवला होता. संघाच्या काही लोकांना सैबेरिया आणि आर्क्टिक महासागरापर्यंतचा भागही अखंड भारतात दाखवायचा होता. परंतु, संघ प्रमुखांनी तात्पुरती तरी हिंदुराष्ट्राची सर्वात उत्तरेची सीमा उझबेकिस्तान–कझाकिस्तानच्या सरहद्दीवर नेऊन ठेवली होती.

मोदींनी हिमाचल प्रदेशापासून पंजाबच्या मैदानापर्यंत नकाशातल्या एका रेषेवरून बोटे फिरवली, ही रेषा म्हणजे रावी नदीचा प्रवाह होता. त्यांचं बोट रावी नदी जिथे पाकिस्तानमध्ये प्रवेश करते तिथल्या आंतरराष्ट्रीय सीमेवर आलं तेव्हा ते थबकले. जगातले सगळ्यात वेगवान गोलंदाज, सर्वोत्तम गझल गायक तिथूनच, रॅडक्लिफ रेषेच्या पलीकडून आले होते. लाहोरमध्ये उत्तम मुशायरे भरवले जात. त्यांच्याकडे क्रिकेटमधील महान खेळाडू इम्रान खान होता तर आपल्याकडे कोण तर बॉलीवुडचा अभिनेता इम्रान खान ! असंच का घडतं ?

त्यांचे अश्रुपूर्ण डोळे टेबलासमोरच्या भिंतीवरील सरदार पटेलांच्या मोठ्या चित्राकडे वळले. काही क्षण मोदी त्या व्यक्तिचित्राकडे, आपल्या आदर्शाकडे बघत राहिले, त्यांना सरदार पटेलांच्याच पावलावर पाऊल टाकायची मनीषा होती.

निदान लोकांचा तरी तसा समज होता.

थरथरत्या हातांनी मोदींनी त्या चित्राला स्पर्श केला. त्यांचं बोट त्या तैलचित्राच्या कडेला लागलं आणि चित्राचा एक लहानसा चौकोनी तुकडा बाजूला सरकला. अचानक ते तैलचित्र मधल्या अक्षावर हळूहळू गोल फिरू लागलं.

चित्र पूर्ण १८० अंशातून फिरलं तेव्हा सरदार पटेलांच्या जागी महंमद अली जिना आणि नेताजी सुभाषचंद्र बोस यांच्या गंभीर प्रतिमा दिसू लागल्या आणि चकित झालेल्या गुजराथच्या मुख्यमंत्र्यांचं लक्ष तिकडे वेधलं.

मोदींना स्वातंत्र्यपूर्व काळातील ह्या महान हस्तींचं चिरस्थायी आणि प्रचंड

आकर्षण होतं. भारताच्या राजकीय व्यवस्थेत दोघेही आधी तसे त्रयस्थच होते. पण दोघांनीही आपला राजकीय प्रवास काँग्रेसमधूनच सुरू केला होता आणि आपल्या स्वतःच्या गुणवत्तेवर ते पक्षामध्ये पुढे आले होते. दोघांनाही भारतातल्या ह्या जुन्या जाणत्या पक्षावरचं गांधीजींचं वर्चस्व आवडत नव्हतं. म्हणून अतिशय वेगळ्याच उद्दिष्टांसाठी त्यांनी काँग्रेसपासून फारकत घेतली होती. अर्थात ह्या घटनेचा भारतीय उपखंडाच्या इतिहासावर आणि भूगोलावर अमाप परिणाम झाला.

'इतिहास' हा मोदींचा पक्का आवडीचा विषय नसेल कदाचित पण जिना आणि बोस ह्यांच्याबद्दल बरंच काही वाचल्यामुळे त्यांना देशाची फाळणी आणि स्वातंत्र्याला कारणीभूत ठरलेल्या अनेक प्रसंगातलं राजकारण बरंच समजलं होतं. भाजपचे ज्येष्ठ नेते जसवंतसिंग ह्यांच्याबरोबर त्यांनी 'जिना, भारत, विभाजन आणि स्वातंत्र्य' हे पुस्तक लिहिलं तेव्हा हा अभ्यास बराच कामी आला. ह्या पुस्तकात त्यांनी आपल्या आदर्श व्यक्तींवर भरपूर स्तुतिसुमने उधळली होती. अर्थात, गुजराथचा मुख्यमंत्री या नात्यानं त्यांना स्वतःच्याच पुस्तकावर बंदी घालावी लागली होती.

जिना हे घटनात्मक शिस्तीचे खंदे पुरस्कर्ते होते, एकदम रुबाबदार 'सेव्हिल रो' सूटमध्ये त्यांचं आधुनिकतेचं प्रेम प्रकट व्हायचं. त्यांच्या राजकीय आयुष्याच्या सुरुवातीच्या काळात ते कट्टर उदार मतवादी आणि सहिष्णु होते आणि म्हणून गोपाळ कृष्ण गोखले यांनी त्यांना तेव्हा 'हिंदू-मुस्लिम ऐक्याचे दूत' म्हणून संबोधलं होतं. बोस यांचा प्रखर विश्वास होता की भारतानं आपल्या अटींवर स्वराज्य मिळवायला पाहिजे आणि त्यासाठी बोस कुठल्याही थराला जायला तयार होते. १९३९ मध्ये ब्रिटिश लोकांना युद्धात मदत करण्याऐवजी नेहरू-गांधी जोडीनं बोस ह्यांच्या तत्त्वानुसार बिनशर्त स्वातंत्र्यासाठी आग्रह धरला असता तर कदाचित देश अखंडही राहिला असता. किंवा तेव्हाचे गांधींचे वारसदार नेहरू यांनी जिनांना पंतप्रधान बनू दिलं असतं तर आपल्या मातृभूमीचं अत्यंत हिंसात्मक विभाजन टळलं असतं! असंच असेल का?

मोदींचा गळा दाटून आला. ते मनात म्हणाले, 'जर तुमच्यापैकी एकजण भारताचा पहिला पंतप्रधान झाला असता तर...'

मोदींनी आपले विचार मनातच ठेवले हे बरंच केलं. बोस ह्यांची स्तुती करणं वेगळी गोष्ट होती. रा.स्व. संघाला त्याज्य आणि अनिष्ट वाटणाऱ्या कायदे आझमबद्दल सहानुभूती दाखवणं हे कुठल्याही भाजप नेत्यासाठी आत्मघातकी ठरलं असतं. तरीही स्पष्टपणे विचार व्यक्त करताना मोदींनी एकदा पाकिस्तानच्या संस्थापकांची वचने आदरानं उद्धृत केली होती, अगदी त्यांच्या आधीच्या मार्गदर्शक गुरूंनी केली होती तशी!

पाकिस्तानच्या विधिमंडळात जिनांचे ते ऐतिहासिक बोल अजूनही मोदींच्या कानात घुमत होते. जिना म्हणाले होते, 'तुम्ही स्वतंत्र आहात! तुम्ही आपल्या धर्माप्रमाणे देवळात, मशिदीत किंवा कुठल्याही प्रार्थनास्थळी जायला स्वतंत्र आहात...'

तुम्ही कुठल्याही जाती धर्म पंथाचे असलात तरी त्याचा राज्यकारभाराशी काहीही संबंध नाही.'

मोदींनी ही वाक्यं दिवस रात्र मनात घोळवली होती पण ते कुठेही बाहेर कबूल केलं नव्हतं. कारण हे मोदींचं जपून ठेवलेलं गुपित होतं. त्यांच्या जवळच्या मित्रमंडळींना आणि नातेवाईकांनाही माहीत नव्हतं. ते कुणाशीच याविषयी बोलले नव्हते.

... फक्त एक व्यक्ती सोडून.

मोदी मनातून हादरले. ह्या गुपितामुळे त्यांचं सगळं राजकीय जीवन जवळ जवळ नेस्तनाबूत होणार होतं. पण त्या वेळी ते गरजेचं होतं. दुसरा काही मार्गच नव्हता. भाजपचा पंतप्रधानपदाचा उमेदवार म्हणून बढती व्हायची असेल तर ती केवळ अडवाणींच्या आशीर्वादावर अवलंबून होती. का कोण जाणे अडवाणींचा आपल्या ह्या माजी शिष्यावर रोष होता. इतर नेत्यांनी ह्या वयोवृद्ध महानुभवानं बहुसंख्य लोकांच्या मताशी जुळवून घ्यावं म्हणून शर्थीचा प्रयत्न केला पण ते काही मानायला तयार नव्हते. त्यांच्या मताच्या विरोधात जायचा प्रश्नच नव्हता कारण भाजपमधल्या सर्वच नेत्यांच्या राजकीय प्रगतीसाठी अडवाणी कारणीभूत होते.

भाजप पक्षाच्या अध्यक्षांनी मोदींना सांगितलं, 'मोदीभाई, आता सगळं तुमच्यावर

आहे. अडवाणीजींशी जुळवायला एखादा समान धागा शोधा.'

मोदींनी त्या सीडीवर आपली बोटे आवळली आणि जोरात दाबून त्यांनी तिचा चुरा करून टाकला. त्यांच्या मनात काही तरी दाटून आलं.

ते कडवटपणे उद्गारले, 'आता कुणाला कळणार नाही.'

आयुष्यभर लोकांनी त्यांना नावं ठेवली होती पण मोदी निर्विकार होते. त्यांनी 'जातीयवादी'चा शिक्का बसला तरी कधी त्याची पर्वा केली नाही. आपली सतत हिटलरशी तुलना करतात याचीही त्यांनी कधी चिंता केली नाही. त्यांना आतून कशाचं दुःख होत असेल, वेदना होत असतील तर त्या एकाच गोष्टीच्या होत्या; त्यांना आपल्या खऱ्या भावना कधीच व्यक्त करता आल्या नाहीत.

मोदी घोगऱ्या आवाजात पुटपुटले, 'कायदे आझम, व्हेरी सॉरी!' मग त्यांनी फिराक गोरखपुरीच्या दोन ओळी म्हटल्या,

'मुद्दते गुजरी, तेरी याद भी आयी ना हमे, और भूल गये है तुझे, ऐसा भी नही...'

त्यांच्या गालावरून एक अश्रू ओघळला. शेकडो खटले, लाखो आरोप आणि असंख्य हल्ल्यांना बेदरकारपणे चेहऱ्यावरची सुरकुतीही न हलवता तोंड देणाऱ्या ह्या माणसानं आपले गाल पुसले आणि गोंधळून स्वतःच्या बोटांकडे पाहिलं... आणि मग एखादं धरण फुटल्याप्रमाणे मोदी धाय मोकलून रडू लागले.

२८

पंतप्रधानांचं स्वप्नरंजन

डॉ. सिंग आपल्या नव्या सदनिकेच्या स्वयंपाकघराच्या दाराशी उभे राहून, उत्साहात भाजी चिरत असलेल्या अर्धांगिनीकडे बघत होते. तिचा हाच उत्साह त्यांना खूप आवडत असे. ते घाईनं आत आले आणि त्यांनी आपल्याच नादात असलेल्या पत्नीला मागून मिठी मारली. गुरशरण कौर एकदम चकित झाल्या पण क्षणातच त्यांच्या प्रेमळ बहुपाशात विसावल्या.

त्या चेष्टेच्या सुरात म्हणाल्या, 'बडा प्यार शार आ रहा है आज? की होया?'

डॉ. सिंग म्हणाले, 'आज मी माझ्या कामातून मुक्त झालो आहे.' पत्नीच्या मानेवर बोटं चाळवत ते पुढे म्हणाले, 'आता अठरा अठरा तास काम नाही, पंतप्रधानपद नाही, कुठलंच काम नाही ! बस, तू आणि मी !'

गुरशरण गिरकी घेऊन त्यांच्याकडे बघू लागल्या. त्यांचा पती एका महिन्यात जेवढं बोलत नव्हता तेवढं एका दमात बोलला होता.

'खरंच? आता राष्ट्रीय उत्पादनाची भाकितंसुद्धा नाहीत?' त्यांनी काळजीच्या सुरात विचारलं.

डॉ. सिंग ठामपणे उत्तरले, 'नाही!'

गुरशरण त्यांच्याकडे डोळे विस्फारून आश्चर्यानं बघत राहिल्या.

डॉ. सिंगच्या चेहऱ्यावर आनंदाची लहानशी लकेर उमटली आणि ते म्हणाले, 'मग, एक मुक्त, स्वतंत्र माणूस म्हणून आयुष्यात उगवलेल्या पहिल्याच दिवशी आज आपण काय करणार आहोत?'

गुरशरण एकदम खूष झाल्या, 'पहिल्यांदा आपण शॉपिंगला जाऊ. मग डॉक्टरकडे जाऊन तुमच्या तपासण्या करू... बरीच वर्षं केल्या नाहीत! नंतर आपण माझ्या बहिणीच्या घरी जाऊ आणि दिवसभर तिथेच राहू.'

डॉ. सिंगच्या चेहऱ्यावरचं हसू मावळलं. ते तक्रारीच्या सुरात म्हणाले, 'पण आपण मागच्या आठवड्यातच त्यांच्याकडे गेलो होतो.'

'मग काय झालं? परत एकदा जाऊ. तुम्हाला माझ्या नातेवाईकांचा एवढा का राग आहे?' त्यांनी रागावून म्हटलं, 'चलो, अब चुपचाप तैय्यार हो जाओ. मारुती में पेट्रोल भी भरना है.'

डॉ. सिंगच्या चेहऱ्यावर एक काळी छटा उमटली.

ते म्हणाले, 'नाही.'

'काय?'

त्यांनी पुनः म्हटलं, 'नाही. खूप झालं!'

'काय म्हणालात?'

'नाही आता बस झालं.'

'की बकवास कर रहे हो तुसी?'

एक शब्दही न बोलता, डॉ. सिंगनी भाजी चिरायची सुरी गुरशरणच्या हातातून काढून घेतली. मग शर्टाची डावी बाही कोपरापर्यंत वर घेऊन त्यांनी त्या सुरीचं टोक आपल्या हातात घुसवलं, गोलाकार फिरवलं, आपली बोटं तिथं घातली आणि रबरी मोजा काढावा तशी तिथली त्वचा बाहेर काढली. तिथलं मांस बाहेर आलं आणि आतली हाडं दिसू लागली. नीट पाहिलं तर ती हाडं नव्हतीच. आतून लोखंडी बोटं असलेला एक पोलादी सांगाडा बाहेर आला. त्यानं मुठी वळवल्या आणि पुनः पंजे सरळ केले.

गुरशरण एकदम किंचाळल्या.

इतकी वर्षं देशाच्या 'फर्स्ट लेडी'ला आपला पती कुठलाही भाव न दाखवता इतरांकडे फक्त बघत राहतो एवढंच ठाऊक होतं. पण ह्या वेळी मात्र, मोठा धक्का बसल्यामुळे त्या घाबरून ओरडू लागल्या. त्या तोल जाऊन मागे असलेल्या भांड्यांवर आणि किराणा सामानावर आदळल्या. सगळं सामान खाली सांडल्यामुळे स्वयंपाकघरात मोठाच पसारा झाला. तो सायबर रोबॉट मात्र पापणीही न हलवता तिच्याकडे पहात राहिला.

गुरशरणचा आवाज हळूहळू खाली आल्यावर सायबर रोबॉटनं तिच्या दिशेनं पाऊल टाकत म्हटलं, 'आता मी काय म्हणतो ते नीट ऐक.'

'आपल्याला माहिती आहे की २०५० मध्ये सध्या जो भारत दिसतो आहे तो नाहीसा व्हायच्या मार्गावर असेल. भारताचे अनेक लहान लहान तुकडे होऊन अनेक छोटे देश होऊ लागतील. अशा विभाजनाच्या कारणांबाबत आंतर राष्ट्रीय निरीक्षकात मतभेद असतील कदाचित, पण, एकविसाव्या शतकाच्या पहिल्या पंधरा वर्षात काही राजकीय पक्षांच्या एक-गठ्ठा मतांच्या राजकारणामुळे ह्या विघटनाची सुरुवात झाली याबाबत सर्वांचं एकमत आहे. अखंड भारत आणि देशाचे तुकडे करू पाहणाऱ्या शक्ती यांच्यात आडवा येतो आहे फक्त एक खराखुरा देशभक्त आणि त्याच्या नेतृत्वाखालची काही निष्ठावंत मंडळी. आपण ही लढाई जिंकू शकणार नाही असं वाटलं तेव्हा ह्या नेत्यानं, सर्व दुभाजक शक्तींचं देशाचा पूर्ण विनाश करणाऱ्या कर्करोगात रूपांतर व्हायच्या आधी 'टर्मिनेटर' नावाचं एक अस्त्र सोडलं होतं. २००९ मध्ये पंतप्रधानपद हस्तगत करण्यासाठी आणि एक-गठ्ठा

मतांच्या राजनीतिचा प्रमुख पुरस्कर्ता असलेल्या काँग्रेस पक्षाच्या अस्तासाठी उत्तम परिस्थिती निर्माण करण्यासाठी 'क्ष ३४९०' ह्या प्रगत शस्त्राचा नमुनाही तयार करण्यात आला. त्याचं नाव 'मनमोहन सिंगनेटर.'

गुरशरणनी हे सगळं आ वासून ऐकलं. भयानक वस्तुस्थितीचं आकलन झाल्यामुळेच नव्हे तर सिंगनेटरनं ज्या भावनाशून्य यांत्रिकतेनं ही कथा ऐकवली त्यामुळे गुरशरण भयचकित झाल्या. त्यांना भानावर यायला पूर्ण एक मिनिट लागलं.

त्या अडखळत म्हणाल्या, 'तुमचा नेमका हेतू काय होता?'

सिंगनेटरनं उत्तर दिलं, 'म्हणजे मला काहीच करायचं नव्हतं.'

गोंधळून त्यांनी विचारलं, 'काहीच नाही?'

'म्हणजे ठामपणे काहीच नाही.'

गुरशरण ह्या सर्व गोष्टींचा अन्वय लावत त्या यंत्रमानवाकडे बघत होत्या. आता सगळं ध्यानात येत होतं. डॉ. सिंग घरी कधीच जेवत नव्हते. त्यांना वाटायचं की त्यांचा नाश्ता, दुपारचं आणि रात्रीचं जेवण पंतप्रधान कार्यालयातच होत असावं. पण आता समजलं की तसं नव्हतं. चांगला आहार आणि नियमित चालणं यामुळे त्यांना अचानक इतकी ताकद आणि निश्चय प्राप्त झाला असावा असं गुरशरणना वाटलं होतं. पण आता सत्य समजलं होतं. गेली चार वर्षं ते कधीच आजारी पडले नव्हते. पण त्यांच्या पत्नीला त्यात काही वेगळं वाटलं नव्हतं. एकदाच त्यांना पतीचं वागणं विचित्र वाटलं होत...

डॉ. सिंगना लोकसभेत त्या दिवशी अनेक खोचक प्रश्न विचारले होते. 'म्हणजे ते कपाट...'

सिंगनेटरचा चेहरा त्यांच्याकडे वळला. 'माझी कार्यप्रणाली दुरुस्त करण्याचं, तिला चार्ज करण्याचं आणि पुनः सुरू करण्याचं साहित्य त्या कपाटात आहे. गेल्या चार वर्षात माझी कार्यप्रणाली ठरल्याप्रमाणे चार वेळा रिचार्ज करण्यात आली. प्रत्येक वर्षाच्या पहिल्या दिवशी! फक्त एकदाच म्हणजे ३० ऑगस्ट २०१३ रोजी ही प्रणाली अचानक रिचार्ज करावी लागली. डॉ. सिंगबद्दलच्या माहितीकोषात

आणि 'चोर' ह्या शब्दात काही तरी विसंगती आल्यामुळे विद्युत दाब एकदम वर गेला आणि माझ्या मदरबोर्डमध्ये शॉर्ट सर्किट झालं.'

गुरशरणनी हे सगळं हळूहळू समजून घेतलं. अचानक त्यांच्या डोळ्यात भीती दाटून आली. त्या रडायला आल्या आणि म्हणाल्या, 'माझे पती ! म्हणजे मन्नू सुखरूप आहेत ना ?'

'होय.'

'कुठे आहेत ते ?'

डॉ. सिंगना लपून छपून जागतिक बँकेच्या एका संस्थेत वॉशिंगटनमधील कार्यालयात हलवण्यात आलं. तिथं ते साऱ्या जगासाठी 'व्हिजन २०५०' ह्या प्रबंधावर काम करत आहेत. ह्याच दूरस्वप्नाच्या पूर्तीसाठी 'जागतिक विकास आणि आर्थिक व्यवस्थेची चौकट' ह्या विषयावर संशोधन करत आहेत. आजपासून तीन दिवसांनी ते आपलं कुटुंब आणि नातेवाईकात परत येतील.'

हे ऐकल्यावर गुरशरणना एकदम शांत आणि हायसं वाटलं.

त्या उद्गारल्या, 'म्हणजे तुम्हाला सांगते, की चार वर्षं त्यांचं प्रेम थोडं कमी वाटत होतं याचं कारण आता कळलं.' सिंगनेटरकडे मान वर करून त्या म्हणाल्या, 'हं, आता यापुढे राष्ट्रीय उत्पादनावर भाकितं नाहीत, हं... ?' सिंगनेटरची नक्कल करत त्या म्हणाल्या, 'मन्नू असं कधीच म्हणाले नसते. मला तेव्हाच कळायला हवं होतं.'

सिंगनेटर सरळ समोर बघू लागला. खोलीत शांतता पसरली.

गुरशरणनी आशेनं विचारलं, 'त्यांनी कध... माझी चौकशी केली होती ?'

सिंगनेटर घुटमळला.

त्या म्हणाल्या, 'नको, ह्याचं उत्तर नका देऊ.' दूर नजर लावून सुस्कारा सोडत त्या म्हणाल्या, 'ते जेव्हा ह्या अर्थशास्त्रीय भूलभुलैयात शिरतात तेव्हा त्यांना आजूबाजूच्या सर्व गोष्टींचा विसर पडतो.'

सिंगनेटरनं पुनः निर्विकार व्हायच्या आत म्हटलं, 'हो, आम्हाला ठाऊक आहे.'

त्या पुटपुटल्या, 'आता सगळं लक्षात येतंय.' अचानक त्यांना काही तरी जाणवलं आणि त्यांनी पुनः सिंगनेटरकडे मोर्चा वळवला, 'आम्हाला ठाऊक आहे? मी 'आम्ही' असा शब्द ऐकला. म्हणजे आणखी कुणाला हे सर्व माहीत आहे?'

सिंगनेटर गुरशरणकडे टक लावून बघत राहिला.

चेहऱ्यावर कुठलाच भाव न दाखवता तो म्हणाला, 'मी आता आलोच.'

मग तो यंत्रमानव टाचेवर वळला आणि दारातून बाहेर पडला.

**

१० जनपथच्या प्रांगणात असाधारण शांतता होती. आई आणि मुलगा, दोघेही ह्या शांततेची सवय करत गच्चीवर उभे होते. नेहमी दिसणारे चेहरे हळूहळू गायब होऊ लागल्यामुळे सोनियाजी स्तंभित झाल्या. ते सगळे निघून गेले होते. गांधी घराण्यासाठी आयुष्य पणाला लावणारे पक्षनेते, नेहमी शहाणपणाचा सल्ला देणारे आणि त्यांच्या बाजूनं उभे राहणारे सहकारी, एका क्षणाचाही विलंब न करता आदेश पाळणारे साहाय्यक, देशातील सर्वात प्रबळ कुटुंबाचा कारभार धडधडत्या इंजिनाप्रमाणे हाकणारा घरातला सर्व सेवक वर्ग-सगळेच त्यांना सोडून गेले. त्यांच्या हृदयात एक मोठी पोकळी तेवढी शिल्लक राहिली.

कुणीतरी मागे हळूच खाकरलं.

सोनियाजींनी वळून पाहिलं. अहमद पटेल जड वाटणारी एक बॅग घेऊन उभे होते. थोडंसं घुटमळत त्यांनी एक पाकीट पुढे केलं.

सोनिया गांधींची थकलेली बोटं त्या पाकिटात शिरली. त्या म्हणाल्या, 'हे काय आहे?'

अहमदनी त्यांचे डोळे चुकवत म्हटलं, 'अं, मॅडम, माझं बिल आहे.'

सोनियाजींनी तो कागद उघडला आणि त्याच्यावर नजर टाकली. 'सोनिया गांधी

चिंताग्रस्त स्थितीत' असे १४० लेख, 'सोनियाजींच्या डोळ्यात अश्रू' असे १३० लेख, 'अन्न सुरक्षा बिलावर विचार करताना सोनिया गांधी' असे ११९ लेख जवळ जवळ पंधरा मुख्य वृत्तपत्रात छापून आणले...' सोनियाजी वाचायचं थांबल्या, त्यांनी एक दीर्घ सुस्कारा सोडला.

त्या म्हणाल्या, 'ठीक आहे.' त्यांनी आपलं चेकबुक काढलं, एक कोरा चेक फाडला आणि गेली अनेक दशकं, इतर कुणावर नाही इतका विश्वास टाकलेल्या त्या व्यक्तीच्या हातात तो चेक दिला.

भरलेल्या आवाजात त्या म्हणाल्या, 'जे काही सगळं तुम्ही केलं त्याबद्दल धन्यवाद.'

काहीतरी बोलण्यासाठी अहमदनं तोंड उघडलं पण मनाला टोचणी लागल्यामुळे अतीव दुःखाने ते तिथून दूर झाले आणि दरवाजातून बाहेर पडले. एकजवळचा मित्र आणि सल्लागार दूर दूर जात होता; त्याच्या विरळ होत जाणाऱ्या आकृतीकडे बघत सोनियाजींच्या डोळ्यात अश्रू आले. भावना अनावर होऊन त्या वाटेतल्या सिंगनेटरला ओलांडून घरात शिरल्या. राहुल गांधीही तिथेच होते.

दूर दूर जात असलेल्या ठिपक्याकडे बघून राहुल गांधी म्हणाले, 'ते गेले का?'

सिंगनेटरनं उत्तर दिलं, 'हो, 'टर्मिनेट' केले गेले.'

राहुल गांधी म्हणाले, 'शेवटी सगळं संपलं तर. गांधी घराण्याचे सर्व चमचे गेले!'

सिंगनेटर म्हणाला, 'नाही.' आणि तो राहुलकडे वळून पापणीही न हलवता बघत राहिला.

पुनः पुतळा व्हायच्या आधी तो म्हणाला, 'अजून एकजण शिल्लक आहे.' असं म्हणून त्यानं स्वतःच्या कपाळावर टिचकी मारली, 'त्यालाही संपवायला पाहिजे.'

राहुलनी सिंगनेटरकडे बघितलं आणि त्यांच्या डोक्यात अचानक प्रकाश पडला. त्यांच्या घशाला कोरड पडली.

ते घाबरून म्हणाले, 'नाही नाही!' आणि मग एकदम किंचाळले, 'नऽही!'

राहुलनी सिंगनेटरचा हात धरला आणि सर्व शक्तीनिशी घट्ट पकडून ठेवला.

हळूच राहुलची बोटं आपल्या हातावरून बाजूला करत मान हलवून सिंगनेटरनं म्हटलं 'मला वाईट वाटतं, पण, आता काही इलाज नाही. मला जायलाच हवं.'

त्याला घट्ट धरून राहुल हुंदके देत म्हणाले, 'नाही, असं करू नका, प्लीज. सगळं ठीक होईल. माझ्याबरोबर थांबा, इथंच रहा ! रहा ना...' त्यांच्या चेहऱ्यावर अश्रू ठबकत होते ; पुनः पुनः ते विनवणी करत होते.

सिंगनेटरनं राहुलचा चेहरा वर उचलला. क्षणभर असं वाटलं की सिंगनेटरच्या चेहऱ्यावर दयेचा भाव उमटला असावा. त्याच्या एका बोटाने राहुलच्या गालावरच्या अश्रूंना स्पर्श केला.

तो म्हणाला, 'मला कळतंय तुम्ही कशासाठी रडत आहात. पण आता मी ते करू शकत नाही.'

सिंगनेटर 'बरंय राहुल, निरोप घेतो, गुड बाय,' म्हणून गच्चीच्या कठड्यापाशी गेला आणि त्यानं जवळ लावलेला दोर धरला. त्याचा चेहरा राहुलकडे वळला, त्याचे पापणीही न लवणारे लालसर डोळे राहुलच्या डोळ्यांना भिडले आणि दोघांनी एक शब्दही न बोलता मूकपणे मान डोलावली.

राहुलनं मग दोर गुंडाळलेलं चाक फिरवून सिंगनेटरला एका जुन्या पडीक विहिरीत खाली सोडलं. सिंगनेटरचे डोळे खाली जातानाही कायम राहुलवर स्थिर होते. विहिरीतल्या खराब काळ्या पाण्याला सिंगनेटर टेकल्यावर खण खण आवाज झाला. वरचे कपडे, फेटा आणि मांसपेशी निघून गेल्या आणि आतला लोखंडी सांगाडा दिसू लागला. नंतर त्याचं डोकंही पाण्याच्या खाली गेलं. डॉ. सिंग यांचं विजयदर्शक 'व्ही' चिन्ह दाखवणारी हाताची मूठ फक्त पाण्याच्या पृष्ठभागावर क्षणभर गर्वानं उभी होती आणि नंतर, तीही खाली गेली.

आपल्या संरक्षणकर्त्याला शेवटचा निरोप देत राहुल पुटपुटले, 'ठीक है.'

२९

महान द्रष्टा

असं म्हणतात की आयुष्याचा शेवट जवळ आला की सगळा जीवनपट डोळ्यावरून झरझर सरकू लागतो. आधुनिक भारतातील सर्वांत शक्तिमान घराणं अस्ताला जात असताना अखेरचा गांधी विचारात गढला होता, अनेक प्रसंगांची मालिका त्यांच्या मनात सुरू झाली...

१९७१ चा हिवाळा होता. अतिशय बोचरी थंडी होती, इतकी की पंतप्रधानांच्या नियंत्रित तापमान असलेल्या निवासातही चांगलीच थंडी जाणवत होती. पाळण्याच्या बाजूच्या कड्यातून सहा महिन्याचं एक बाळ ऊब येण्यासाठी पेटवलेल्या शेगडीकडे टक लावून बघत होतं.

पाळण्याजवळ काही पावलांची चाहूल लागली. बाळानं वर पाहिलं तर त्याला आजी आणि

वडिलांचा हसरा, उजळलेला चेहरा दिसू लागला.

आर्जीनी गोड स्वरात म्हटलं, 'किती गोऽड बाळ आहे!'

वडील म्हणाले, 'हो ना!'

'त्याचे डोळे बघ. किती पाणीदार आणि तेजस्वी दिसतात!'

ते म्हणाले, 'हो, खरं आहे. कसा हसतोय बघ. जणू काही त्याला तुझं बोलणं कळलंय!'

दोघेही बाळाशी गोड गोड गप्पा मारत कडेवर घेऊन त्याचे लाड करत होते.

बाळाच्या वडिलांनी विचारलं, 'मग ममी, तुझा प्रचार कसा चालू आहे?'

इंदिरा गांधींनी सुस्कारा सोडत म्हटलं, 'अरे, मला नातवाबरोबर दोन आनंदाचे क्षण घालवू दे !'

त्यांनी राहुलला परत पाळण्यात ठेवलं आणि सरळ बसून त्या म्हणाल्या, 'पक्षाचे नेते मला सांगतात की आपण विजयाच्या मार्गावर आहोत...' त्या मध्येच थांबल्या.

'तर मग?'

राजीवच्या डोळ्यात बघत त्या म्हणाल्या, 'पण मला अजून वाटतं की काही तरी कमी पडतं आहे.'

खोलीत येरझारा घालत त्या पुढे बोलू लागल्या, 'काही तरी कमी आहे. म्हणजे प्रचार मोहिमेसाठी एखादी मूलभूत कल्पना ठरवावी लागते... मतदारांशी नातं, जिव्हाळा साधेल असं एखादं घोषवाक्य गरजेचं असतं. सामान्य माणसाला आपलीशी वाटेल अशी घोषणा लागते.'

'हं...'

शेगडीतल्या निखाऱ्यांचा आवाज सोडला तर तिथं काही वेळ पूर्ण शांतता होती. आणि त्याच वेळी बाळ राहुलनं जीवनातले पहिले बोल उच्चारले,

'ग... ग... ग'

इंदिराजी आणि राजीव एकमेकांकडे आश्चर्यानं बघू लागले. दोघेही पाळण्याकडे धावले.

इंदिराजी कौतुकानं म्हणाल्या, 'बाळा, तू पहिल्यांदाच काही बोललास का?'

बाळ राहुल मस्त हसू लागला आणि पुनः त्यानं आवाज केला

'ग... गरी... गरी'

त्याला गुदगुल्या करत इंदिराजी म्हणाल्या, 'हो, हो, गर... गरी... गरी.'

राहुलच्या तोंडून शब्द आले, 'गरिबी हटाओ.'

इंदिराजींचे डोळे रुंदावले, आणखी विस्फारले, खूप मोठे झाले, खोबणीतून बाहेर पडतील की काय असं वाटू लागलं. त्यांनी हात तोंडावर ठेवले आणि नवजात अर्भकाच्या निरागसतेनं ते बाळही हसू लागलं.

इंदिराजींचा श्वास जोरात सुरू झाला,' अरे देवा, माय गॉड! हेच... हेच ते! हीच ती घोषणा !

त्यांच्या तोंडातून शब्द फुटत नव्हते, 'पण कसं काय...?' राजीवही तेवढेच आश्चर्यचकित झाले होते.

आई आणि मुलगा दोघेही त्या अतिबुद्धिमान बालकाकडे थक्क होऊन बघत राहिले.

***

ती त्याची पहिली चूक होती.

पण आपण किती महान कार्य सुरू केलं हे त्याला कसं कळलं असतं? तो तर फार लहान होता. आता जे समजतं ते तेव्हा कसं कळलं असतं? सहा महिन्याचं वय असताना त्यानं भारतातली लोकशाही दहा वर्षांनी मागे सारली होती.

अगदी लवकर म्हणजे दुसरीत जायच्या आधीच त्याला कळलं होतं की तो

इतरांपेक्षा वेगळा होता. त्याला इतर मुलांपेक्षा कितीतरी आधीच प्रश्नांची उत्तरं समजत असत. काही वेळा तर शिक्षकांनाही जास्त वेळ लागत असे. त्याच्यासाठी वर्गात बसणं म्हणजे जे काही अगदी उघड आहे त्याचीच उजळणी होती आणि त्यामुळे तो अगदी कंटाळून जात असे. त्याचं तल्लख मन इतरत्र भटकू लागलं. बाहेरच्या जगात तो कुठेतरी हरवला आहे असं सर्वांना वाटत असलं तरी तो अधिक अवघड अशा आव्हानांच्या शोधात होता. त्याचा मेंदू सभोवतालचं सर्व काही आत्मसात करत असे: विविध घटना, पुस्तकं, लोकांचं वागणं, तापमान आणि दमटपणातला फरक, वेगवेगळे मूड, कुठल्याही दृश्य आणि अन्य संवेदनांचं फटाफट विश्लेषण करणं आणि अतिमानवी स्तरावर प्रत्येक गोष्टीतून मथितार्थ काढणं!

त्याच्या शिक्षकांना मात्र त्याला आलेला कंटाळा म्हणजे सामान्य बुद्धीचं लक्षण आहे असं वाटायचं. त्यानं आणखी प्रयत्न करावा म्हणून ते राहुलच्या मागे लागत असत. पण त्यामुळे तो आपल्या विश्वात अधिकच गुंगून जात असे.

✻✻✻

श्रीमती शर्मा, राहुलच्या शिक्षिका हळू आवाजात म्हणत होत्या, 'हे पहा गांधी मॅडम, राहुलची कामगिरी सतत खाली घसरते आहे. तो पाचवीच्या अंतिम परीक्षेत पाचपैकी दोन विषयात नापास झाला आहे.'

सोनियाजींना धक्काच बसला. त्या म्हणाल्या, 'मला समजतच नाही. तो तर इतका हुशार मुलगा आहे, असं कसं शक्य आहे?'

श्रीमती शर्मा ओठ चावत म्हणाल्या, 'तो वर्गात लक्ष देत नाही आणि वर्गातल्या चर्चेत क्वचितच भाग घेतो. त्याची तुम्ही 'अवधान त्रुटी' किंवा 'लक्ष नसणं' ह्या व्याधीसाठी चाचणी केली आहे का?'

सोनियाजींनी शिक्षिकेकडे इशारासदृश नजर टाकली.

लगेच मागे सरत शिक्षिका म्हणाल्या, ‘अं, म्हणजे असं की तुम्ही घरी वेगळी शिकवणी लावू शकता. मिसेस गांधी, तुम्हाला काही तरी करायलाच पाहिजे. आधुनिक शिक्षणात मुलांना नापास करत नाहीत पण, जर ह्याच्याकडे आताच लक्ष दिलं नाही तर, तो आणि इतर मुलं ह्यातलं अंतर वाढतच जाईल.’

सोनियाजींनी निःश्वास टाकला आणि थोड्या अंतरावर कागदावर काहीतरी चितारत असलेल्या लहानशा राहुलकडे वळून त्या म्हणाल्या, ‘ठीक आहे, चल, राहुल, जाऊ या आता.’

राहुल जागेवरून उठला आणि आईमागोमाग वर्गाच्या बाहेर गेला. त्यानं ‘फर्माट’च्या शेवटच्या सिद्धांताचं उत्तर खरडलं होतं. तो कागद सावकाश जमिनीवर पडला.

वयाच्या पंधराव्या वर्षीच राहुलला आपण किती जगावेगळे आहोत याचं आकलन झालं होतं. परमेश्वरानं त्याला असामान्य बुद्धी दिली होती. देवानं त्याला असंख्य गोष्टींच्या निरनिराळ्या रचना आणि मिश्रणातून बरोबर विश्लेषण करून गुंतागुंतीची प्रमेयं अचूक सोडवणारा मेंदू आणि भविष्यातील संभाव्य घटनांच्या शक्याशक्यतेबाबत तत्क्षणी बिनचूक अंदाज करणारं मन दिलं होतं. संपूर्ण देशाच्या इतिहासात अशी क्षमता कुणाकडेच कधी आढळली नव्हती.

अतिमानवी विश्लेषणक्षमता तर राहुलकडे होतीच पण, सर्व बंधुमात्रांसाठी अपार सहवेदनाही होती. इतर मुलं वेगवेगळ्या खेळात आणि खोड्या करण्यात वेळ घालवत असायची तेव्हा राहुल जवळपासच्या झोपड्यात फिरायचा आणि आपल्या खाऊच्या पैशातून गरिबांना अन्न आणि ब्लँकेटचं वाटप करायचा. खाऊचे पैसे संपले की तो रस्त्यावर उभा राहून वयोवृद्ध स्त्रियांना रस्ता ओलांडायला मदत करायचा. तो स्वतःच दमला की एखाद्या गरीब माणसाबरोबर गप्पा मारत असे आणि त्याच्या चेहऱ्यावर हसू आणण्याचा प्रयत्न करत असे.

***

राजीव मोठ्याने ओरडले, 'ह्या सर्व योजनांत काम पूर्ण का होत नाही?'

सगळे मंत्री दचकले. त्यांच्या लक्षात आलं की आज मंत्रिमंडळाची 'चांगलीच' बैठक होणार.

ते सगळे पंतप्रधानांच्या निवासात एका लांबलचक टेबलावर बसले होते. अग्रभागी राजीव गांधी बसले होते. मणिशंकर अय्यर त्यांच्या मागे हातात पेन व कागद घेऊन एका पावलावर उभे होते. बाकीचे आपापल्या जागेवर बसले होते.

राजीवनी पृच्छा केली, 'मग...?'

एका मंत्र्यानं घसा साफ केला. 'राजीवजी, काम चालू आहे. आमच्या आकडेवारीतून दिसतं की...'

राजीव रागानं उत्तरले, 'तुमची आकडेवारी चुकीची आहे. मी कालच माझ्या मतदार संघामध्ये गेलो होतो आणि तिथे काहीही बदललेलं नाही. मी अनेक गरीब लोकांशी बोललो. कुणालाही आपल्या योजनातून लाभ झालेला नाही. बऱ्याच जणांनी तर योजनेबद्दल ऐकलंही नाही.'

पुनः शांतता !

राजीव गांधी किंचित शांत होऊन म्हणाले, 'आपण ह्या कल्याणकारी योजनांवर किती तरी पैसा खर्च केला आहे. पण त्यातला किती पैसा लोकांपर्यंत पोहोचला आहे? तुमच्याकडे त्याची आकडेवारी आहे?'

सगळे मंत्री गप्प बसले. काही उगीचच टीपा काढू लागले. काहींनी शरमून मान खाली घातली. कुणीच राजीव गांधींच्या डोळ्याला डोळा लावू शकत नव्हतं.

खोलीतून कुठून तरी आवाज आला, 'पंधरा पैसे.'

दारापाशी एक गालावर खळी असलेला किशोरवयीन मुलगा बुद्धिबळाच्या पटात डोकं खुपसून बसला होता. मान वर करून राहुल म्हणाला, 'प्रत्येक रुपयामागे फक्त पंधरा पैसे गरिबांपर्यंत पोहोचतात.

राजीवनी रोषपूर्वक विचारलं, 'तुला कसं माहीत?'

पण राहुल परत बुद्धिबळाच्या खेळात रमला होता.

राजीवनी मंत्र्यांना आज्ञा केली, 'हे जरा तपासून बघा.'

तीन महिन्यांनी, करदात्यांचे तीन कोटी रुपये खर्च करून देशभरात केलेल्या सर्वेक्षणाचे निष्कर्ष हाती आले तेव्हा राजीव गांधी त्या आकडेवारीकडे पाहून चाट पडले!

***

ही त्याची दुसरी चूक होती.

त्या सहज केलेल्या भाष्यामुळे सगळं काही बदललं. पक्षाचे नेते त्याच्या भेटीस येऊ लागले, त्याच्यावर स्तुतिसुमनांची आणि भेटवस्तूंची खैरात करू लागले. एक नेता तर असंही म्हणाला की, त्याला राहुलमध्ये नेहरूंची बुद्धिमत्ता, इंदिराजींची पोलादी इच्छाशक्ती आणि राजीवचं प्रभावी व्यक्तिमत्त्व एकवटलेलं दिसतं. अजून एका नेत्यानं त्याला आतापर्यंतचा सर्वात महान गांधी म्हणून संबोधलं. कुणीतरी म्हणालं की भारतात केवळ राहुलमुळेच गांधी घराणं किमान पन्नास वर्षं राज्य करील.

अशा वचनांमुळे राहुलला खूप त्रास होत असे. त्यानंच एकदा एक निनावी लेख लिहिला होता. त्यात त्याचे पणजोबा पंडित नेहरूंबद्दल म्हटलं होतं, 'कितीही महान आणि उत्तम कार्य करण्याची क्षमता असली तरी जवाहरलाल यांच्या सारखी माणसं लोकशाहीत कधीच सुरक्षित नसतात.' स्वतंत्र भारताच्या पहिल्या पंतप्रधानांनी स्वतःबद्दल लिहिलं होतं, 'जवाहरमध्ये हुकूमशहात असावे ते सगळे गुण होते... अफाट लोकप्रियता, दांडगी इच्छाशक्ती, क्षमता, कर्तव्यकठोरता आणि दुर्बळ आणि अकार्यक्षम लोकाबद्दल थोडीशी घृणा. आजच्या क्रांतिकारी युगात सीझरवाद निर्माण होण्याची कायमच शक्यता असते. मग, जवाहरलाल स्वतःला सीझर समजत असतील अशी शक्यता नाकारता येईल का? हे तपासून बघायला पाहिजे. आपल्याला इथं सीझर नको आहेत.'

राहुल तर सीझर बनायच्या मार्गावर जात नव्हता ना?

***

टक्कल पडलेला तो माणूस म्हणत होता, 'सोनियाजी. परिस्थिती खरंच खूप वाईट आहे.'

सोनियाजी समोर बघत राहिल्या.

'देशाची राखीव गंगाजळी कधी नव्हती इतकी खाली गेली आहे. आपण जेमतेम तीन आठवडेच आवश्यक वस्तू आयात करू शकू...'

सोनियाजींनी काहीच उत्तर दिलं नाही.

'मॅडम...'

त्या अचानक उभ्या राहिल्या. 'मला त्याची पर्वा नाही. आमचं कुटुंब अजून आपल्या दुःखातून बाहेर आलं नाही आणि तुम्ही असल्या फालतू प्रश्नांनी आम्हाला त्रास देत आहात! निघून जा इथून!'

टकलू माणूस हळूहळू उठला, हात जोडून नमस्ते म्हणाला आणि त्या खोलीतून कष्टानं बाहेर पडला. त्याच्या मागे एक पगडीधारी नम्रपणे येत होता. ते घरातून बाहेर पडले तोच पगडीवाल्या माणसानं सौम्य स्वरात म्हटलं 'आहा!' त्यानं मानेच्या मागे बोटं खाजवली. तो चालता चालता मधेच थबकला आणि त्यानं वळून पाहिलं.

तिथं कुणीच नव्हतं. त्यानं वाकून पायापाशी पाहिलं, त्याला एक चुरगाळलेला कागद सापडला. त्यानं तो उचलला आणि तो सरळ केला. त्या कागदावर एकच शब्द लिहिला होता.

'उदारीकरण!'

पगडीवाल्यानं पुनः वळून पाहिलं, कुणीच नव्हतं. तो पुटपुटला, 'ठीक है.' आणि तो त्या निवासातून बाहेर पडला.

हे मंत्री बाहेर जाताना तिथल्या काही खांबांच्या मागून एक देखणा तरुण बघत होता. त्यानं सुस्कारा सोडून म्हटलं, 'बाप रे! वाचलो!'

***

त्यानंतर राहुल गांधींचा राष्ट्रीय घडामोडीतला सहभाग सतत गुप्तच असायचा, कुठल्याही प्रसंगाचे, निर्णयाचे धागेदोरे राहुलपर्यंत कधीच जात नसत. आकाशस्थ देवदूताप्रमाणे ते आपल्या प्रिय भूमीवर आणि सरकारवर कुणालाही न कळता नजर ठेवत असत. १९९१ मधल्या आर्थिक संकटातून देशाला वाचवण्याचा प्रश्न असो, भारताचा झपाट्यानं आर्थिक विकास करण्याचं आव्हान असो किंवा जगाच्या नकाशात भारताला एका महासत्तेचं स्थान मिळवून देण्याची कसोटी असो, राहुल गांधींची त्यात सुप्त भूमिका असे.

त्यांनी कुणालाही कळू दिलं नाही तरी पक्षात मात्र त्यांची ख्याती वेगानं पसरू लागली. दररोज, पक्षकार्यकर्ते, नेते आणि मंत्री त्यांना प्रणाम करण्यासाठी, आपली निष्ठा व्यक्त करण्यासाठी आणि त्यांचा प्रत्येक शब्द झेलण्यासाठी घरी येऊन रांग लावू लागले. राहुल असहाय्यतेने बघत होते तरी वयानं कितीतरी ज्येष्ठ नेते त्यांच्यासमोर साष्टांग प्रणिपात करू लागले, देशाचा एकमेव रक्षणकर्ता म्हणून त्यांचा गौरव करू लागले, त्यांनी राजकारणात येऊन पक्षाची आणि सरकारची धुरा सांभाळावी म्हणून त्यांना विनवू लागले. मागे शेपूट हलवणाऱ्या प्रसिद्धी माध्यमांनीही राहुल हेच भारताचं भविष्यातील आशास्थान आहेत म्हणून त्यांचं चित्र रंगवलं.

ते जितके ह्या गोष्टींपासून दूर पळायचे तितके ते लगेच आत खेचले जात होते. त्यांनी मागे मागे राहण्याचा खूप प्रयत्न केला पण लोकांनी प्रत्येक गोष्टीचं यश त्यांच्याच माथी मारलं आणि राहुल गांधींची निष्ठेनं भक्तीही केली.

हे सगळं असह्य झालं तेव्हा राहुल गांधी कुणालाही एक शब्दही न बोलता हिमालयात निघून गेले...'

***

चोवीस दिवस झाले! त्यांनी अन्नाचा एक कणही घेतला नाही त्याला आता चोवीस दिवस झाले. गेले सात दिवस तर त्यांनी पाण्याच्या थेंबालाही स्पर्श केला नव्हता,

फक्त वातावरणातल्या ऊर्जेवर ते जगत होते. दाढी वाढलेला त्यांचा चेहरा अतिशय फिकुटलेला आणि भयाण दिसत होता. छातीच्या बरगड्या वर आल्या होत्या. पण ते इंचभरही हलले नाहीत की त्यांनी आपले डोळे उघडले नाहीत.

चोवीस दिवस आणि चोवीस रात्री, राहुल गांधी एव्हरेस्ट शिखरावर पूर्वेकडे तोंड करून एका पायावर उभे होते. त्यांनी हात वर धरले होते. डोळे बंद करून त्यांची प्रगाढ ध्यानसाधना चालू होती. आपला आतला आवाजच पुढचा मार्ग दाखवील म्हणून ते चोवीस दिवस प्रतीक्षा करत होते. पण अजून काही तपस्या फळाला आली नव्हती.

मग, पंचविसाव्या दिवशी, सूर्य पूर्वेकडे उगवायच्या आधीच राहुलच्या मनात अंतःस्फोट झाला. त्यांच्या अंतर्मनात अनेक दूरस्वप्नांचा ओघ सुरू झाला. त्यांनी स्वतःला भारताच्या पंतप्रधान पदाची शपथ घेताना पाहिलं. एका दुसऱ्या नेत्यालाही आपण समर्थन देत आहोत असं चित्र डोळ्यापुढे आलं. आपण अनेक कठोर निर्णय घेत आहोत, राजकीय व्यवस्थेतून भ्रष्टाचार निपटून काढत आहोत, गुन्हेगारांना शिक्षा करत आहोत आणि विरोधकांना लोभस व्यक्तिमत्त्वानं मोहून टाकत आहोत अशी दृश्यं त्यांना दिसू लागली. त्यांना भास झाला की आपणही आईप्रमाणे सरकारला पडद्यामागून मार्गदर्शन करत आहोत; चीन आणि पाकिस्तानशी लढाईत आपण भारताचं नेतृत्व करत आहोत, दोन्ही शत्रूंचा नायनाट करून भारताला आशियातील एकमेव महासत्ता बनवत आहोत... देशाच्या पंतप्रधानांना पाकिस्तानशी दीर्घकालीन शांतता करार करण्यासाठी आपण मदत करत आहोत... त्यांना आपला मुलगा... आपली कन्या... एक नातू... एक नात... काय काय दिसू लागलं.

अशा दृश्यांनी त्यांचं अंतर्मन पूर्णपणे व्यापलं होतं, पण मनाचा एक कोपरा ह्या सर्व घटनांचा अर्थ लावण्याचा प्रयत्न करत होता आणि त्यांना एक अपूर्व साक्षात्कार झाला– पुढचं भविष्य जाणण्याचा.

सगळ्या शरीरातून एक कळ गेली. भविष्यातील अनेक विश्वरूपात कुठेही आपला देश टिकून राहिला आहे असं त्यांना दिसलं नाही.

मनात एक अनामिक भीती दाटून आली आणि त्यांनी ह्या सर्व दृश्यांचं नीट निरीक्षण केलं. हो, प्रत्येक भविष्यात त्यांच्या देशाचे अनेक तुकडे झाले होते. त्यांच्या वंशजांचा उर्मटपणा, त्यांच्या पणतूनं मतांसाठी खेळलेलं राजकारण, पणतीची कमालीची अकार्यक्षमता आणि त्यांच्या वंशजांनी निवडलेल्या नेत्यांची अफाट निष्क्रियता... देशाच्या विघटनाची अनंत कारणं होती. पण प्रत्येक दृश्यात दिसलं की घराणेशाहीच देशाच्या विनाशाचं मूळ कारण होतं.

राहुल हताश झाले. त्यांच्या प्रिय मातृभूमीला कुठलीच आशा उरली नव्हती का? देशवासीयांना कुठलंच भवितव्य नव्हतं का?

आणि त्या क्षणी त्यांना काहीतरी वेगळं दिसलं. आशेचा एक किरण. ते काळ आणि अवकाशाचा गुंता सोडवत खोलवर गेले. आता त्यांना दिसू लागलं. विनाशाच्या गर्तीतून त्यांचा देश बाहेर येत होता, त्याची ताकद वाढत होती, हळू हळू पण अपरिवर्तनीय प्रगत दिसत होती. मनातल्या मनात त्यांन ते चित्र मोठं केलं आणि त्याला काही चेहरे दिसले... नरेंद्र मोदी, अरविंद केजरीवाल, पुनर्जागृत होणारी लोकशाही वगैरे. त्यांना काही अनोळखे चेहरेही दिसले. काळाच्या मर्यादा पार करून एक बुरखाधारी राखणकर्ता रोबॉट... यांच्याच एका आधीच्या अवतारानं भविष्यातून पाठवलेला रोबॉट!

विशिष्ट काळ सरल्यावर त्याला दिसली नाही ती एकच गोष्टः गांधी घराणं !

सगळ्या जगाला सुवर्णकिरणांनी न्हाऊन काढत सूर्य पूर्वेकडे उगवला. राहुल गांधींनी डोळे उघडले, दीर्घ श्वास घेतला. आता काय करायचं त्यांना ठाऊक होतं.

ते जमिनीवर प्राणायम करायच्या स्थितीत बसले आणि त्यांच्या अनेक भाषणातलं पहिलं भाषण नाडीपत्रावर लिहू लागले.

'माझ्या शर्टात राजकारण आहे, माझ्या विजारीत राजकारण आहे...'

***

गच्चीत राहुलजवळ येऊन सोनियाजी म्हणाल्या, 'अजून सगळं काही संपलेलं नाही. आपण ते सारं काही परत मिळवू शकू.'

राहुलनं ममीकडे एक तिरपा कटाक्ष टाकला. त्यांच्या शरीरातला आवेश गेला होता, खांदे उतरले होते. जागतिक परिस्थितीला त्या शरण जात होत्या.

निराशेनं त्या उद्गारल्या, 'पण परत मिळवायचं कसं? कुठे सुरुवात करावी? तुला काही उमजतंय?'

राहुल गांधींना म्हणायचं होतं, 'अर्थात मला ठाऊक आहे. आता थोडं मागे राहून आपण हा खराब काळ जाऊ द्यायला पाहिजे; एक तरुण आणि एकनिष्ठ टीम तयार करायला पाहिजे. १९७०चं राजकारण सोडायला हवं. जिथं चाळीस टक्क्यांपेक्षा जास्त लोक पस्तिशीच्या खाली आहेत अशा तरुण भारताच्या आशा आकांक्षांना योग्य ते स्थान देऊ शकणारा एक स्वच्छ पक्ष म्हणून आपली प्रतिमा तयार करायला पाहिजे. आजच्या नव्या युगातील माध्यमांना सरकारच्या त्रुटींबाबत बोलू द्यायला पाहिजे. आपल्याकडे चिकाटी आहे. मी जर पुढे होऊन नेतृत्व केलं तर मला खात्री आहे की आपण घराण्याची प्रतिष्ठा परत मिळवू शकू. कारण मी हे सगळं माझ्या स्वप्नात पाहिलं आहे.'

पण, राहुल गांधींच्या चेहऱ्यावर एक शून्य, निर्विकार भाव आला. करोडो भारतीयांना हा भाव अतिपरिचित होता, ह्याच मुद्रेमुळे ते असंख्य विनोदांचा विषय ठरले होते. त्यांच्या अगणित समर्थकांनाही आपल्या राजकीय भवितव्याबाबत शंका निर्माण व्हायला हाच भाव, हीच मुद्रा कारणीभूत होती.

ते म्हणाले, 'मला आता एका दलित कुटुंबाबरोबर दाल-चावल खायला जायलाच पाहिजे!'

उपसंहार

—◦∿◦—

उरलेले शेवटचे काही निष्ठावंत कार्यकर्तेही पेन्शन घेऊन निघून गेले. पण अजून बरंच काही बाकी होतं. काँग्रेसची स्थिती कापून टाकलेल्या जुन्यापुराण्या वडाच्या झाडाच्या खोडासारखी झाली होती. नवीन कोंब फुटायला बरीच वर्षं लागतील. जुनी राजनीती पुनः वर येईलच. राहुलला बेसावध राहून चालणार नाही. अजून पाच वर्षं वेळ आहे. कर्करोग काढून टाकण्यासाठी संपूर्ण मांसपेशी आणि शरीराचे अवयव कापून शस्त्रक्रिया आवश्यक असते तशी शस्त्रक्रिया करणं गरजेचं आहे.

राहुलना परिचित अशी कोरड्या खोकल्याची ढास ऐकू आली. चष्मा घातलेली, बारीकशा अंगकाठीची, मानेवर मफलर गुंडाळलेली आणि गांधी टोपीसारखी मफलरची घडी केलेली अशी एक मूर्ती राहुलच्या दृष्टिपथात आली.

राहुलनं म्हटलं, 'ओह, माझा अति प्रिय मित्र अरविंद! बरं झालं तुम्ही आलात. अगदी परवाच मी काँग्रेसच्या कार्यकारी समितीत म्हटलं होतं की आपल्याला 'आप'पासून बरंच काही शिकता येईल.

अरविंद पुनः खोकले आणि थोडे पुढे आले. मे महिना चालू होता; रात्रीसुद्धा तपमान ३० डिग्रीच्या वर जात असे. डिसेंबर महिन्यापासून थंडीत खांद्यावर घेतलेला मफलर आपच्या त्या नेत्याला जरा अस्वस्थच करत होता. पण ते स्वतःच्याच प्रतिमेत अडकले होते. मागे मार्चमध्ये, त्यांनी स्वस्त वाटणारा टी शर्ट आणि मफलर सोडून बराच महाग आणि उच्च अभिरुची दर्शवणारा फॅब इंडियाचा कुर्ता आणि आधुनिक काँटॅक्ट लेन्सेस असा वेष परिधान केला होता. परंतु, कपड्यांची ही आधुनिक फॅशन सामाजिक माध्यमांच्या पचनी पडली नाही. अनेक विरोधक आणि कट्टर समर्थकही ट्विटर आणि फेसबुकवर गरजू लागले, 'केजरीवालची आम आदमीच्या मार्गाशी फारकत!' त्यामुळे 'आप'च्या प्रमुखांना सार्वमत घ्यावं लागलं. ट्विटर, फेसबुक किंवा मोहल्ला सभा असो... सर्वत्र सार्वमताचा निष्कर्ष एकच होता: आपच्या समर्थकांनी स्पष्ट मत दिलं: अरविंदनी दिल्लीमधल्या पोळणाऱ्या उन्हाळ्यातही यू.ए.ई. एअरवेजच्या हवाई सुंदरीसारखाच पोषाख घातला पाहिजे. केजरीवालना मानण्याशिवाय गत्यंतर नव्हतं. क्रांतीची ज्योत तेवती ठेवण्यासाठी एवढा त्याग तर करायलाच हवा ना!

बायकोनं मार्ग चुकलेल्या नवऱ्याची कान उघाडणी करावी तसं केजरीवालनी राहुलला कॉलरला धरून स्वतःचं डोकं राहुलच्या छातीवर आदळत म्हटलं, 'राहुल, नका, स्वतःला असं काही करू नका!'

त्यांना कवेत घेत राहुलनी म्हटलं, 'काय करू नको?'

राहुलच्या छातीत चेहरा लपवत अरविंदनी हुंदका दिला, 'मला काय म्हणायचंय ते तुम्हाला ठाऊक आहे.' राहुलचा कुर्ता अश्रूंनी भिजू लागला.

अरविंद स्फुंदत म्हणाले, 'एखादी राजकीय चळवळ किंवा क्रांती एखाद्या अन्योन्य धार्मिक पंथापेक्षा फार वेगळी नसते, कारण दोन्हींच्या प्रसारासाठी एक संदेश एक ग्रंथ, एक चमत्कार आणि एखादा प्रेषित आवश्यक असतो.'

राहुल अरविंदच्या खांद्यावर थोपटत म्हणाले, 'खरंय! आणि आप पक्षाकडे ह्या चारही गोष्टी आहेत, हो ना?'

'पण इथं संदेश तुमचा होता, ग्रंथही तुमचा होता आणि चमत्कारही तुमचाच होता,' आपल्या गुरूच्या डोळ्यात बघत केजरीवाल म्हणाले.

राहुलनं म्हटलं, 'मग?'

राहुलनं लोकपाल विधेयकाचा मसुदा तयार करून तो अरविंदकडे नेला होता... हा होता संदेश! राहुलनं विकेंद्रीकरणाचं आदर्श आश्वासन देणारा स्वराज ग्रंथ लिहायला अरविंदना मदत केली होती... म्हणजे 'ग्रंथ!' शिवाय नेहरू गांधी घराण्याच्या वारसानंच जाहीर केलं होतं की, मोठ्या प्रमाणावर भ्रष्टाचाराचा पुरावा रहस्यमय रीत्या बाहेर येईल. एका गूढ पंखधारी प्राण्याद्वारे असा पुरावा खरंच प्रकट झाला होता... म्हणजे चमत्कार!

'तर मग, तुम्हीच प्रेषित बनून आम्हाला त्या मनोवांछित मातृभूमीप्रत का घेऊन जात नाही?'

क्रिकेटच्या जागतिक चषक स्पर्धेतील गाजलेल्या विजयानंतर काही दिवसांनी, राहुलनंच अण्णांनी उपोषण करावं असा 'आप'ला सल्ला दिला होता. राहुलनंच सुचवलं होतं की, अरविंदनं सर्वत्र आढळणाऱ्या आणि विचारप्रवर्तक अशा झाडूचं चिन्ह घेऊन एक राजकीय पक्ष काढावा. दिल्लीच्या निवडणुकीनंतर, काँग्रेसच्या आमदारांची इच्छा नसताना राहुलनंच त्या अननुभवी भ्रष्टाचारविरोधी पक्षाला बिनशर्त पाठिंबा देऊन सरकार स्थापायला मदत करण्याचा आदेश दिला होता.

'तुमच्याच मूक संमतीनुसार मी जेव्हा जेव्हा तुमची थट्टा करतो तेव्हा मला माझ्याच शरीरात सुरा खुपसल्यासारखं वाटतं. ओह, राहुलजी, मला ह्या यातनातून मुक्त करा. मला सगळं सत्य जगापुढे उघड करू द्या आणि ह्या वेदनेतून मुक्त होण्याची संधी द्या.'

राहुलनं एक पाऊल मागे घेतलं. चेहऱ्यावरचं स्मित जाऊन त्यांचे ओठ आवळले गेले, भुवया वक्र झाल्या आणि ते सौम्यपणे वदले, 'नाही. तुम्हीच परिवर्तनाची ज्योत पुढे न्यायला हवी, मी नव्हे! आपल्यापुढे हा एकच मार्ग आहे.'

अरविंदनं ओल्या डोळ्यांनी म्हटलं, 'तसंच काही नाही. जगाच्या इतिहासात तुम्ही सर्वात महान नेहरू गांधी म्हणून ओळखले जाऊ शकला असता. एखाद्या अरविंदची गरज नव्हती.'

एखाद्या भाल्याच्या टोकाप्रमाणे हे शब्द राहुलच्या जिव्हारी लागले आणि ते उद्गारले, 'नाही, नाही!'

राहुलनी अरविंदचा हात धरून त्यांना सुरक्षा सैनिकांच्या वेढ्यातून बाहेर ओढलं आणि १० जनपथच्या आवारात उभ्या असलेल्या एका गाडीत बसवलं. आकाशात मोठमोठे काळे ढग दाटून अले होते. विजा चमकत होत्या आणि त्या उजेडात ढगांचे राक्षसी आकार मधूनच दृश्यमान होत होते.

काही क्षणातच पाऊस जोरात सुरू झाला.

राहुलनं समोर बघत ॲक्सिलेटरवर पाय ठेवला आणि एकदम वरचा गिअर टाकला. वाटेत गाडीच्या टपावर पडणारे पावसाचे थेंब आणि काचेवर फिरणाऱ्या वायपरचा आवाज गाडीतल्या चमत्कारिक शांततेचा भंग करत होता.

राहुलनं केंद्रीय सचिवालयासमोर कचकन ब्रेक दाबून गाडी थांबवली. मागे राष्ट्रपतिभवन डौलात चमकत होतं. त्यांनी अरविंदना गाडीबाहेर ओढलं आणि ते नॉर्थ ब्लॉकच्या भव्य दाराकडे चालत गेले.

त्यांनी म्हटलं, 'ह्या भिंतींवर काय कोरलं आहे ते वाचा.'

अरविंद कुरबुरले, 'मला... मला काही कळत नाही.'

राहुल किंचाळले, 'वाचा!' त्यांनी आपल्या स्मार्ट फोनचा उजेड त्या दगडी भिंतीवर पाडला आणि अरविंदचा चेहरा तिकडे वळवला.

आता पावसानं जोर धरला होता. पुढचं काही दिसत नव्हतं. अरविंदनी वाचण्यासाठी मान बाहेर काढली.

'स्वातंत्र्य आपणहून मिळत...'

राहुलनं हळूहळू एकेक शब्द आठवत स्पष्ट स्वरात म्हटलं, 'स्वातंत्र्य आपणहून मिळत नसतं. लोकांनी स्वातंत्र्यासाठी स्वतःच उठाव केला पाहिजे. ह्या वरदानाचा

आनंद उपभोगण्याआधी ते प्रयत्नपूर्वक प्राप्त करायला पाहिजे.'

'आपल्या वसाहतवादी सत्ताधीशांनी दगडावर कोरलेल्या अत्यंत अपमानकारक ओळी! दोनशे वर्षं आपल्याला लुटल्यानंतर मारलेला अखेरचा तडाखा! आपले मंत्री आणि नोकरशहा इथून जात असताना हे शब्द जणू त्यांची खिल्लीच उडवत असतात.'

हा प्रसंग चालू असताना पुनः विजा चमकल्या. त्या उजेडात अरविंदना राहुलचा गंभीर चेहरा आणि त्यांच्या डोळ्यातली करारी मुद्रा दिसू लागली.

राहुल पुढे बोलू लागले, 'हो. आपण कधीच स्वतंत्र झालो नाही, अरविंद! सत्ता फक्त गोऱ्या साहेबांकडून काळ्या साहेबांकडे गेली, वसाहतवादावर उभारलेल्या इमारतीला धक्काही लागला नाही. जनतेला दाबून, दडपून ठेवण्यासाठी तयार केलेली प्रशासकीय रचना अजिबात बदलली नाही. आजही कुठल्याही ठिकाणी जिल्हाधिकारीच सर्वात महत्त्वाची व्यक्ती असते, ह्या सर्वशक्तिमान अधिकाऱ्याला कुणी भेटू शकत नाही.

'अरविंद, देशातले वरचे लोकच विनाशाचं कारण ठरले आहेत. हीच भारताची शोककथा आहे. त्यांनी भारतमातेला नेहमीच खाली ओढलं आहे. आधी इथे महाराज आणि नबाब लोक होते. त्यांनी वसाहतवाद्यांच्या कारस्थानाला संमती दिली आणि नंतर त्यात सहकार्यही केलं. स्वातंत्र्य प्राप्तीनंतर काही साहेबी वळणाच्या, सांस्कृतिक दृष्ट्या समाजापासून दुरावलेल्या अतिश्रीमंत वर्गानं सत्तेची सूत्रं आपल्या हातात घेतली. माझं घराणं त्यात सर्वात वरती होतं. गेल्या पन्नास वर्षात ह्या लोकांनी ब्रिटिशांच्या अत्याचारावरही मात केली आहे.

आपल्या सामाजिक संस्थांची हिणकस वृत्तीसुद्धा अशा लूटमारीला साथ देत होती. आता तर जीवनाच्या सर्व क्षेत्रात लोकांमध्ये खोल निराशा आणि पराभूत वृत्ती निर्माण झाली आहे. आपली अर्थव्यवस्था जागतिक स्तरावर स्पर्धा करू शकत नाही. बॉलीवुड-हॉलीवुडची नक्कल तरी करत असते किंवा स्वतःचा विनोद करून घेत असते. आपण इतर देशात कुठलीही अर्थपूर्ण निर्यात करू शकत नाही. आपण चालू खात्यातली तूट भरून काढण्यासाठी थेट परदेशी गुंतवणुकीच्या मागे

लागतो. म्हणजे गाडीच्या कर्जाचा हप्ता फेडण्यासाठी घर गहाण ठेवतो. भारतात कशाची गरज असेल तर ती एका क्रांतीची गरज आहे, अरविंद! प्रत्येक महान राष्ट्राला सुरुवातीला अग्निदिव्यातून जायलाच लागतं. अमेरिकेला त्यांचं स्वातंत्र्ययुद्ध लढायला लागलं; रशियामध्ये प्रचंड राज्यक्रांती झाली आणि चीनमध्ये त्यांचा 'लाँग मार्च.'

अरविंदनी विचारलं, 'मी ह्या क्रांतीचा उद्गाता व्हावं असं तुम्हाला वाटतं का?'

'नाही, नाही, अरविंद. आप आणि तुमच्याकडून ही अवास्तव अपेक्षा ठरेल. सध्या आप पक्ष हे मध्यम वर्गाचं एक खूळ आहे, प्रसिद्धी माध्यमांनी वर चढवलेलं फॅड. पण मी योग्य वेळी दिलेल्या सल्ल्यामुळे आणि सामूहिक नेतृत्वामुळे आप पक्ष मूळ धरील, परिपक्व होईल आणि काँग्रेसचा एक स्वच्छ अवतार जनतेसमोर येऊ शकेल. परंतु अशा प्रकारच्या परिवर्तन प्रक्रियेवर मध्यम वर्गाची सर्व लक्षणं असलेल्या, पूर्णपणे त्रयस्थ अशा व्यक्तीनं नजर ठेवली पाहिजे. मी तुम्हाला पहिल्यांदा महसूल खात्याच्या जुनाट इमारतीत पाहिलं तेव्हाच माझ्या लक्षात आलं की आर.के. लक्ष्मण यांच्या मनातला 'आम आदमी' मला मिळाला आहे. एक साधा स्वेटर, जाड मिशी... अगदी बरोबर आम आदमी! म्हणजे आता तुझी माझी जोडीच इथं असायला पाहिजे! नाही तर इतिहास एक वेगळंच, विपरीत वळण घेईल. भारताचं भविष्य ह्याच मार्गानं घडायला हवं. हाच एकमेव रस्ता आहे.'

अरविंद उद्गारले, 'पण तुम्ही तुमचे पणजोबा जसे चंद्रगुप्त मौर्य होते तसे तुम्ही नेहरू घराण्याचे अकबर किंवा सम्राट अशोक होऊ शकला असता आणि घराण्याची प्रतिष्ठा सर्वोच्च शिखरावर नेऊ शकला असता.'

राहुल म्हणाले, 'नाही अरविंद. मला घराण्यातील बहादूर शहा झफरच व्हायचं आहे. काँग्रेस धुळीला मिळणार असेल तर नेहरू गांधी घराणंही संपायला हवं आणि बहादूर शहा झफरप्रमाणे मी ह्या नेत्रदीपक सूर्यास्तावर हसू आणि आसूंच्या साथीनं निगराणी ठेवीन. असं झालं तरच इतिहास म्हणेल,' राहुल काही क्षण थबकला आणि विजांच्या अचानक झालेल्या कडकडात म्हणाला, 'हाच माझा धर्म!'

अरविंदच्या चेहऱ्यावर हसू आलं; त्यांनी गालावरची अश्रूंनी उमटलेली रेषा पुसून टाकली आणि ते म्हणाले, 'ठीक आहे राहुल. तुम्हाला इतिहास असाच घडावा असं वाटत असेल तर...'

राहुलनं चेहऱ्यावर प्रयत्नपूर्वक हसू आणलं. त्यानं विचारलं 'मग, केजरीवाल ज्यूनिअर काय म्हणताहेत?'

केजरीवाल म्हणाले, 'त्याला आय.आय.टी.मध्ये जायची खूप इच्छा आहे. मी त्याला प्रवेश परीक्षेच्या क्लासमध्ये घातलं आहे. राहुल, तुम्ही चिंता करू नका. नेहरू गांधी घराणं होऊन गेलं तसं केजरीवाल घराणं होणार नाही. अजून तीस एक वर्षांनी देशात राजीव गांधी योजनांप्रमाणे अरविंद केजरीवाल योजनांचं पीक येणार नाही.'

राहुल म्हणाले, 'छान, छान! जर त्याला फिजिक्सची शिकवणी हवी असेल तर माझ्याकडे पाठवा.'

अरविंद अडखळत म्हणाले, 'चालेल, राहुल. ओह, अजून एक गोष्ट होती...'

चिंतायुक्त स्वरात राहुलनं म्हटलं, 'काय, काय? बोलून टाका, अरविंद!'

अरविंदनी खांदे उडवत अस्पष्ट सुरात म्हटलं, 'मला आमच्या 'ब' टीमबद्दल सांगायचं होतं. त्यातले योगेंद्र यादव, कुमार विश्वास, सोमनाथ भारती, आशुतोष... असे लोक जरा 'हे'च आहेत...'

राहुल म्हणाले, 'मी समजू शकतो. काँग्रेसमध्ये आता अनेक विषयातले बेरोजगार तज्ज्ञ आहेत. ते खूप हुशार आहेत पण ते निवडून येण्याची शक्यता कमी आहे. त्यांना मी आप पक्षामध्ये पाठवतो. ते राजकारण करू शकणार नाहीत पण निष्ठा आणि प्रयत्नात किंचितही कसूर करणार नाहीत. त्यातल्या काहींना कपट म्हणजे काय ह्याची अजिबात कल्पना नाही. त्यांनी माझी जशी सेवा केली तशी ते तुमचीही सेवा करतील. त्याच्याशी मात्र गोड आणि सहृदयतेनं वागा म्हणजे झालं.'

अरविंदनं म्हटलं, 'धन्यवाद, राहुल.' दोघींनी एकमेकांना परत मिठी मारली.

'आता कामाला लागा, अरविंद. ह्या गाडीत बसा आणि लोकांनी आपल्याला

एकत्र पहायच्या आत निघून जा. मी चक्कर मारून येतो. आता निघा आणि खिडकीच्या काचा वर करा. लोकांनी ह्या खूप पेट्रोल खाणाऱ्या करकरीत गाडीत तुम्हाला बघितलं तर राजकारणाला कायमचा राम राम ठोकावा लागेल.'

अरविंद गाडीत बसले. त्यांनी पुनः एकदा डोळे भरून आपल्या हिरोकडे पाहिलं आणि कुणाला ओळखता येऊ नये म्हणून रिबेनचे गॉगल्स डोळ्यावर चढवले. गाडीनं वेग घेतला. भल्या पहाटे दिल्ली जागी व्हायच्या आत ती गाडी रायसीना हिल्समधून खाली आली आणि सतत वाढणाऱ्या रहदारीत अदृश्य झाली.'

आभार

हे पुस्तक प्रत्यक्षात आणण्यासाठी अनेकांनी मदत केली. त्यांचे आम्ही ऋणी आहोत.

'अनरिअल टाइम्स'च्या वाचकांनी आम्हाला सतत आश्रय आणि उत्तेजन दिलं; त्यामुळेच आम्हाला ह्या पुस्तकासाठी प्रेरणा मिळाली.

आमचा मित्र आणि अनरिअल टाइम्सचा तुफान स्तंभलेखक अश्विन कुमारनं हे लिखाण चालू असताना आपल्या प्रामाणिक प्रतिक्रिया आणि अनमोल सूचना दिल्या.

पहिल्या प्रकरणात नरेंद्र मोदी आणि रॉबर्ट वद्रा यांची निर्विकारपणे उपहासात्मक तुलना करणारा आमचा मित्र आणि अनरिअल टाइम्सचा स्तंभलेखक पंकज वैद्य ह्याचे आभार.

अजयेंद्र रेड्डी, आनंद वाळुंजकर, श्रीनि चंद्र,

दिव्यमान श्रीवास्तव, दिव्या श्रीकांत, श्रेया मंजुनाथ, लोकेश भाटे, प्रीतम चॅटर्जी, अनूप दीक्षित, प्रल्हाद कामत, कपिल कांत कौल, शेफाली वैद्य, भरत राज... असे अनरिअल टाइम्सचे अनेक प्रतिभाशाली लेखक, सच्चे आणि मस्त मित्र - सर्वांचे आभार.

आमचे उत्साही संपादक आशीष चंडी ह्यांनी नेहमीच बहुमोल संपादकीय सहाय्य केलं, त्यांच्याबरोबर अनेक पुस्तकं आणि प्रकाशन व्यवसायाबद्दल आम्ही चर्चा करत असू; त्यांचेही ऋण मानणे आवश्यक आहे.

हे पुस्तक वेळेत प्रसिद्ध करण्यासाठी मेहनत घेणारे आमचे मुद्रण संपादक शानुज व्हीसी यांचेही आभार.

आमचा आनंदी स्वभावाचा स्पष्टवक्ता एजंट कनिष्क गुप्ता ह्यानं काही महिन्यापूर्वीच सगळी माहिती दिली होती म्हणूनच हे पुस्तक शक्य झालं.

सर्वात शेवटी अजून एक गोष्ट! आम्ही पुस्तकासाठी तासन्तास संगणकावर टाईप करत असतानाही सतत आम्हाला आमच्या कुटुंबियांचं प्रेम, प्रोत्साहन मिळत राहिलं, त्यांचे आम्ही कृतज्ञ आहोत!

www.ingramcontent.com/pod-product-compliance
Lightning Source LLC
Chambersburg PA
CBHW060432030726
47495CB00003B/852
* 9 7 8 9 3 8 3 5 7 2 4 5 8 *